அக்ஷத் குப்தா
நூலாசிரியர்

அக்ஷத் குப்தா, ஓட்டல் தொழிலில் ஈடுபட்டுள்ள ஒரு குடும்பத்தைச் சேர்ந்தவர். இப்போது பாலிவுட்டில் ஒரு திரைக்கதாசிரியராக நன்றாகக் காலூன்றியுள்ள அவர், ஒரு கவிஞரும் திரைப்பாடலாசிரியரும்கூட. 'த ஹிடன் ஹிந்து' என்ற, மூன்று பாகங்களைக் கொண்ட இப்புத்தகத்திற்காகப் பல ஆண்டுகள் உழைத்து, இதை ஆங்கிலத்திலும் இந்தியிலும் அவர் எழுதியுள்ளார். சட்டிஸ்கரில் பிறந்த அவர், மத்தியப் பிரதேசத்தில் வளர்ந்தார். இப்போது அவர் மும்பையில் வசித்து வருகிறார். அவரை நீங்கள் authorakshatgupta என்ற இன்ஸ்டாகிராம் முகவரியில் தொடர்பு கொள்ளலாம். அவரை மின்னஞ்சலில் தொடர்பு கொள்வதற்கு நீங்கள் அணுக வேண்டிய முகவரி: akshat.gupta0204@gmail.com.

பாராட்டுரை!

"மாயாஜாலம், தொன்மம், மர்மம் ஆகியவற்றின் ருசிகரமான கலவைதான் 'த ஹிடன் ஹிந்து' எனும் இந்நூல்."

– அனுஜா சந்திரமௌலி

"இந்துத் தொன்மமும் அறிவியல் புனைவும் சந்தித்துக் கொள்கின்ற இந்த நாவலைக் கையிலெடுத்தால் கீழே வைக்க முடியாது."

– ஆனந்த் நீலகண்டன்

"காலத்தைக் கடந்து நிற்கின்ற யுகங்களைப் பற்றிய இக்கதை, அனைத்துத் தலைமுறை வாசகர்களையும் கவரும். இது தொன்மக் கதைகளுக்கு உயிரூட்டி, அதோடு நம்மைப் பொருத்திப் பார்க்கவும், அதில் ஈடுபாடு கொள்ளவும் வைக்கிறது."

– ரவி சுப்பிரமணியன்

"அபாரமான கற்பனை, அற்புதமான கதை, விறுவிறுப்பான நடை. இது வாசகர்கள் அனைவருக்கும் ஒரு நல்விருந்தாக அமையும்."

– மனோஜ் முன்டாஷிர்

"அருமையான கதை, நம்புதற்கரிய கற்பனை, திருப்பத் திருப்பப் பரவசமூட்டும் பக்கங்கள்."

– விகாஸ் கன்னா

த ஹிடன் ஹிந்து

முப்பாகங்களில்
முதலாம் பாகம்

அக்ஷத் குப்தா

MANJUL

மஞ்சுள் பப்ளிஷிங் ஹவுஸ்

First published in India by

MANJUL

Manjul Publishing House

Corporate and Editorial Office

•2nd Floor, Usha Preet Complex, 42 Malviya Nagar, Bhopal 462 003 – India

Sales and Marketing Office

•C-16, Sector 3, Noida, Uttar Pradesh 201301 – India

Website: www.manjulindia.com

Distribution Centres

Ahmedabad, Bengaluru, Bhopal, Kolkata, Chennai,
Hyderabad, Mumbai, New Delhi, Pune

Tamil translation of The Hidden Hindu: Book 1 of the Trilogy by Akshat Gupta

This Tamil language edition first published in 2024 by Manjul Publishing House Pvt Ltd

ISBN 978-93-5543-812-6

Translated by: Nandini

Cover illustration © Sangram S.
Cover design by Neeraj Nath

Printed and bound in India by Repro India Limited

உள்ளடக்கம்

இன்னும் பிறந்திருக்காதவனின் நினைவுகள்

2041 ஆம் ஆண்டு.

அந்த அறையில் ஓர் அமானுஷ்யமான அமைதி குடிகொண்டிருந்தது. அனைத்து இயக்கங்களும் ஸ்தம்பித்திருந்ததைப்போலத் தோன்றியது. அந்த அறையின் வெற்றுச் சுவர்களுக்கு இடையேயான இடம் அவர்களுடைய சுவாசத்தின் சத்தத்தால் நிரம்பியிருந்தது. திருமதி பத்ரா, பிரித்திவியின் பக்கம் திரும்பி, அவனை எது தொந்தரவுக்கு உள்ளாக்கியிருந்தது என்று கேட்பதற்கு முன்பாக, அவன் அவர் பக்கம் திரும்பி, ஒரு வலுவான குரலில், "நான் 2020 ஆம் ஆண்டிலேயே எல்லாவற்றையும் பார்த்துவிட்டேன். அதனால், அவரைப் போன்ற ஒருவர் அதற்கு முன்பு இருந்ததில்லை என்பதை நான் அறிவேன். அப்படியொருவர் இனி இருக்கப் போவதும் இல்லை. அவர் ஒரு தெய்விக உண்மை. மரணம் மற்றும் அழிவின் கடவுளருக்கு எதிரான, முறியடிக்கப்படாத சவால் அவர்," என்று கூறினான்.

"அது எப்படிச் சாத்தியம்? நீ பிறப்பதற்கு முன்பே சில விஷயங்களை நீ பார்த்துள்ளதாக நீ கூறுகிறாய். அது சாத்தியமேயில்லை," என்று திருமதி பத்ரா கூறினார். எழுபத்து நான்கு வயதான அவர், மிகவும் பதற்றமாகக் காணப்பட்டார். 'இது 2041 ஆம் ஆண்டு. இப்போது

இவனுக்கு வயது இருபத்தொன்று. 2020 இல் நடந்த விஷயங்களை எப்படி இவனால் பார்த்திருக்க முடியும்?' என்று யோசித்த அவர் பெரும் திகைப்படைந்தார்.

"நீங்கள் கேட்பது சரிதான். அப்போது நான் பிறந்திருக்கவே இல்லை. ஆனாலும், நான் ராஸ் தீவிலுள்ள வளாகத்தில் கண்டிப்பாக இருந்தேன். இப்போதுகூட, அங்கு நான் நேரில் அனைத்தையும் பார்த்ததுபோல எல்லாம் எனக்குத் தெளிவாக நினைவிருக்கிறது," என்றான் பிரித்திவி.

பிரித்திவியைப் பார்த்தபடியே திருமதி பத்ரா மேலும் பேசினார். "கடந்த சில ஆண்டுகளில், நம்புதற்கரிய, புதிரான, அறிவியலால் விளக்கப்பட முடியாத பல விஷயங்களை நான் பார்த்துள்ளேன். அதனால், என்னைப் போன்ற ஒருவரின் சராசரி மனத்தால் புரிந்து கொள்ள முடியாத உண்மைகளும் மர்மங்களும் இப்பிரபஞ்சத்தில் இருக்கின்றன என்பதை நம்ப வேண்டிய கட்டாயத்திற்கு நான் ஆளாகியுள்ளேன்." கண்களில் நீர் வழிந்தோடிக் கொண்டிருக்க அவர் மேலும் தொடர்ந்தார்: "பிற சராசரி நபர்களைப்போலவே நானும் ஒரு சாதாரண வாழ்க்கையை வாழ்ந்துவிட்டு அமைதியாக இறந்து போகவே விரும்பினேன். 2020 இல் நான் மரணத்தின் விளிம்புவரை சென்றேன். அப்போது விஷயங்கள் நன்றாக இருந்தன. அப்போதே நான் அமைதியாக இறந்து போயிருந்தால் நன்றாக இருந்திருக்கும். ஆனால், அனைத்தும் மாறிவிட்டன." திருமதி பத்ரா ஆழமாக ஒரு முறை மூச்சை உள்ளே இழுத்துக் கொண்டு, தன்னைக் கட்டுப்படுத்திக் கொள்ள முயன்றார். அவரே தொடரட்டும் என்று பிரித்திவி மௌனமாக நின்று கொண்டிருந்தான். ஒரு நீண்ட இடைவெளிக்குப் பிறகு திருமதி பத்ரா தொடர்ந்தார்: "அப்போதும் நான் அதில் பங்கு பெற விரும்பவில்லை. இப்போதும் நான் விரும்பவில்லை. நீ எதற்காக இங்கு வந்திருக்கிறாய்?"

"ஏனெனில், இப்போதும் நான் அவரைத் தேடிக் கொண்டிருக்கிறேன். நீங்கள்தான் அவரைக் கடைசியாகப் பார்த்த நபர்," என்று பிரித்திவி தன் கண்களில் நம்பிக்கை பளிச்சிடக் கூறினான். திருமதி பத்ரா, பிரித்திவியின்

கண்களை நேருக்கு நேர் பார்த்தவாறு பேசினார். “தோல்வியில் முடிந்த அந்தத் திட்டத்தில் நான் எல்லாவற்றையும் இழந்தேன். ஆனாலும் அது எப்படி, எதற்காக நேர்ந்தது என்பது எனக்குத் தெரியாது. ஆமாம். நான் அவரைப் பார்த்திருந்தேன். ஆனால், அவர் யார் என்பது இப்போதுவரை எனக்குத் தெரியாது. அப்போது நீ அந்தத் தீவில் இருந்ததாக நீ கூறுகிறாய். அப்போது அவரும் அந்தத் தீவில் இருந்தார். அப்படியானால், அவர் யாரென்பது உனக்குத் தெரிந்திருக்க வேண்டும். 2020 இல் அந்தத் தீவில் என்ன நடந்தது என்று என்னிடம் கூறு. அவரைப் பற்றி உனக்கு என்ன தெரியும்? அவரைப் பற்றி உனக்குத் தெரிந்த அனைத்தையும் என்னிடம் கூறிவிடு,” என்று அவர் அவனை வற்புறுத்தினார்.

சில கணங்களுக்குப் பிரித்திவி அவரையே உற்றுப் பார்த்துக் கொண்டிருந்தான். பின் இறுதியாக அவரிடம், “உங்களுடைய கேள்விகளுக்கு நான் பதிலளித்தால், நீங்கள் உங்களுக்குத் தெரிந்த அனைத்தையும் என்னிடம் கூறுவீர்களா?” என்று அவன் கேட்டான்.

“நான் எதையும் மறைக்காமல் உன்னிடம் கூறுகிறேன் என்று நான் உறுதியளிக்கிறேன். 2020 இல் என்ன நடந்தது என்பதை மட்டும் என்னிடம் கூறு. அது என் மரணத்தை மாற்றியது. எனக்கு ஏன் இவை அனைத்தும் நேர்ந்தன என்பதையும், நான் ஏன் தேர்ந்தெடுக்கப்பட்டேன் என்பதையும் தெரிந்து கொள்ளாமல் நான் இறக்க விரும்பவில்லை.”

இப்போது பிரித்திவி தன்னை வெறித்துக் கொண்டிருந்த திருமதி பத்ராவின் வயதான, நம்பிக்கை தெறித்தக் கண்களை உற்றுப் பார்த்துக் கொண்டிருந்தான். அவன் ஆழமாக ஒரு முறை மூச்சை உள்ளிழுத்துக் கொண்டு விவரிக்கத் தொடங்கினான் . . .

அத்தியாயம் 1

இரகசியப் பயணம்

சூரியன் சுட்டெரிக்காத அபூர்வமான ஒரு கோடை நாள் அது. அந்த நீல வானமும் காலை நேர மெல்லிய காற்றும் புத்துணர்ச்சியூட்டுவனவாக இருந்தன. ஆனால், அந்தச் சுற்றுச்சூழலின் அமைதியைக் குலைப்பதற்கு அந்த ஹெலிகாப்டரின் சத்தம் போதுமானதாக இருந்தது. அந்த ஹெலிகாப்டருக்குள் ஒருவர் நினைவிழந்த நிலையில் படுத்துக் கிடந்தார். துப்பாக்கிகள் சகிதம் அவரைச் சுற்றி அமர்ந்திருந்த ஆஜானுபாகுவான நான்கு பேர், அந்த நபர் எப்போதடா கண் விழிப்பார் என்று காலங்காலமாகக் காத்துக் கொண்டிருந்ததைப்போல அவரையே வெறித்துப் பார்த்துக் கொண்டிருந்தனர். அந்த நபரின் முகத்தில் வெள்ளை நிறச் சாயம் பூசப்பட்டிருந்தது. அவருடைய தாடியும் மீசையும் தாறுமாறாக வளர்ந்திருந்தன. அலங்கோலமாகக் காட்சியளித்த அவருடைய நீண்ட, கருமையான தலைமுடி, அவருடைய மர்மமான தோற்றத்தின் புதிரை மேலும் அதிகரித்தது. நாற்பது வயதுக்கு அவர் இளமையாகவே காட்சியளித்தார். அவருடைய முக அமைப்பு இந்த உலகைச் சேர்ந்ததைப்போல இருக்கவில்லை. அவருடைய தோல் மாசுமருவற்றும் பளபளப்பாகவும் இருந்ததால், அதைச் சுற்றி ஒருவிதமான தேஜஸ் உருவாகியிருந்ததைப்போலத் தோன்றியது. ஹெலிகாப்டரின் ஆட்டத்திற்கு ஏற்ப அவருடைய உடலும் ஆடியது. சில நேரங்களில் அப்படி அவருடைய உடல் அசைந்தபோது, அவருடைய உடலில் பூசப்பட்டிருந்த சாம்பல் காற்றில் பறந்தது. அவர் நினைவற்றுக் கிடந்தபோதிலும், அது யாராக இருக்கும் என்று அவரைச் சுற்றியிருந்தவர்கள் தொடர்ந்து யோசித்துக் கொண்டேதான் இருந்தனர். அந்த நபர்

தன்னைப் பார்த்த ஒவ்வொருவரிடம் ஆர்வத்தையும் திகைப்பையும் ஏற்படுத்தத் தவறவில்லை.

“நம்முடைய இப்போதைய நிலை, 11.6755 டிகிரி வடக்கு, 92.7626 டிகிரி கிழக்கு. இன்னும் மூன்று நிமிடங்களில் நாம் ராஸ் தீவில் தரையிறங்குவோம்,” என்று விமானி அறிவித்தார். அந்தமான் நிக்கோபார் தீவுக்கூட்டத்தில் இருக்கின்ற தீவுகளிலேயே மிகவும் அழகானது ராஸ் தீவு. அது போர்ட் பிளேரிலிருந்து கிழக்கே இரண்டு மைல் தூரத்தில் அமைந்துள்ளது. இயற்கை எழில் கொஞ்சும் அத்தீவு, அபூர்வமான பல உயிரினங்களின் உறைவிடமாக விளங்கியது. அதில் ஒரு குவிமாடத்தின் வடிவில், கடும் பாதுகாப்புடன் அமைக்கப்பட்டிருந்த ஒரு வளாகமும் இருந்தது.

தனித்திருந்த அத்தீவில் ஆய்வுக்காக மட்டுமே கட்டப்பட்டிருந்த அந்த வளாகம், சந்தேகப் பிராணிகளைக்கூட வாய் பிளக்க வைக்கும் அளவுக்கு பிரம்மாண்டமாக இருந்தது. அந்த வளாகம், கடல் மற்றும் கடற்கரைக் கண்காணிப்பு அமைப்புகள் உட்பட, அதிநவீனத் தொழில்நுட்பங்களைக் கொண்டிருந்தது. முழுவதுமாகக் கண்ணாடியால் கட்டப்பட்டிருந்த அக்கட்டடத்தில் பொருத்தப்பட்டிருந்த தொடுதிரைகளை ஒருவர் தொட்டால், உடனே அது அவர்களோடு பேசத் தொடங்கிவிடும். அது அந்த இடத்தின் நடப்புச் செயல்முறைகளை எளிதாக்கியது.

பாதுகாப்பு அம்சங்கள் மிகவும் சிறப்பாக அமைக்கப்பட்டிருந்தன. ஒரு வில்லைப்போல வளைந்திருந்த அதன் கூரையின் ஒவ்வொரு மூலையிலும் அசைவு உணரிக் கேமராக்கள் பொருத்தப்பட்டிருந்தன. அந்தக் குவிமாடத்தின் உள்ளே எவரும் ஒருபோதும் தனியாக இருக்க முடியாது. ஏனெனில், அவர்கள் எங்குச் சென்றாலும் ஒரு டிஜிட்டல் கண் அவர்களைப் பின்தொடர்ந்து வேவு பார்த்துக் கொண்டேயிருந்தது.

இந்திய இராணுவத்தில் பிரிகேடியர் பதவியிலிருந்து விருப்ப ஓய்வு பெற்றிருந்த வீரபத்ரா, தன்னுடைய குறுவறையிலிருந்து கிளம்பி அந்தக் கட்டடத்தின் வரவேற்புப் பகுதிக்குச் சென்றார். அவர் அங்குச்

சென்றதும், சிறைபிடிக்கப்பட்டிருந்த நபரும் அவரைச் சுற்றி நின்று கொண்டிருந்த நான்கு வீரர்களும் அவருடைய கண்களில் பட்டனர். கண்கள் கட்டப்பட்டு, கைகளில் விலங்கிடப்பட்டு, உணர்வற்ற நிலையிலிருந்த அந்த நபரை அவர்கள் அந்தத் தாழ்வாரத்தின் ஊடாக இழுத்து வந்து கொண்டிருந்தனர். இழுத்துச் செல்லப்பட்டுக் கொண்டிருந்த அந்நபருடைய வெற்றுக் கால்கள், அத்தரையில் சாம்பல் தடங்களை விட்டுச் சென்று கொண்டிருந்தன. அவர்தான் 'அந்த நபராக' இருக்க வேண்டும் என்று வீரபத்ரா நினைத்துக் கொண்டார். அந்த நபர் ஒரு கோவணம் மட்டுமே அணிந்திருந்தார். அவருடைய உடல் முழுவதும் சாம்பல் பூசப்பட்டிருந்தது. அவருடைய கழுத்தில் ருத்திராட்ச மாலை ஒன்று தொங்கிக் கொண்டிருந்தது. சடை விழுந்திருந்த அவருடைய தலைமுடியில் பாதி, தலைக்கு மேல் ஒரு கொண்டையைப்போல அள்ளி முடிக்கப்பட்டிருந்தது. ஒரு திரிசூலத்தின் வடிவிலிருந்த, துருப்பிடித்தக் கொண்டையூசி ஒன்று அதில் செருகப்பட்டிருந்தது.

வீரபத்ரா அந்த இடத்தின் பாதுகாப்புத் தலைமை அதிகாரியாக இருந்தார். அவருக்குக் கீழே இருபத்தொரு வீரர்கள் பணியாற்றிக் கொண்டிருந்தனர். அவர்களில் சிலர் துப்பாக்கி ஏந்தி நடமாடிக் கொண்டிருந்தனர். அங்கு அவர் ஒரு திட்டத்திற்காக வரவழைக்கப்பட்டிருந்தார். அவர் தன் தொழிலில் சிறந்து விளங்கியதால், உலகம் நெடுகிலுமிருந்த பல அமைப்புகளால், பலதரப்பட்டச் சிறப்புப் பாதுகாப்புப் பணிகளுக்காக அவர் தொடர்ந்து அழைக்கப்பட்டுக் கொண்டிருந்தார். அவற்றில் சில இரகசியமானவை. ஆனால், குறிப்பிட்ட இந்த நடவடிக்கை மற்ற அனைத்திலிருந்தும் முற்றிலும் வேறுபட்டிருந்தது.

வீரபத்ரா ஆறடி உயரமிருந்தார். அவர் தன் வாழ்க்கையின் பெரும்பகுதியை இராணுவச் சேவைக்கு அர்ப்பணித்திருந்தார். அவருடைய முகம் மிகச் சாதாரணமாக இருந்தது. அவருடைய கரிய தோலும், இராணுவ பாணியில் ஒட்ட வெட்டப்பட்டிருந்த,

கருப்பும் வெளுப்பும் கலந்த தலைமுடியும் அவருடைய முரட்டுத்தனத்தை மேலும் அதிகரித்துக் காட்டின. அவருடைய இரு கைகளிலும் காணப்பட்ட சமீபத்திய தழும்புகள், அவர் ஈடுபட்டிருந்த சண்டைகளைப் பற்றியும், அவற்றின் தீவிரத்தைப் பற்றியும் எடுத்துரைத்தன. அவர் அணிந்திருந்த கருப்பு நிற ஜீன்ஸூம், வெள்ளை நிற டிஷர்ட்டும், பழுப்பு நிற ஜாக்கெட்டும் அவருடைய உறுதியான உடலைப் பறைசாற்றின. கண்களை முழுமையாக மறைத்துக் கொண்டிருந்த ஒரு கருப்புக் கண்ணாடியை அவர் அணிந்திருந்தார். அவர் எங்குச் சென்றாலும், தன் ஜாக்கெட்டுக்கு அடியில், இடுப்பில் ஒரு துப்பாக்கியைச் செருகி வைத்திருந்தார்.

இழுத்து வரப்பட்டிருந்த நபரின் கண்களில் கட்டப்பட்டிருந்த துணியையும், அவருடைய கைகால்களைப் பிணைத்திருந்த விலங்குகளையும் அகற்றும்படி அவர் அந்தக் காவலாளிகளில் ஒருவருக்கு உத்தரவிட்டார். பிறகு அவர் தன்னுடைய கருப்புக் கண்ணாடியைக் கழற்றினார். அவருடைய வலது கண்ணிற்குக் கீழேயிருந்த ஒரு தழும்பு இப்போது வெளிப்பட்டது. வீரபத்ராவின் கண்கள் அந்த நபரின்மீது நிலைத்தன. அவர் ஒரு கணம் மலைத்துப் போய் அந்த நபரைப் பார்த்துக் கொண்டிருந்தார்.

வீரபத்ராவும் அவருடைய மேலதிகாரியும் அந்த நபருக்காகத்தான் காத்துக் கொண்டிருந்தனர். ஆனால், அது எதற்காக என்பது வீரபத்ராவுக்குத் தெரியாது. அவர்களால் தேடப்பட்டுக் கொண்டிருந்த அந்த நபர் பிடிபட்டிருந்தார் என்பதையும், அவர் விசாரிக்கப்பட வேண்டும் என்பதையும் மட்டுமே அவர் அறிந்திருந்தார். எதைப் பற்றி அவரிடம் விசாரிக்கப்பட வேண்டும் என்பதும் அவருக்குத் தெரியாது. ஆனால், அது தீவிரமான ஏதோ ஒரு விஷயம் என்பது மட்டும் அவருக்கு உறுதியாகத் தெரிந்திருந்தது. வீரபத்ரா முற்றிலும் பொறுமையிழந்திருந்தார். அவர் முழுக் கதையையும் தெரிந்து கொள்ள விரும்பினார். நம்பிக்கைக்கு உகந்த ஒரு குறுகிய வட்டத்திற்குள் தானும் அனுமதிக்கப்பட வேண்டும் என்று அவர் விரும்பினார். இல்லையெனில்,

பிறகு எதற்காக அவர் இங்கு வரவழைக்கப்பட்டிருக்க வேண்டும்?

அதிகாரமிக்கப் பல நபர்களுடன் அவர் பணியாற்றியிருந்ததால் அவர்களுடைய வழிமுறைகளை அவர் நன்றாகவே அறிந்திருந்தார். ஆனால், இப்போதைய அவருடைய மேலதிகாரி சற்று விநோதமாக நடந்து கொண்டார். அவர் பதற்றமாக இருந்தாலும், எல்லாவற்றையும் தனக்குள் இரகசியமாகவே வைத்துக் கொண்டார்.

“வீரபத்ரா!” அவருக்குப் பரிச்சயமான ஒரு குரல் அந்த வரவேற்புத் தளத்தில் திடீரென்று ஒலித்தபோது, அதைக் கேட்டு வீரபத்ரா ஒரு கணம் திடுக்கிட்டார். அது அவருடைய மேலதிகாரி டாக்டர் சீனிவாசன். “சொல்லுங்கள், சார்,” என்று வீரபத்ரா கூறினார்.

டாக்டர் சீனிவாசனுக்கு அறுபத்தைந்து வயது இருக்கும். அவர் நான்கடி எட்டு அங்குல உயரமே இருந்தார். கருத்துப் போயிருந்த அவருடைய உதடுகள் நீண்டகாலமாக அவர் புகைபிடித்து வந்திருந்ததை வெளிப்படுத்தின. அவருடைய வெள்ளை முடி, அவருடைய தலையின் ஒரு சிறு பகுதியை மட்டுமே மறைத்துக் கொண்டிருந்தது. அவருடைய வயதைக் காட்டிக் கொண்டிருந்த மற்றோர் அம்சம் அவருடைய பழைய பாணி உடை. அவர் ஒரு வெள்ளைச் சட்டையும், அதற்கு மேல் ஒரு பழுப்பு நிறக் கோட்டும் அணிந்திருந்தார். பட்டையான சிவப்பு நிற ‘டை’ ஒன்று அவருடைய கழுத்தில் தளர்வாகத் தொங்கிக் கொண்டிருந்தது. வழக்கற்றுப் போயிருந்த, ஒரு சதுர வடிவக் கருப்புக் கண்ணாடியை அவர் அணிந்திருந்தார். அதன் பிடிகளிலிருந்து காதுகளுக்கு அருகே தொங்கிக் கொண்டிருந்த ஒரு மெல்லிய கயிறு அவருடைய கழுத்திற்குப் பின்பக்கமாகச் சென்றது.

டாக்டர் சீனிவாசனின் தோற்றம் வேடிக்கையானதாக இருந்தாலும், அவருடைய கண்களில் கட்டொழுங்கு தெரிந்தது. அவருடைய நடத்தை, அவரைவிடப் பெரிய பதவிகளில் இருந்தவர்களின் கவனத்தைச் சுண்டியிழுக்கக்கூடியதாக இருந்தது. அடிப்படையிலேயே

அவரிடம் தலைமைப் பண்பு குடிகொண்டிருந்தது. அவரருகே இருந்தவர்கள் தங்களை அவருக்குக் கீழானவர்களாகவே உணர்ந்தனர். அவர் அமைதியாக இருக்கும்வரை மட்டுமே வேடிக்கையானவராக இருந்தார். அவர் தீவிரமானவராகவும் தன் வேலையில் அர்ப்பணிப்புடனும் இருந்தார் என்பது வெளிப்படையாகத் தெரிந்தது.

டாக்டர் சீனிவாசனைத் தொடர்ந்து இன்னொரு நபரும் வந்தார். அவர் டாக்டர் பத்ரா. டாக்டர் பத்ராவையும் வீரபத்ராவையும் டாக்டர் சீனிவாசன் பரஸ்பரம் ஒருவருக்கொருவர் அறிமுகம் செய்து வைத்தார். அவர்கள் இருவரும் கைகுலுக்கிக் கொண்டனர். டாக்டர் பத்ரா டாக்டர் சீனிவாசனின் சகாவாக இருக்க வேண்டும் என்று வீரபத்ரா நினைத்துக் கொண்டார்.

டாக்டர் பத்ரா தோழமையானவர் அல்லர் என்று வீரபத்ராவுக்குத் தோன்றியது. டாக்டர் பத்ரா சிடுசிடுப்பாகவும் கோபமாகவும் காணப்பட்டார். டாக்டர் சீனிவாசனைவிட அதிகமாகப் படித்தவர்போல அவர் காணப்பட்டார். அவருடைய கண்கள் ஓர் அறிவார்ந்தவரின் கண்களைப்போல ஒளிர்ந்தன.

சீக்கியரான டாக்டர் தேஜ் பத்ராவுக்கு சுமார் ஐம்பது வயதிருக்கும். அவர் உயரமாகவும் சிவந்த நிறத்திலும் இருந்தார். அவருடைய கண்கள் பழுப்பு நிறத்தில் இருந்தன. அவருடைய முகம் கொழுகொழுவென்று இருந்தது. அவர் ஓர் அரக்கு நிறச் சட்டையும், கருப்பு நிற முழுக்கால் சட்டையும், அதற்குப் பொருத்தமான கருப்பு நிறக் காலணிகளும் அணிந்திருந்தார். அவருக்கு ஒரு பெரிய தொந்தி இருந்தது. அவருடைய தாடியும் மீசையும் நேர்த்தியாக வெட்டப்பட்டிருந்தன. அவர் தன் வலது கையில் ஓர் உலோகக் காப்பு அணிந்திருந்தார். அவருடைய வலது கை மணிக்கட்டை ரோமன் எண்களுடன் இருந்த ஒரு கைக்கடிகாரம் அலங்கரித்திருந்தது.

“இதுதான் ‘அவரா’?” என்று டாக்டர் சீனிவாசன் தென்னிந்திய உச்சரிப்புடன்கூடிய ஒரு கனத்தக் குரலில்

கேட்டார்.

“ஆமாம், சார்,” என்று முதலில் தெலுங்கில் பதிலளித்த வீரபத்ரா, உடனடியாகத் தன்னைத் திருத்திக் கொண்டு ஆங்கிலத்தில் பேசினார்.

“அப்படியானால், நாம் இன்னும் எதற்காகக் காத்துக் கொண்டிருக்கிறோம்? இவரை உடனடியாக விசாரணை அறைக்குக் கொண்டு செல்லுங்கள்.”

டாக்டர் சீனிவாசனும் வீரபத்ராவும் முன்னே நடக்க, காவலர்கள் அந்த நபரை இழுத்தவாறு அவர்களைப் பின்தொடர்ந்தனர். அவர்கள் ‘ட’ வடிவிலிருந்த ஒரு தாழ்வாரத்தை அடைந்தனர். அத்தாழ்வாரத்தின் இடது பக்கம் ஒரு சுவரும், வலது பக்கம், மூடப்பட்டிருந்த பல அறைகளும் இருந்தன. அவர்கள் அந்தத் தாழ்வாரத்தின் முனையை அடைந்தனர். அங்கிருந்த ஓர் அறையின் வாசலில் இரண்டு காவலர்கள் நின்று கொண்டிருந்தனர்.

எதற்காக அந்த நபர் விசாரிக்கப்படவிருந்தார் என்பது அப்போதும் வீரபத்ராவுக்குத் தெரிந்திருக்கவில்லை.

அவர்கள் நுழைந்த அறை ஒரு சோதனைக்கூடம்போலக் காட்சியளித்தது. அதன் சுவர்கள் பன்னிரண்டடி உயரம் இருந்தன. அந்தக் கட்டடத்தின் மற்ற அறைகளைப்போலவே அந்த அறையும் அதிநவீனமாக அலங்கரிக்கப்பட்டிருந்தது. அந்த அறையின் நடுவில் இரும்பு நாற்காலி ஒன்று போடப்பட்டிருந்தது. அதன் இருக்கை கருப்பு நிறத் தோலால் செய்யப்பட்டிருந்தது. அதன் கைப்பிடிகளில் கைவிலங்குகள் தொங்கிக் கொண்டிருந்தன. கால்களை வைப்பதற்கு அதில் ஓரிடம் இருந்தது. பளிச்சூட்டப்பட்டிருந்த மர மேசைகள் பல அந்த நாற்காலியைச் சுற்றிலும் போடப்பட்டிருந்தன. ஒவ்வொரு மேசையிலும் ஒரு கணினித் திரை இருந்தது. அந்த அறையின் கூரையிலிருந்து ஒரு ‘புரொஜெக்டர்’ தொங்கிக் கொண்டிருந்தது. அதற்கு எதிரே இருந்த சுவரில் ஒரு வெள்ளைத் திரை ஆணியடித்து மாட்டப்பட்டிருந்தது. சிறைபிடிக்கப்பட்டிருப்பவர் அந்த நாற்காலியில் அமர்த்தி வைக்கப்படுவார். அவரைக் கேள்வி கேட்பவர் அவரிடமிருந்து என்ன

எதிர்பார்க்கப்படுகிறது என்று விளக்கிவிட்டு, நேர்மையான அல்லது நேர்மையற்ற வழிமுறைகளைப் பயன்படுத்தி அவரிடமிருந்து அக்கேள்விகளுக்கான விடைகளை வரவழைக்க வேண்டும்.

இழுத்து வரப்பட்ட மனிதர் அந்த நாற்காலியில் உட்கார வைக்கப்பட்டு, அதிலிருந்த கைவிலங்குகளால் பிணைக்கப்பட்டார். அவருடைய கால்களும் இடுப்பும் தலையும் அந்த நாற்காலியுடன் பிணைக்கப்பட்டிருந்த தோல் பெல்ட்டுகளால் இறுக்கிக் கட்டப்பட்டன. தன் விரல்களைத் தவிர வேறு எதையும் அசைக்க முடியாத நிலையில் இப்போது அவர் இருந்தார்.

இதற்கிடையே, அங்குப் பொருத்தப்பட்டிருந்த கேமராக்களை வீரபத்ரா அவதானித்துக் கொண்டிருந்தார். சிறைபிடிக்கப்பட்டிருந்த நபர் மட்டுமல்லாமல், அந்த அறையில் அப்போதிருந்த அனைவருமே அவதானிக்கப்பட்டுக் கொண்டிருந்தனர் என்ற உணர்வு அவருக்கு ஏற்பட்டது.

காலை சுமார் பதினொரு மணியளவில் அந்த நபருக்கு மெதுவாக சுயநினைவு திரும்பிக் கொண்டிருந்தது. அவருடைய கண்கள் அப்போதும் மூடித்தான் இருந்தன. ஆனால், அவருடைய முகத்திலிருந்த வெள்ளை நிறச் சாயத்தை யாரோ ஈரமான திசுத்தாள்களால் துடைத்துச் சுத்தம் செய்து கொண்டிருந்ததை அவரால் உணர முடிந்தது. யாரோ அவரைப் பற்றிப் பேசிக் கொண்டிருந்தது அவருக்குக் கேட்டது. அவர் ஓர் அகோரி என்று அடையாளப்படுத்தப்பட்டுக் கொண்டிருந்தது அவருக்குப் புரிந்தது. “இவர் விநோதமாகக் காட்சியளிக்கிறார். பார்வைக்கு இனிமையற்ற என்னவொரு தோற்றம் இது!” என்று ஒரு பெண் ஒரு வியப்புக் குரலில் கூறினாள். “இவர் யார் என்பது எனக்குத் தெரியும்,” என்று தன்னம்பிக்கையுடன்கூடிய ஆண் குரல் ஒன்று கூறியது. “முதலில் நீங்கள் யார் என்று நான் தெரிந்து கொள்ளலாமா?” என்று அப்பெண் அந்த ஆணிடம் கேட்டாள்.

“அபிலாஷ்,” என்று அந்த நபர் உடனடியாக பதிலளித்தார்.

பின் அந்தப் பெண், "இவரை உங்களுக்கு எப்படித் தெரியும்?" என்று கேட்டாள்.

"எனக்கு இவர் யார் என்பது தெரியாது. ஆனால், இவர் ஓர் அகோரி என்பது மட்டும் எனக்குத் தெரியும்."

"அகோரியா?" அந்தச் சொல்லை அப்போதுதான் முதன்முறையாகக் கேட்பதுபோல அவள் வியப்புடன் கேட்டாள்.

"அகோரி. முதுகுத்தண்டைச் சில்லிட வைப்பதற்கு இந்த ஒற்றைச் சொல்லே போதும். இந்த அகோரிகளைப் பற்றி இந்தியாவிலும் நேபாளத்திலும் பல குக்கிராமங்கள் அறியும். இயற்கையின்மீது ஆதிக்கம் செலுத்துகின்ற ஆற்றல் இவர்களுக்கு உண்டு என்றும், இவர்களால் மரணத்தை வெல்லவும் பொருட்களைத் தருவிக்கவும் முடியும் என்றும், இவர்கள் மனிதச் சதைகளைத் தின்பவர்கள் என்றும், அசுத்தமான இடங்களில் வசிப்பவர்கள் என்றும், சில சமயங்களில் நிர்வாணமாகத் திரிபவர்கள் என்றும் இவர்களைப் பற்றிய பல கதைகள் வலம் வந்து கொண்டிருக்கின்றன.

"புனிதம் மற்றும் புனிதமின்மைக்கு இடையேயுள்ள பேதத்தைக் களைவதற்காகவும், இருமையற்ற மனத்தைப் பெறுவதற்காகவும் இவர்கள் பிணத்துடன்கூடக் கூடுவர் என்றும் கூறப்படுகிறது. தங்களுடைய சுயதேடலின் ஒரு பகுதியாக அவர்கள் வேண்டுமென்றே, அசிங்கமான, அசுத்தமான விஷயங்களிலும், சமுதாயம் வெறுத்து ஒதுக்குகின்ற காரியங்களிலும் ஈடுபடுகின்றனர். அவர்கள் பல வகைப்பட்ட மதுபானங்களைக் குடிக்கின்றனர், புலால் உண்கின்றனர், போதைப் பொருட்களைப் பயன்படுத்துகின்றனர். அவர்களைப் பொறுத்தவரை, தடை செய்யப்பட்ட ஒன்று என்று எதுவுமில்லை. சுடுகாடுகளைத் தங்களுடைய கோவில்களாக ஆக்கிக் கொண்டுள்ள ஒரு விநோதமான பாரம்பரியத்தைக் கொண்டவர்கள் அவர்கள். அவர்கள் தங்களுடைய ஆடைகளைப் பிணங்களிலிருந்தும், விறகுகளை உடல்களைத் தகனம் செய்யும் இடங்களிலிருந்தும், உணவை ஆறுகளிலிருந்தும் எடுத்துக் கொள்கின்றனர். ஒருவர் தகனம் செய்யப்படுகின்றபோது, அவருடைய

சாம்பலை எடுத்து அவர்கள் தங்கள்மீது பூசிக் கொள்கின்றனர், இறந்தவர்களுக்காக தியானிக்கின்றனர். மனித மண்டையோடுகளைப் பிச்சைப் பாத்திரங்களாக ஆக்கி, அவற்றில் பிச்சையெடுத்து அவர்கள் காலம் கழிக்கின்றனர். நரமாமிசம் உண்கின்ற அவர்களுடைய பழக்கம்தான் மற்ற எல்லாவற்றையும்விட மிகவும் அதிர்ச்சியூட்டும் விஷயமாகும். கங்கை போன்ற ஆறுகளிலிருந்து வெளியே இழுக்கப்படுகின்ற சடலங்களையும், சுடுகாடுகளிலிருந்து கிடைக்கின்ற பிணங்களையும் அவர்கள் பச்சையாகவும் தின்கின்றனர், திறந்த வெளியில் நெருப்பு மூட்டி அதில் வாட்டியும் உண்கின்றனர். அவர்களைப் பொறுத்தவரை, ஒரு சடலம் என்பது, அந்த நபர் உயிரோடு இருந்தபோது அதிலிருந்த ஜீவ ஆற்றல் இல்லாத பருப்பொருள் மட்டுமே. நரமாமிசம் உண்பதை, சாதாரணமானவர்கள், நாகரிகமற்ற, காட்டுமிராண்டித்தனமான, அசுத்தமான, சமூகத்தால் தடை செய்யப்பட்டுள்ள ஒரு செயலாகக் கருதுகின்றபோது, அகோரிகள் அதை ஆன்மிக எழுச்சிக்கான ஒரு வழியாகப் பார்க்கின்றனர். அவர்களைப் பொறுத்தவரை, அபச்சாரம் என்ற ஒன்று கிடையாது. எல்லாமுமாக இருக்கின்ற கடவுளிடமிருந்து வேறுபட்டது எதுவுமில்லை. பருப்பொருள் எவ்வாறு ஒரு வடிவத்திலிருந்து இன்னொரு வடிவமாக மாறுகிறது என்பதைக் கண்டுபிடிப்பதற்கான அறிவியல் அணுகுமுறையாகத்தான் அகோரிகள் அதைப் பார்க்கின்றனர்.

“தங்களுடைய மண்டையோட்டுப் பாத்திரங்களுடன் அகோரிகள் வட இந்தியாவில் அலைந்து கொண்டிருப்பதை நம்மால் சர்வசாதாரணமாகக் காண முடியும். அவர்கள் தங்களுடைய தலைமுடியை வெட்டாமல் நீளமாக வளர்க்கின்றனர். பயத்தையும் பாகுபாட்டையும் வென்று, கடவுளுடன் ஒருமித்த நிலையை அடைய அவர்கள் தங்களுடைய உடலைப் பயன்படுத்துகின்றனர். தங்களுடைய விசித்திரமான, மர்மமான வாழ்க்கைமுறையின் காரணமாக, உலகெங்குமுள்ள மக்களின் கவனத்தை அவர்கள்

ஈர்த்துள்ளனர்.

"ஒருவர் அகோரிகளின் வரலாற்றைப் பின்னோக்கி ஆராய்ந்து கொண்டே சென்றால், ஆதி அகோரியின் பெயர் கினா ராம் என்பதை அறிந்து கொள்ள முடியும். சமூகத்தில் நிலவிக் கொண்டிருக்கும் கதைகளின்படி, அவர் நூற்றைம்பது ஆண்டுகளுக்கும் மேலாக உயிர் வாழ்ந்து, பதினெட்டாம் நூற்றாண்டின் பிற்பகுதியில் இறந்திருக்கிறார்.

"சிவன்தான் முழுமையான கடவுள் என்றும், அவர் சர்வ வல்லமை படைத்தவர் என்றும், எங்கும் நிறைந்திருப்பவர் என்றும், எல்லாம் அறிந்தவர் என்றும் அகோரிகள் நம்புகின்றனர். இப்பிரபஞ்சத்தில் நடப்பவை அனைத்தும் சிவனால்தான் நடக்கின்றன. பெண் கடவுளரில் காளிதான் அவர்களுக்கு மிகவும் பிடித்தமான கடவுள்."

இப்போது உரையாடலில் மற்றொரு குரல் குறுக்கிட்டது. அது டாக்டர் பத்ராவினுடையது. "புற்றுநோய் மற்றும் எய்ட்ஸ் உட்பட, இன்று நம்மிடையே நிலவுகின்ற பல பயங்கரமான நோய்களுக்குத் தங்களிடம் தீர்வு இருப்பதாக அகோரிகள் கூறுகின்றனர். அவர்கள் அந்த மருந்துகளை 'மனித எண்ணெய்கள்' என்று அழைக்கின்றனர். சுடுகாட்டில் பிணம் எரிக்கப்பட்டப் பிறகு, அந்த எரியூட்டலில் பயன்படுத்தப்பட்ட விறகுகளிலிருந்து இவர்கள் அதைச் சேகரிக்கின்றனர். அது அறிவியல்பூர்வமாகச் சோதிக்கப்பட்டிருக்கவில்லை. ஆனால், அது சிறப்பாகப் பலனளிப்பதாக அகோரிகள் நம்புகின்றனர்." அகோரிகளைப் பற்றிய தன்னுடைய அறிவைப் பறைசாற்றுகின்ற விதத்தில் பேசிக் கொண்டிருந்த நபர், ஏதோ ஒரு மருந்தை ஓர் ஊசியின் மூலம் தனக்குச் செலுத்தியதை நாற்காலியில் கட்டப்பட்டிருந்த நபர் உணர்ந்தார்.

டாக்டர் பத்ரா தொடர்ந்தார். "பனி படர்ந்த மலைகள், சுட்டெரிக்கின்ற பாலைவனங்கள் ஆகியவற்றில் தொடங்கி, புலிகள் நிறைந்திருக்கின்ற காடுகள்வரை, பொதுவாக மனிதர்களால் தாக்குப்பிடிக்க முடியாத இடங்களிலெல்லாம் அகோரிகள் வாழ்ந்து வந்துள்ளதாக

அறியப்பட்டுள்ளது.”

அவர் விட்ட இடத்திலிருந்து அபிலாஷ் தொடர்ந்தார்: “அகோரிகளைப் பொறுத்தவரை, எதுவுமே தூய்மையற்றதோ, மோசமானதோ அல்லது அசிங்கமானதோ அல்ல. அவர்களைப் பொறுத்தவரை, நீங்கள் மிக மோசமான நடவடிக்கைகளில் ஈடுபட்டிருந்தாலும், அப்போதும் உங்களால் கடவுள்மீது ஒருமித்த நிலையில் கவனத்தைக் குவிக்க முடிந்தால், உங்களால் கடவுளுடன் ஐக்கியமாகிவிட முடியும். ஒரு மயானத்தில் ஒரு பிணத்தின்மீது அமர்ந்து கொண்டு தியானம் செய்வதைப் பெரும்பாலான மக்களால் நினைத்துக்கூடப் பார்க்க முடியாது.

“பிறப்பால் எல்லோருமே அகோரிகள்தாம் என்று அவர்கள் நம்புகின்றனர். ஒரு குழந்தை தன்னுடைய கழிவுப் பொருள், விளையாட்டுச் சாமான் என்று எந்தவிதமான பேதமும் பார்க்காமல் அவற்றோடு விளையாடும். அவற்றில் ஒன்று அசிங்கம் என்று அக்குழந்தையின் பெற்றோரும் இச்சமுதாயமும் சுட்டிக்காட்டும்போதுதான் அக்குழந்தை அந்த இரண்டுக்கும் இடையே உள்ள வேறுபாட்டை அறிந்து கொள்ளத் தொடங்குகிறது. அக்குழந்தை வளர்ந்து எல்லாவற்றையும் லௌகிக அடிப்படையில் தேர்ந்தெடுக்கத் தொடங்கிய பிறகுதான், அது அகோரியின் குணாம்சங்களை இழக்கிறது.

“பிணங்களுக்கு நடுவே பாலுறவு கொள்கின்றபோது தங்களுக்கு அதிஆற்றல் கிடைக்கிறது என்று அகோரிகள் நம்புகின்றனர். அதில் ஈடுபடும் பெண்ணும், எரிந்து போன பிணங்களின் சாம்பலைத் தன் உடலெங்கும் பூசிக் கொள்கிறாள். உடுக்கைகள் ஒலிக்க, மந்திரங்கள் முழங்க அவர்கள் கூடுகின்றனர். இதில் ஈடுபடுவதற்காக அவர்கள் எந்தப் பெண்ணையும் வற்புறுத்துவது இல்லை. அதோடு, அச்சமயம் அந்தப் பெண்கள் மாதவிடாய் நாட்களில் இருப்பதையும் அவர்கள் உறுதி செய்து கொள்கின்றனர். சாதாரணமான மாமிசம் உண்பதே புருவத்தை உயர்த்துகின்ற செயலாக இருக்கின்ற வாரணாசி போன்ற ஒரு நகரத்தில், நரமாமிசம்

தின்பது அவர்களுக்கு எத்தகைய பிரச்சனைகளைக் கொண்டுவரும் என்று நீங்கள் நினைக்கிறீர்கள்? ஆனால், வியக்கத்தக்க விதத்தில், அவர்கள்மீது எந்த நடவடிக்கையும் எடுக்கப்படுவதில்லை. அவர்கள் நரமாமிசத்திற்காக எவரையும் கொல்வதில்லை என்பது இதற்கான நியாயப்படுத்தலாகஇருக்கலாம். உண்மையான அகோரிகள் அப்பாவிகள், அருமையானவர்கள், அன்பானவர்கள், இரக்கமுள்ளவர்கள். நீங்கள் அவர்களை நாடினால், அவர்கள் உங்களுக்கு எப்போதும் ஆசிர்வாதங்களை வழங்குவார்கள். அவர்கள் தங்களுடைய நேரத்தின் பெரும்பகுதியை 'ஓம் நமச்சிவாய' என்று சொல்லிக் கொண்டே தியானத்தில் செலவழிப்பர்."

அந்த நபரின் காதுகளில் 'ஓம்' என்ற வார்த்தை எதிரொலித்தது. பின் அவர் மெதுவாகத் தன் கண்களைத் திறந்தார்.

அத்தியாயம் 2

புதிரான தொடக்கம்

கதவு திறந்தது. அந்த அறைக்குள் ஒரு பெண்மணி நுழைந்தார். அவர் தன்னை டாக்டர் ஷாஹிஸ்தா என்று அறிமுகம் செய்து கொண்டார். அவர் ஒரு பிரபல உளவியலாளர். மனோவசியத் துறையில் முக்கியமான பங்களிப்புகளை மேற்கொண்டிருந்ததற்காக அவர் எண்ணற்ற கௌரவங்களையும் விருதுகளையும் வென்றெடுத்திருந்தார். அதோடு, அத்துறையில் அவர் மேற்கொண்டு வந்த ஆய்வுகளுக்கு அவர் பெரும் நிதியுதவிகளைப் பெற்றுக் கொண்டிருந்தார். தேவைப்பட்டபோதெல்லாம் அரசாங்கம் அவருடைய சேவையைப் பயன்படுத்திக் கொண்டது.

அவருடைய சொந்த ஊரான பூனேயிலிருந்து அவர் இங்கு வரவழைக்கப்பட்டிருந்தார். அவர் தன்னுடைய நாற்பதுகளின் நடுவில் இருந்தார். ஐந்தரை அடி உயரமிருந்த டாக்டர் ஷாஹிஸ்தா, அழகாகவும் சிவப்பாகவும் மிடுக்காகவும் இருந்தார். அவர் தன்மீது கொண்டிருந்த பெருமையும் கௌரவமும் அவருடைய தோற்றத்திலேயே வெளிப்பட்டன. நன்னம்பிக்கை ஒரு போர்வையைப்போல அவர்மீது படர்ந்து ஒளிவீசியது. செம்பழுப்பு நிறத்திலிருந்த அவருடைய கூந்தல் அவருடைய இடுப்புவரை நீண்டிருந்தது. அவருடைய உதடுகளை எப்போதும் தோழமையான ஒரு புன்னகை அலங்கரித்துக் கொண்டிருந்தது. அவர் இளமஞ்சள் நிறத்தில் ஒரு பைஜாமாவும், கருப்பு நிறத்தில் எம்பிராய்டரி வேலைப்பாடுகளுடன்கூடிய ஒரு குர்த்தாவும் அணிந்திருந்தார். அந்த உடைக்கு மேல் ஒரு துப்பட்டாவை அவர் போர்த்தியிருந்தார். அவர் பாரம்பரியமான காலணிகளை அணிந்திருந்தார்.

பொதுவாக அழகையும் அறிவையும் ஒரே

இடத்தில் வைப்பதில் தயக்கம் காட்டுகின்ற கடவுள், டாக்டர் ஷாஹிஸ்தாவின் விஷயத்தில் தாராளத்துடன் நடந்து கொண்டிருந்தார். பலவிதமான பலன்களைக் கொடுக்கும் என்ற நம்பிக்கையுடன் பல நகைக் கற்களை அவர் அணிந்திருந்தார். அவர் தன் இடது கையில் ஒரு கங்கணம் கட்டியிருந்தார், வலது கையில் இரண்டு தங்க வளையல்களை அணிந்திருந்தார். அவருடைய கழுத்தில் ஒரு மெல்லிய தங்கச் சங்கிலி தொங்கிக் கொண்டிருந்தது. கைவிரல்களில், கற்கள் பதிக்கப்பட்ட மோதிரங்கள் சிலவற்றை அவர் அணிந்திருந்தார்.

அந்த நபர் அதே நாற்காலியில்தான் கட்டப்பட்டிருந்தார். ஆனால், இப்போது அவரை உற்று நோக்கிக் கொண்டிருந்த முகங்களில் பல புதியனவாக இருந்தன. அவரைச் சுற்றிலும் போடப்பட்டிருந்த மேசைகளுக்குப் பின்னால் அமர்ந்திருந்த அவர்களின் உருவங்கள் அவருக்கு மங்கலாகத் தெரிந்தன. அவர் ஆழ்மனரீதியாக விழிப்பு நிலையில் இருந்தார்.

அவருடைய மூக்கின் வழியாக வலுக்கட்டாயமாகச் செலுத்தப்பட்டிருந்த ஒரு போதை மருந்தின் காரணமாக அவர் மனரீதியாக அங்கு இருக்கவில்லை. அவர் தன்னுடைய உணர்வுகளை மீட்டெடுக்க முயன்றபோது, அவருடைய பார்வை மங்கியது.

டாக்டர் ஷாஹிஸ்தா தன் சகாக்களைப் பார்த்தப் பிறகு அந்நபருக்கு நேர் முன்னால் வந்து அமர்ந்தார். அந்நபர், அந்த அறையிலிருந்த வெளிச்சத்திற்குத் தன்னுடைய கண்கள் பழக்கப்படுவதற்காகப் பல முறை தன் கண்களைச் சிமிட்டியதிலிருந்தே, அவர் நீண்ட நேரம் ஓர் இருட்டான இடத்தில் இருந்திருந்தார் என்பது புரிந்தது. இப்போது அவரால் டாக்டர் ஷாஹிஸ்தாவைப் பார்க்க முடிந்தது. அந்தப் பெண்மணி தன்னை உற்று நோக்கிக் கொண்டிருந்ததை அந்நபர் திடீரென்று உணர்ந்தார். கடல்நீல நிறத்திலிருந்த அந்தப் பெண்ணின் கண்கள் ஆழமாகவும் தீவிரமாகவும் இருந்தன. அக்கண்கள் மனோவசிய சக்தி கொண்டிருந்ததுபோலத் தோன்றின. அந்த மனிதரை உற்றுப் பார்த்த டாக்டர் ஷாஹிஸ்தாவுக்கு, அந்த நபரும் ஏதோ ஒரு

இரகசியத்தைத் தன்னுள் வைத்திருந்ததைப்போலத் தோன்றியது. அந்த மனிதருக்கு மிக அதிக அளவு மருந்துகள் கொடுக்கப்பட்டிருந்தபோதிலும், அவருடைய முகத்தில் பயம் அல்லது கவலையின் ரேகை துளிகூடப் படிந்திருக்கவில்லை என்பதையும் டாக்டர் ஷாஹிஸ்தா கவனித்தார். அந்நபர் துணிச்சலும் தன்னம்பிக்கையும் உடைய ஒருவராக அவருக்குப் பட்டார்.

எது எப்படியோ, விசாரணை தொடங்கவிருந்தது.

டாக்டர் ஷாஹிஸ்தா தன் வாயைத் திறப்பதற்கு முன், அந்த நபர் சிறிதும் சலனமற்ற ஒரு குரலில், “ஓம் சாஸ்திரி,” என்று கூறி அவரிடம் தன்னை அறிமுகம் செய்து கொண்டார். ஓம் சாஸ்திரி நாற்காலிக் கட்டுகளிலிருந்து தன்னை விடுவித்துக் கொள்ளவும் பெருங்குரலில் கத்தவும் முனைந்திருந்தால், அதைக் கேட்டு டாக்டர் ஷாஹிஸ்தா அதிர்ச்சியடைந்திருக்க மாட்டார். ஏனெனில், அப்படிப்பட்ட எதிர்வினைகளைத்தான் அவர் பொதுவாக எதிர்கொண்டிருந்தார். ஓம் சாஸ்திரியின் அமைதி டாக்டர் ஷாஹிஸ்தாவுக்குக் குழப்பம் ஏற்படுத்தியதால், அவர் திரும்பி டாக்டர் சீனிவாசனைப் பார்த்தார். டாக்டர் சீனிவாசன் ஓம் சாஸ்திரியை உற்றுப் பார்த்தார். அவரைத் தெளிவாகப் பார்ப்பதற்கு ஓம் சாஸ்திரி தன் கண்களை இன்னும் இடுக்கிக் கொள்ள வேண்டியிருந்தது. டாக்டர் சீனிவாசனை ஓம் சாஸ்திரி தெளிவாகப் பார்த்ததும் அவருடைய கண்கள் அகல விரிந்தன. ஓம் சாஸ்திரி, “சின்னா?” என்று கிட்டத்தட்டக் கத்திவிட்டார். அங்கிருந்தவர்கள் அனைவரின் தலைகளும், அந்தச் சத்தத்தை நோக்கி அதிர்ச்சியுடனும் வியப்புடனும் திரும்பின. “என்ன?” என்று டாக்டர் பத்ரா குழப்பத்துடன் கேட்டார்.

ஓம் சாஸ்திரி டாக்டர் சீனிவாசனை நீண்டகாலத்திற்குப் பிறகு மீண்டும் பார்ப்பதைப்போல அவரையே பார்த்துக் கொண்டிருந்தார்.

டாக்டர் சீனிவாசன் அதைக் கண்டு கடும் எரிச்சலடைந்தார். தான் எள்ளி நகையாடப்பட்டதாக அவர் உணர்ந்தார்.

அங்கு நடைபெற்றுக் கொண்டிருந்ததைப் பார்த்துக்

கொண்டிருந்த வீரபத்ராவும் ஆச்சரியமடைந்தார். அவர் இதுபோன்ற ஒரு நபரை அதற்கு முன்பு ஒருபோதும் சந்தித்திருக்கவில்லை.

திடீரென்று, ஒரு பஞ்சுத் துண்டைப் பிடித்திருந்த ஒரு கை, ஓம் சாஸ்திரிக்குப் பின்னாலிருந்து அவருடைய மூக்கை நோக்கி நீண்டது. அந்தப் பஞ்சிலிருந்து வெளிப்பட்டுக் கொண்டிருந்த வாசனை குடலைப் புரட்டுவதாக இருந்தது.

நிசப்தமான ஒரு கிணற்றுக்குள் தான் விழுந்திருந்ததைப்போல ஓம் சாஸ்திரி உணர்ந்தார். அவரிடம் எந்த எண்ணங்களும் தோன்றவில்லை, எந்த உணர்வுகளும் இருக்கவில்லை. அனைத்துச் சத்தங்களும் மௌனப்படுத்தப்பட்டிருந்தன. தான் மனோவசியத்திற்கு ஆட்படுத்தப்பட்டிருந்தோம் என்பதை ஓம் சாஸ்திரி உணர்ந்திருக்கவில்லை.

"நீங்கள் யார்?" என்று டாக்டர் ஷாஹிஸ்தா அவரிடம் கேட்டார்.

"ஓம் சாஸ்திரி," என்று அவர் ஒருவிதமான மோன நிலையில் பதிலளித்தார். "அது எங்களுக்குத் தெரியும். எங்களுக்குத் தெரியாதவற்றைச் சொல்லுங்கள்," என்று டாக்டர் ஷாஹிஸ்தா கேட்டார். "உங்களுக்கு எதுவுமே தெரியாது," என்று ஓம் சாஸ்திரி முணுமுணுத்தார்.

"அதனால்தான் நாங்கள் உங்களிடம் கேட்கிறோம். ஆனால், ஒரு விஷயம் எங்களுக்கு உறுதியாகத் தெரியும்: இந்தப் பெயர் உங்களுடைய உண்மையான பெயர் அல்ல."

டாக்டர் ஷாஹிஸ்தா தொடர்ந்து அவரிடம், "உங்களுடைய உண்மையான பெயர் என்ன?" என்று கேட்டார். "எனக்கு நினைவில்லை," என்று ஓம் சாஸ்திரி ஒரு பலவீனமான குரலில் பதிலளித்தார்.

'மனோவசியம் செய்யப்பட்டுள்ள ஒரு நபரிடமிருந்து இது போன்ற பதில்கள் வெளிவராதே,' என்று டாக்டர் ஷாஹிஸ்தா தனக்குள் நினைத்துக் கொண்டார்.

தன் கைகளில் ஒரு தொன்மவியல் புத்தகத்துடன் அங்கிருந்த ஒரு நாற்காலியில் அமர்ந்திருந்த அபிலாஷ், "அவர் பொய் சொல்கிறார்," என்றார்.

“அவரால் பொய் சொல்ல முடியாது,” என்று டாக்டர் பத்ரா தெரிவித்தார். “உண்மையை வரவழைக்கின்ற மருந்துகள் அவருடைய உடலுக்குள் செலுத்தப்பட்டுள்ளன.” டாக்டர் பத்ரா எரிச்சலடைந்திருந்தது வெளிப்படையாகத் தெரிந்தது.

“அது என்ன?” என்று அபிலாஷ் கேட்டார்.

“இது ஒருவரின் உடலுக்குள் செலுத்தப்பட்டப் பிறகு, அவரால் பொய் சொல்ல முடியாது,” என்று கூறியதோடு டாக்டர் பத்ரா நிறுத்திக் கொண்டார். அதைத் தாண்டி விளக்கங்கள் எதையும் அளிக்க அவர் ஆர்வம் காட்டவில்லை.

டாக்டர் பத்ரா நேர்மையானவர், அறிவு முதிர்ச்சி கொண்டிருந்தவர். அவர் எல்லாவற்றையும் தர்க்கரீதியாகவும் அறிவார்ந்த விளக்கங்களோடும் மட்டுமே அணுகினார். ஆனால், அவர் சிறிது முன்கோபி. சில நேரங்களில் அவர் எப்படி நடந்து கொள்வார் என்று யாராலும் கணிக்க முடியாது. மிக அபூர்வமாகவே சூழ்நிலைகள் அவருக்கு உத்வேகமூட்டி அவரை மகிழ்ச்சிப்படுத்தின.

“அதோடு, அவர் மனோவசியப்படுத்தப்பட்டும் உள்ளார்,” என்று டாக்டர் ஷாஹிஸ்தா தெரிவித்தார்.

அதைக் கேட்டு அபிலாஷ் அமைதியாகிவிடுவார் என்ற எதிர்பார்ப்புடன் அவர்கள் இருவரும் அவரை உற்று நோக்கினர். ஆனால், அவரோ, தன் தோள்களைக் குலுக்கிவிட்டு, “மருத்துவ அறிவியலுக்கு அப்பாற்பட்டும் பல விஷயங்கள் இருக்கின்றன,” என்று முணுமுணுத்துவிட்டு, தன் கையில் வைத்திருந்த புத்தகத்தில் மீண்டும் மூழ்கிவிட்டார்.

அபிலாஷ் முப்பது ஆண்டுகளுக்கும் மேலாக இந்து மதத் தொன்மவியல் புத்தகங்களில் தன்னை மூழ்கடித்துக் கொண்டிருந்தவர். அதனால், இத்துறை குறித்து அவரிடம் ஆழமான அறிவு இருந்தது. ‘ராஜ் புரோகிதர்கள்’ என்று அழைக்கப்பட்ட ஒரு பார்ப்பனக் குடும்பத்தின் வழிவந்தவர் அவர். மக்களின் மூடநம்பிக்கைகள் தலைவிரித்தாடிக் கொண்டிருந்த அம்பிகாபூர் என்ற ஒரு சிறிய கிராமத்தில் கடவுள்கள்போல நடத்தப்பட்டிருந்த

பார்ப்பனர்கள் அவர்கள். அந்த மக்களிடமிருந்து எப்போதும் மரியாதையைப் பெற்றுப் பெரும் அந்தஸ்துடன் திகழ்ந்து வந்திருந்த குடும்பப் பின்புலம் அவருக்கு இருந்த காரணத்தால், அவர் எப்போதும் வீங்கிப் போயிருந்த அகங்காரத்துடன் நடந்து கொண்டார். அது அவருடைய மனப்போக்கில் எல்லா நேரங்களிலும் பிரதிபலித்தது. பிறருடைய தவறுகளைக் கடுமையாக விமர்சிப்பது அவருடைய குணத்தில் ஊறிப் போயிருந்தது.

ஐந்தடி எட்டு அங்குலம் உயரமிருந்த அபிலாஷ், சற்றுப் பெருத்த உடலுடனும் கரிய நிறத்துடனும் இருந்தார். அவர் ஒரு நீல ஜீன்ஸும் தொளதொளவென்றிருந்த ஒரு குர்த்தாவும் அணிந்திருந்தார். அவருடைய தொந்தி வெளியே தள்ளிக் கொண்டிருந்ததை அவர் கவனித்திருக்கவில்லை.

அபிலாஷ், தொன்மங்கள் மற்றும் மூடநம்பிக்கைகளில் ஊறித் திளைத்தவர். அதை அவருடைய தோற்றம் வெளிப்படுத்தியது. பல்வேறு தோஷ நிவர்த்திக்காக, பல்வேறு கற்கள் பதிக்கப்பட்டப் பல மோதிரங்களை அவர் அணிந்திருந்தார். பிறர் கேட்காமலேயே, எந்தக் கல் எந்தப் பிரச்சனையைத் தீர்க்கும் என்ற அறிவுரையை வழங்க அவர் ஒருபோதும் தயங்கியதில்லை. அவர் தன் கழுத்தில் ஒரு ருத்திராட்ச மாலை அணிந்திருந்தார், இடது கையில் நூலாலான ஒரு காப்பு கட்டியிருந்தார். அவருடைய நெற்றியை ஒரு 'U' வடிவச் சந்தன நாமம் அலங்கரித்திருந்தது. அவர் கோலாபுரி செருப்புகள் அணிந்திருந்தார். அவருடைய ஒரு தோளில் சணலால் செய்யப்பட்ட ஒரு ஜோல்னா பை தொங்கிக் கொண்டிருந்தது. அதற்குள் இந்து மத நூல்கள் சில இருந்தன.

"ஓம் சாஸ்திரி, உங்களுக்கு நினைவிருக்கின்ற விஷயங்களை மட்டும் எங்களிடம் கூறுங்கள்," என்று டாக்டர் ஷாஹிஸ்தா மீண்டும் விஷயத்திற்கு வந்தார்.

ஓம் சாஸ்திரியின் முகம், புன்னகை, அமைதி, இறுக்கம், பயம் என்று பல பாவங்களை வெளிப்படுத்தியது. அவர் பேசப் பேச, அந்த பாவங்கள் படுவேகமாக மாறிக்

கொண்டிருந்தன.

ஓம் சாஸ்திரி தன் கண்களை மூடியவாறு, "எனக்கு பண்டா பகதூரை நினைவிருக்கிறது," என்றார்.

அதைக் கேட்டு டாக்டர் பத்ரா வியந்தார். அவருக்குப் பண்டா பகதூரைத் தெரியும் என்பதுபோல இருந்தது அவருடைய முகபாவம்.

"அவர் யார்?" என்று அபிலாஷ் கேட்டார்.

"என்னுடைய ஜெனரல்," என்று ஓம் சாஸ்திரி பதிலளித்தார்.

"அவர் உங்களுடைய குழுவைச் சேர்ந்தவரா?"

"ஆமாம்."

"அவர் இப்போது எங்கே இருக்கிறார்?"

"அவர் இறந்துவிட்டார்."

"அவர் எப்படி இறந்தார்?"

"அவர் கொல்லப்பட்டார்."

"அவரைக் கொன்றது யார்?"

"ஃபரூக் சியார்."

"வேறு யாரை உங்களுக்கு நினைவிருக்கிறது?"

"சஞ்சயன்!"

"எந்த சஞ்சயன்?" என்று அங்கிருந்த ஒரு பெண் கேட்டாள்.

அந்தப் பெண்ணின் பெயர் லிசா சாமுவேல் டி கோஸ்டா. அவள் ஒரு தொழில்முறை 'ஹேக்கர்.' அவள் அடிக்கடி இணையத் திருட்டு, வங்கிக் கணக்குகளின் முடக்கம் போன்றவற்றில் ஈடுபட்டு வந்தாள். அதனால், அவளுக்கு இருபத்தைந்து வயதாக இருந்தபோதே, அவள் இந்திய அரசின் இணைய திருட்டுத் தடுப்புத் துறையின் கவனத்திற்கு வந்தாள். ஆனால், அது குறித்து அவள் சிறிதும் அலட்டிச் கொள்ளவில்லை. பட்டப்படிப்பு எதுவும் படிக்காமலேயே அவள் இதில் நிபுணத்துவம் பெற்றிருந்தாள்.. லிசா அழகானவள். அவளுடைய நடையுடை பாவனைகள் நளினமற்றும் இங்கிதமற்றும் இருந்தன. ஆனால், வேலையில் அவள் ஒரு புத்திசாலியாகவும் சாமர்த்தியசாலியாகவும் திகழ்ந்தாள். அவள் தன் வேலையைத் தவிர மற்ற அனைத்திலும் அசட்டையாக இருந்தாள்.

லிசா ஓர் ஓட்டைவாய். அவளுடைய முகம், அவள் என்ன நினைத்துக் கொண்டிருந்தாள் என்பதை ஒரு கண்ணாடிபோலக் காட்டிவிடும். அவள் ஒரு சிறு நகரத்தைச் சேர்ந்தவள். அது அவளுடைய மொழிநடைமீதும், அதன் ஆளுமைமீதும் தாக்கம் ஏற்படுத்தியிருந்தது. அதனால், அவளுடைய பேச்சு வசீகரமற்றதாக இருந்தது. ஆனால், அவள் வேண்டுமென்றே தன் பேச்சில் போலியாக நகர்ப்புற உச்சரிப்பைச் சேர்த்துக் கொண்டாள்.

அவளுடைய கருங்கூந்தல் அலையலையாகப் படிந்திருந்தது. அவளுடைய கண்கள் பழுப்பு நிறத்தில் இருந்தன. பூப்போட்ட வெள்ளை நிற ஆடை ஒன்றை அவள் அணிந்திருந்தாள். உரமேறிப் போயிருந்த தன் கால்களை வெளிப்படுத்தும் விதமாக, உயர்ந்த குதிகால்களுடன்கூடிய, பிரகாசமான நிறத்திலிருந்த செருப்புகளை அவள் அணிந்திருந்தாள். அவள் தன் மணிக்கட்டில் ஒரு பிரேஸ்லெட்டும் வெவ்வேறு நிற வளையல்களும் அணிந்திருந்தாள். அவள் தன் கழுத்தில் அணிந்திருந்த ஒரு சங்கிலியில், ஒரு கோடரியின் வடிவிலிருந்த ஒரு பதக்கம் தொங்கிக் கொண்டிருந்தது.

திடீரென்று, ஓம் சாஸ்திரி, "சஞ்சயன்! காவல்கனரின் மகன்," என்று கூறினார்.

"அவரை உங்களுக்கு எப்படித் தெரியும்?" என்று டாக்டர் ஷாஹிஸ்தா கேட்டார்.

"சஞ்சயன்தான் போரின்போது அஸ்தினாபுரத்தின் அரசரான திருதராஷ்டிரரின் தேரோட்டியாகவும் ஆலோசகராகவும் இருந்தான். அஸ்தினாபுரத்தின் பிரதம அமைச்சர் என்ற முறையில் நான் அவனைச் சந்தித்திருக்கிறேன். அப்போது என்னுடைய பெயர் விதுரர்."

அபிலாஷ் உடனே பல பெயர்களை நினைவுபடுத்திக் கொள்ள முயன்றார். பின் மெதுவாக, "இதற்கு முன்பு இப்பெயரை நான் எங்கோ கேள்விப்பட்டிருக்கிறேன்," என்று அவர் கூறினார்.

"இருந்துவிட்டுப் போகட்டும்," என்று கூறிய டாக்டர் ஷாஹிஸ்தா, தன் விசாரணையைத் தொடர

விரும்பினார்.

"உங்களுக்கு இதன் முக்கியத்துவம் புரியவில்லை என்று நான் நினைக்கிறேன். மகாபாரதக் காலத்தில் தான் உயிருடன் இருந்ததாக அவர் கூறிக் கொண்டிருக்கிறார்," என்று அபிலாஷ் வெடுக்கென்று கூறினார்.

"இதுபோன்ற தொன்மக் கட்டுக்கதை தொடர்பான அபத்தங்களை என்னை நம்பச் சொல்கிறீர்களா?"

"இது அபத்தம் அல்ல. நீங்கள்–"

அபிலாஷ் தன் பேச்சை முடிப்பதற்கு முன்பாகவே, டாக்டர் ஷாஹிஸ்தா, ஓம் சாஸ்திரியிடம் அடுத்தக் கேள்வியைக் கேட்டார்.

"உங்களுக்கு வேறு ஏதாவது பெயர்கள் இருக்கின்றனவா?"

"சுசேனன்," என்றார் ஓம் சாஸ்திரி. அப்போது அவருடைய முகத்தில் ஒரு புன்முறுவல் படர்ந்தது.

"நீங்கள் அந்தப் பெயரில் இருந்தபோது என்ன செய்தீர்கள்?"

"நான் ஒரு வைத்தியராக இருந்தேன்."

"அவ்வளவுதானா? அல்லது இன்னும் வேறு பெயர்கள் இருக்கின்றனவா?"

"நான் ஒரு முறை விஷ்ணு குப்தராக இருந்துள்ளேன்."

டாக்டர் ஷாஹிஸ்தா தன் கண்களை உருட்டியவாறு, தன் கைகள் இரண்டையும் காற்றில் விரித்து, ஓம் சாஸ்திரியின் பேச்சைத் தான் நம்பவில்லை என்று சாடை காட்டினார்.

"நீங்கள் விஷ்ணு குப்தராக இருந்தபோது நீங்கள் என்ன செய்தீர்கள்?"

ஓம் சாஸ்திரி எதையோ முணுமுணுக்கத் தொடங்கினார். அது என்ன என்பதை அங்கிருந்தவர்களால் புரிந்து கொள்ள முடியவில்லை.

"வ்யாக்ரீவ திஷ்டதி ஜரா பரிதர்ஜயந்தி,
ரோகாஷ்ச ஷத்ரவ ஏவ ப்ரஹரந்தி தேஹம்.
ஆயுஹ் பிரிஸ்ரவதி பிங்காதாதிவாம்பஹ்,
லோகஸ்தப்யஹித்மச்சரதீதி சித்ரம்."

அத்தியாயம் 3

சம்பந்தமில்லா தொடர்புகள்

கடும் விரக்தியடைந்திருந்த டாக்டர் ஷாஹிஸ்தா, “இந்த ஆசாமி சொல்வது எதுவும் எனக்குப் புரியவில்லை,” என்று கத்தினார்.

ஓம் சாஸ்திரி சில கணங்கள் மௌனமாக இருந்தார். பின் அவர் யாரும் எதிர்பாராத விதமாகத் திடீரென்று தன்னுடைய போதை மயக்கத்திலிருந்து விழித்தெழுந்தார். அப்படி அவர் திடீரென்று பிரக்ஞை பெற்றது அக்குழுவினரை அதிர்ச்சிக்குள்ளாக்கியது. ஏனெனில், அவரைக் கையாள்வதற்குத் தங்கள் கைவசம் ஏகப்பட்ட நேரம் இருந்ததாக அவர்கள் நினைத்துக் கொண்டிருந்தனர். ஓம் சாஸ்திரிக்கு மிகவும் அருகே அமர்ந்திருந்த டாக்டர் ஷாஹிஸ்தா பதறிப் போய் அவரிடமிருந்து விலகிச் செல்ல முயன்று தன் நாற்காலியைப் பின்னுக்குத் தள்ளியபோது, எதிர்பாராதவிதமாக நாற்காலியிலிருந்து கீழே விழுந்துவிட்டார். அந்த அறையிலிருந்த மற்ற அனைவரும் இறுகிப் போயினர். டாக்டர் ஷாஹிஸ்தாவின் அலசி ஆராய்கின்ற மனம், அப்படி அந்நபர் விழித்தெழுவது சாத்தியமே இல்லை என்று கூப்பாடு போட்டது. ‘ஒரு மணி நேரம்கூட ஆகியிருக்கவில்லையே! எப்படி அவர் பிரக்ஞை பெற்றார்?’ என்று அவர் தன்னைத் தானே கேட்டுக் கொண்டார். அவர் இதுவரை முந்நூற்றுக்கும் மேற்பட்டவர்களை மனோவசியத்திற்கு ஆட்படுத்தியிருந்தார். ஆனால், ஒருவர்கூட, உடல்ரீதியான மாற்றங்கள் எதுவும் ஏற்படாமல் தங்களுடைய மனோவசிய நிலையிலிருந்து இவ்வாறு திடீரென்று விடுபட்டிருக்கவில்லை.

டாக்டர் பத்ராவும் அதே அளவுக்கு அதிர்ச்சியும் குழப்பமும் அடைந்திருந்தார். ஓம் சாஸ்திரிக்குக்

கொடுக்கப்பட்டிருந்த மயக்க மருந்தின் அளவை வைத்துப் பார்த்தபோது, அவர் குறைந்தபட்சம் எட்டு மணிநேரத்திற்கு அதிலிருந்து விழிப்புணர்வு அடைவதற்கு வாய்ப்பே இல்லை என்று அவருடைய மருத்துவ அறிவு கூறியது. அங்கு நடந்தது அவர் படித்திருந்த படிப்போடும் அவருடைய அனுபவத்தோடும் ஒத்துப் போகவில்லை. லிசா அரண்டு போயிருந்தாள். அது அவளுடைய முகத்தில் அப்பட்டமாகத் தெரிந்தது. அங்கு என்ன நடந்து கொண்டிருந்தது என்பது குறித்து அங்கிருந்த எவருக்கும் எந்த யோசனையும் இருக்கவில்லை.

ஓம் சாஸ்திரி தன் கட்டுகளிலிருந்து விடுபடுவதற்கு எந்த முயற்சியும் மேற்கொள்ளாமல் அவர்களையே பார்த்துக் கொண்டிருந்தார்.

பின் அவர் பேசத் தொடங்கியபோது, அவருடைய குரல் அமைதியாக இருந்தது. “இங்கு நான் எதற்காகக் கொண்டு வரப்பட்டுள்ளேன்? என்னிடமிருந்து உங்களுக்கு என்ன வேண்டும்?” அவர் ஏமாற்றம் அடைந்திருந்ததுபோலக் காணப்பட்டார்.

டாக்டர் ஷாஹிஸ்தா அதற்கு பதிலளிக்கவில்லை. அந்த அறையின் மறுபுறமிருந்த டாக்டர் சீனிவாசனை நோக்கி அவர் திரும்பினார். அவருடைய பார்வையைப் பின்தொடர்ந்து ஓம் சாஸ்திரியும் டாக்டர் சீனிவாசனை நோக்கித் திரும்பினார்.

டாக்டர் சீனிவாசன் அவரிடம், “எங்களுக்குச் சில கேள்விகளுக்கான பதில்கள் தேவைப்படுகின்றன. அதற்காகத்தான் நீங்கள் இங்கு அழைத்து வரப்பட்டிருக்கிறீர்கள். எங்களுக்கு என்ன வேண்டும் என்றா கேட்டீர்கள்? உங்களிடம் இருக்கின்ற தகவல்கள் வேண்டும்,” என்று தனக்கே உரிய அதிகாரத் தொனியில் கேட்டார்.

“என்னைப் பற்றி உங்களுக்கு என்ன தெரியும்?”

“உண்மையைச் சொல்ல வேண்டுமென்றால், அதிகமாகத் தெரியாது. ஓம் சாஸ்திரி என்பது உண்மையான நீங்கள் அல்லர் என்பது எங்களுக்குத் தெரியும். பண்டா பகதூர் மற்றும் சஞ்சயனை உங்களுக்குத் தெரியும் என்பது எங்களுக்குத் தெரியும்.

விதுரர், விஷ்ணு குப்தர் மற்றும் சில போலிப் பெயர்களை நீங்கள் பயன்படுத்தியுள்ளீர்கள் என்பது எங்களுக்குத் தெரியும்."

ஓம் சாஸ்திரி தன் கண்களை இறுக்கமாக மூடிக் கொண்டார். அவருடைய முகத்தில் வேதனையும் வலியும் பரவின. இக்கட்டடத்தில் தன் பொறுமை முழுவதையும் இழந்திருந்த டாக்டர் சீனிவாசன், அதிகாரம் பொங்கிய ஒரு குரலில், "என் பெயர் சீனிவாச ராவ். நான் 'தேசிய அறிவியல் தொடர்பு மற்றும் தகவல் வள நிறுவனத்தில்' பணியாற்றி ஓய்வு பெற்ற அறிவியலறிஞர். இப்போது இக்குழுவின் தலைவராக நான் பணியாற்றிக் கொண்டிருக்கிறேன்," என்று கூறினார்.

"நீங்கள் யார் என்பதை நான் அறிவேன்," என்றார் ஓம் சாஸ்திரி.

ஓம் சாஸ்திரிக்கு மீண்டும் மயக்க மருந்து செலுத்துவதற்காக டாக்டர் பத்ரா அவரை நெருங்கினார்.

முதலில் அதைத் தடுக்க முயன்ற ஓம் சாஸ்திரி, அதை நிறுத்திவிட்டு உரக்கக் கத்தினார். "மிடாஸோலம், ஃப்ளூனிட்ராசெபாம், பார்பிட்யூரேட்டுகள், அமோபார்பிட்டல் போன்ற மருந்துகள் என்மீது எந்தத் தாக்கமும் ஏற்படுத்தாது." அதைச் சொல்லியவுடன் ஓம் சாஸ்திரி மீண்டும் பிரக்ஞையிழந்துவிட்டார். அவருடைய கத்தலைக் கேட்டு அங்கு ஓடி வந்த இரண்டு காவலர்கள் அவரைக் கெட்டியாகப் பிடித்துக் கொண்டனர்.

தன் உடலுக்குள் மீண்டும் செலுத்தப்பட்டிருந்த மருந்துகளின் பெயர்களை ஓம் சாஸ்திரி பட்டியலிட்டது டாக்டர் பத்ராவை உலுக்கியிருந்தபோதிலும், அவர் அதை வெளிக்காட்டிக் கொள்ளவில்லை. ஓம் சாஸ்திரி மீண்டும் தூக்கத்திற்குள் மூழ்கினார். அவரை மீண்டும் மனோவசியத்திற்குள் கொண்டு செல்வதற்காக, டாக்டர் ஷாஹிஸ்தா, அவர் இருந்த திசை நோக்கி நகர்ந்தார். டாக்டர் ஷாஹிஸ்தா அவர் முன் சௌகரியமாக அமர்ந்து கொண்டு, அவருடைய கண்களை உற்றுப் பார்த்தார். எந்தவொரு நபரையும் மனோவசியத்திற்குள் கொண்டு செல்லக்கூடிய ஆற்றலும் வசீகரமும் டாக்டர்

ஷாஹிஸ்தாவின் கண்களுக்கு இருந்தன. டாக்டர் ஷாஹிஸ்தா தன் கண்களை இமைக்காமல் ஓர் இதமான குரலில் பேசத் தொடங்கினார். டாக்டர் ஷாஹிஸ்தா ஓம் சாஸ்திரியின் தோளைத் தொட்டபோது, அது கனமாகவும் துவண்டு போயும் இருந்தது. “நீங்கள் யார் என்பதை நான் அறிவேன்,” என்ற ஓம் சாஸ்திரியின் வார்த்தைகள் டாக்டர் சீனிவாசனின் மண்டைக்குள் ஓடிக் கொண்டிருந்தன. ‘எப்படி?’ என்று அவர் தனக்குள் கேட்டுக் கொண்டார். பின் அவர், “டாக்டர் பத்ரா! மீண்டும் கேள்விகளுக்கு உட்படுத்துவதற்கு அவர் தயாராகிவிட்டாரா?” என்று கேட்டார்.

அங்கிருந்த கருவி ஒன்று காட்டிக் கொண்டிருந்த சில அலகுகளைச் சோதித்துவிட்டு, “இன்னும் இல்லை, சார்,” என்று டாக்டர் பத்ரா பதிலளித்தார்.

இதற்கிடையே, லிசா தன் சகாக்களிடம், “ஆமாம், அவர் என்ன உளறிக் கொண்டிருந்தார்?” என்று கேட்டாள்.

“அது சமஸ் . . . கிருதம்,” என்றான் பரிமல்.

முப்பத்தைந்து வயதான பரிமல், மகாராஷ்டிரத்திலுள்ள வார்தா என்ற கிராமத்தைச் சேர்ந்தவன். அவனுடைய அப்பா ஒரு விவசாயி. பரிமல் ஒரு தனிமை விரும்பி. அவன் இந்திய வரலாற்றில் ஒரு முனைவர் பட்டம் பெற்றவன். அத்துறையில் அவன் ஒரு வல்லுநராக இருந்தான். ஆனால், தனக்குத் தெரிந்தவற்றை வெளியே சொல்கின்ற துணிச்சல் அவனுக்கு இருக்கவில்லை. அவனுடைய தன்னம்பிக்கையின்மைக்கு அவனுடைய திக்குவாய்தான் காரணம். அதன் காரணமாக அவனால் பிறருடன் சகஜமாகப் பழக முடியவில்லை. இதனால், அவன் பெரும்பாலும் அலட்சியப்படுத்தப்பட்டான்.

பரிமல் ஆறடிக்கு இரண்டு அங்குலம் குறைவானவன், சிவந்த நிறத்தைக் கொண்டவன், வசீகரமானவன். அவன் ஒரு கருப்பு ஜீன்ஸும், கட்டம் போட்டப் பழுப்புச் சட்டையும், வெள்ளை நிற ஸ்போர்ட்ஸ் காலணிகளும் அணிந்திருந்தான். அவனுடைய கண்களும் தலைமுடியும் கருப்பாக இருந்தன. ஏதோ ஓர் எண்ணெய் தேய்த்து

அவன் தன் தலைமுடியை வாரியிருந்தான்.

அக்குழுவில் அவன் விரும்பியிருந்த முக்கியத்துவம் அவனுக்கு வழங்கப்பட்டிருக்கவில்லை. அவனுடைய கேள்விகளும் ஆலோசனைகளும் வெகுளித்தனமாக இருந்ததுதான் அதற்குக் காரணம். "என்ன, சமஸ்கிருதமா? இந்த நாட்டில் யார் அதைப் பேசுகின்றனர்?" என்று லிசா விரக்தியுடன் கேட்டாள்.

"அவர்," என்று கூறி, பரிமல் ஓம் சாஸ்திரியை நோக்கிக் கை காட்டினான்.

"ஆனால், இன்றைய உலகில் அந்த மொழி யாருக்குப் புரியும்?"

"எனக்குப் புரியும்," என்றான் பரிமல்.

அபிலாஷ் தனக்குத் தானே, "சுசேனன்," என்று முணுமுணுத்தார்.

அவருடைய முணுமுணுப்பு லிசாவின் காதில் விழுந்தது. "என்ன சொன்னீர்கள்?" என்று அவள் அபிலாஷிடம் கேட்டாள்.

தன்னைக் கட்டுப்படுத்திக் கொண்ட அபிலாஷ், "ஒன்றுமில்லை," என்றார்.

ஆனால், லிசா விடுவதாயில்லை. "இல்லை. அந்த நபர் சற்று முன்பு கூறிய வார்த்தைகளைத்தான் நீங்கள் இப்போது கூறினீர்கள்."

அபிலாஷ், "சுசேனன்," என்று மீண்டும் கூறினார்.

"ஆமாம். அந்த வார்த்தைதான். அதைப் பற்றிச் சொல்லுங்கள்," என்று லிசா அவரை வற்புறுத்தினாள். அந்த உரையாடலில் பரிமலும் சேர்ந்து கொண்டான்.

"சுசேனன் என்ற பெயர் அரிதாகவே பயன்படுத்தப்படுகிறது. என் அறிவுக்கு எட்டியவரை, சுசேனன் என்பது இராமாயணத்தில் இலட்சுமணனைக் காப்பாற்றிய வைத்தியன். அவன்தான் இலட்சுமணனைக் காப்பாற்றுவதற்கு, இமயமலையில் மட்டுமே கிடைக்கின்ற சஞ்சீவினி என்ற மூலிகையைக் கொண்டுவருமாறு ஆலோசனை கூறியவன். அதைப் பறித்துக் கொண்டு வருமாறு அனுமன் கேட்டுக் கொள்ளப்பட்டான். இமயமலைக்குப் பறந்து சென்ற அனுமன், சஞ்சீவினி மூலிகை எது என்று கண்டுபிடிக்க முடியாததால்,

மொத்த மலையையும் பெயர்த்தெடுத்து, அதைக் கன்னியாகுமரிக்குக் கொண்டுவந்தான்.”

“அனுமன் ஒரு மலையோடு பறந்து வருகின்ற காட்சியின் படத்தை நான் பார்த்திருக்கிறேன். நீங்கள் கூறுவது அதுதானா?”

“ஆனால், இறுதியில் சுசேனன் என்ன ஆனான் என்பது இராமாயணத்தில் குறிப்பிடப்படவில்லை,” என்றார் அபிலாஷ்.

இன்னும் தன் எண்ணத்தில் மூழ்கிக் கிடந்த டாக்டர் ஷாஹிஸ்தா, ‘ஓம் சாஸ்திரி குறித்த அனைத்தும் அசாதாரணமாகவே இருக்கின்றன. என் அனுபவத்தில் இவரைப் போன்ற ஒருவரை நான் எதிர்கொண்டதே இல்லை,’ என்று தனக்குத் தானே கூறிக் கொண்டார்.

பின் டாக்டர் ஷாஹிஸ்தா, டாக்டர் சீனிவாசன் பக்கம் திரும்பி, “சார், நாங்கள் எதைக் கையாண்டு கொண்டிருக்கிறோம் என்பதாவது எங்களுக்குத் தெரிந்தால் நன்றாக இருக்கும்,” என்று இங்கிதமாகக் கேட்டார்.

அவர் ஒரு நியாயமான பதிலை அளிப்பார் என்று எல்லோரும் டாக்டர் சீனிவாசனைப் பார்த்தனர்.

ஆனால், டாக்டர் சீனிவாசனோ, வெடுக்கென்று, “ஓம் சாஸ்திரியிடமிருந்து முடிந்த அளவு தகவல்களைப் பெற வேண்டியதுதான் உங்களுடைய வேலை. அதில் கவனம் செலுத்துங்கள். நாம் எதைக் கையாண்டு கொண்டிருக்கிறோம் என்பதைப் புரிந்து கொள்ள அது உதவும்,” என்று கூறினார்.

அவருடைய பதிலை டாக்டர் ஷாஹிஸ்தா இரசிக்கவில்லை என்பது அவருடைய முகத்திலேயே தெரிந்தது. எல்லோரும் தங்கள் முன் இருந்த வேலையில் கவனம் செலுத்த முனைந்தனர்.

பரிமல் டாக்டர் பத்ராவின் அருகே சென்று, “டாக்டர் . . . நீங் . . . நீங்கள் . . . நன்றாகத்தான் . . . இருக்கிறீர்களா?” என்று பதற்றத்தோடு கேட்டான்.

டாக்டர் பத்ரா மனஉளைச்சலுக்கு ஆளாகியிருந்தது வெளிப்படையாகத் தெரிந்தது. ஆனாலும், அவர் தன்னை ஒருவாறு தேற்றிக் கொண்டு, “என்ன கேட்டீர்கள்? நான்

நன்றாகத்தான் இருக்கிறேன்," என்று பதிலளித்தார்.

"நமக்கு . .. ஒருவரோடு . . . ஒருவர் பெரிதாகப் . . . பரிச்சயமில்லை . . . என்பதை நான் அறிவேன் . . . ஆனாலும், நாம் . . . ஒரு குழுவாக இயங்க வேண்டி . . . இருக்கிறதே. உங்களைப் பார்த்தால் சிறிது சஞ்சலம் அடைந்திருப்பது . . . போலத் தோன்றுகிறது . . . நீங்கள் நன்றாகத்தானே . . . இ . . . ருக்கிறீர்கள்?"

டாக்டர் பத்ராவுக்குப் பரிமலின் அக்கறை கலந்த அணுகல் ஆறுதலளித்தது. அதனால், அவர் பரிமலின் காதருகே, "இந்த நபர் ஒரு மணி நேரத்திற்குள்ளாகவே பிரக்ஞை அடைந்துள்ளார்," என்று கிசுகிசுத்தார்.

"அதனால் என்ன?" என்று பரிமல் குழப்பத்தோடு கேட்டான்.

"எப்படி அவரால் அதைச் செய்ய முடிந்தது? அது சாத்தியமே இல்லை!" என்று டாக்டர் பத்ரா தன் கண்களை அகல விரித்தவாறு கூறினார்.

"சாத்தியமில்லை என்று நீங்கள் எப்படிச் சொல்கிறீர்கள்? நாம் எல்லோரும் . . . தானே அவர் பிரக்ஞை அடைந்ததைப் பார்த்தோம்?" என்று பரிமல் வழக்கம்போல அப்பாவித்தனமாகக் கேட்டான்.

"அது உண்மைதான். ஆனால், அதுதான் என்னைத் தொந்தரவு செய்து கொண்டிருக்கிறது, பரிமல். அந்த மருந்தின் ஒரு குறிப்பிட்ட அளவைக் கொடுத்தாலே எவரொருவரும் நான்கு அல்லது ஐந்து மணி நேரத்திற்குப் பிரக்ஞை இழந்திருப்பர். ஆனால், இவர் ஒரு 'டோஸ்' மருந்து கொடுக்கப்பட்டப் பிறகும் பிரக்ஞை இழக்கவில்லை. அதனால், நான் அதை இரண்டு மடங்காக அதிகரித்தேன். அந்த மருந்தைச் செலுத்தியவுடன் அவர் லேசாக மயக்கமானார். ஆனாலும், அவர் தொடர்ந்து பிரக்ஞையுடன்தான் இருந்தார். பிறகு நான் மேலும் ஒரு டோஸ் கொடுத்தேன். இந்த அளவு மருந்து ஒரு சராசரி மனிதனின் உடலில் செலுத்தப்பட்டால், அது அவனைக் கொன்றிருக்கும். ஆனால், இதிலும் ஒரு மணி நேரத்தில் அவர் விழித்துவிட்டார்!" என்று டாக்டர் பத்ரா மேலும் விளக்கினார்.

"இது என்னுடைய திறமையையும் அறிவையும்

எள்ளி நகையாடுகிறது. இதை எப்படி அவரால் சாதிக்க முடிந்தது என்பது எனக்குத் தெரிந்தே ஆக வேண்டும்," என்று டாக்டர் பத்ரா உறுதியாகக் கூறினார்.

டாக்டர் பத்ரா கூறியது எதுவும் பரிமலின் மூளையில் பதிவாகவில்லை. எனவே, அவன், "நீங்கள் டாக்டர் சீனி . . . வாசனிடம் கூறினீர்களா?" என்று கேட்டான்.

"ஆமாம். ஒருவேளை நமக்குத் தெரிந்திராத விஷயங்கள் டாக்டர் சீனிவாசனுக்குத் தெரிந்திருக்கலாம். ஓம் சாஸ்திரி கண்விழித்தபோது, டாக்டர் சீனிவாசனின் பட்டப் பெயரான 'சின்னா' என்ற பெயரில் அவர் அவரை அழைத்தார்."

"ஓம் சாஸ்திரிக்கு எப்படி அ . . . து தெரியும்?" பரிமலுக்கு அதிர்ச்சியாக இருந்தது.

"அதுதான் என் கேள்வியும்! அவருக்கு எப்படி அது தெரியும்?"

"டாக்டர் சீனிவாசனின் பட்டப்பெயரைத் தெரிந்து வைத்திருக்கின்ற அவருக்குத் தன்னுடைய சொந்தப் பெ . . .யர் எப்படித் தெரியாமல் இருக்கிறது?"

இதற்கிடையே, டாக்டர் ஷாஹிஸ்தா தன் கேள்விகளைத் தொடர்ந்தார். "நீங்கள் ஏதாவது 'மிஷனின்' கீழ் இங்கு வந்திருக்கிறீர்களா?"

"ஆமாம்," என்று ஓம் சாஸ்திரி கூறினார்.

எல்லோருடைய முகமும் வெளுத்துப் போயிற்று.

டாக்டர் சீனிவாசனின் நெற்றியில் ஏற்பட்டச் சுருக்கங்கள் அவருக்குள் ஏற்பட்டிருந்த எண்ணங்களின் இயல்பை வெளிப்படுத்தின.

பல துறைகளில் தலைசிறந்து விளங்கியவர்கள் அடங்கிய ஒரு குழுவை இதுபோன்ற ஒரு இரகசிய வளாகத்திற்கு வரவழைத்து விசாரணை மேற்கொள்ளும் அளவுக்கு முக்கியத்துவம் வாய்ந்த ஒரு தீவிரவாதியை விசாரிப்பது குறித்து லிசா சிறிது இறுக்கமடைந்திருந்தாள். லிசாவைப்போலவே, முதன்முறையாக டாக்டர் ஷாஹிஸ்தாவும் கலக்கமடைந்திருந்தார்.

"நான் முதலிலேயே சந்தேகப்பட்டேன். இவர் ஓர் இஸ்லாமியர். பார்ப்பதற்கும் அப்படித்தான்

இருக்கிறார்," என்று அபிலாஷ் வெடுக்கென்று கூறினார். மதம் மற்றும் சாதியின் அடிப்படையில் பிறரைப் பாகுபடுத்திப் பார்க்கின்ற பழக்கம் அபிலாஷுக்கு இருந்தது. அவரைக் கண்டுகொள்ளாமல் இருப்பதென்று முடிவு செய்த டாக்டர் ஷாஹிஸ்தா, ஓம் சாஸ்திரியிடம் தன் கேள்விகளைத் தொடர்ந்தார்.

"உங்களுடைய 'மிஷன்' என்ன?"

"மறைத்தல் மற்றும் மறைந்திருத்தல்."

"எதை மறைக்க வேண்டும்?"

"என்னுடைய உடைமைகளை."

"அவற்றை நீங்கள் எங்கே மறைத்து வைத்திருக்கிறீர்கள்?"

"என்னுடைய நினைவில். . . மற்றும் ஒரு லாக்கரில்."

"யாருக்காக அவற்றை நீங்கள் பாதுகாக்கிறீர்கள்?"

"இந்த மனிதகுலத்திற்காக." ஓம் சாஸ்திரியின் முகத்தில் ஒரு மந்தகாசப் புன்னகை படர்ந்தது.

மேலும் எந்தக் கேள்வியும் கேட்கப்படாமலேயே, "நான் ஒரு தீவிரவாதி அல்லன்," என்று ஓம் சாஸ்திரி கூறினார்.

டாக்டர் ஷாஹிஸ்தா பொறுமையிழந்தார். அவர் பின்னால் திரும்பி மற்றவர்களைப் பார்த்தபோது, அவர்களும் தன்னளவுக்கு அதிர்ச்சியடைந்திருந்ததை அவர் கண்டார். டாக்டர் சீனிவாசன் தொலைபேசியில் யாருடனோ பேசிக் கொண்டிருந்தார். அவர் டாக்டர் ஷாஹிஸ்தாவின் முகத்தைப் பார்த்ததும் தொலைபேசியைக் கீழே வைத்துவிட்டு, "என்ன நடந்தது?" என்று வெடித்தார்.

"நான் கேள்வி கேட்பதற்கு முன்பே இவர் பேசுகிறார். 'இவர் ஒரு தீவிரவாதியா?' என்று யாரும் இவரிடம் கேட்கவில்லையே," என்று டாக்டர் ஷாஹிஸ்தா சத்தமாகக் கூறினார். அவர் அதிர்ச்சியடைந்திருந்தது வெளிப்படையாகத் தெரிந்தது.

"லிசா சாமுவேல் டி கோஸ்டா," என்றார் ஓம் சாஸ்திரி.

"இவர் ஒரு தீவிரவாதியாக இருக்கக்கூடுமோ என்ற சாத்தியக்கூறைப் பற்றி நான் பரிமலிடம் கூறினேன்.

ஆனால், நான் அதைக் கிசுகிசுப்பாகத்தான் கூறினேன்," என்று லிசா அதை ஒத்துக் கொள்ளும் விதமாகக் கூறினாள்.

அதை ஆமோதித்ததுபோலப் பரிமலும் தலையசைத்தான்.

"நீ பேசியது எனக்குக் கேட்கவில்லை. ஆனால், ஓம் சாஸ்திரிக்கு மட்டும் எப்படிக் கேட்டது?" டாக்டர் ஷாஹிஸ்தாவின் முகம் ஓர் ஆழ்ந்த யோசனையின் காரணமாகத் தீவிரமாயிற்று.

அதற்கு என்ன பதில் கூறுவதென்று லிசாவுக்குத் தெரியாததால், வழக்கத்திற்கு மாறாக அவள் அமைதியாக இருந்தாள்.

ஓம் சாஸ்திரி மீண்டும் மயக்கத்திலிருந்து விடுபட்டபோது, மதியம் ஆகியிருந்தது. வீரபத்ரா தன் கைக்கடிகாரத்தைப் பார்த்தார். அது 1.45 என்று காட்டியது. அறைக்கு வெளியே காவலாளிகள் விழிப்புடன் இருந்தனரா என்பதைப் பார்ப்பதற்காக அவர் வெளியே சென்றார். இதற்கிடையே, அந்த அறைக்குள், பயத்தில் உறைந்து போயிருந்த டாக்டர் ஷாஹிஸ்தாவின் கண்களை நேருக்கு நேர் பார்த்தபடி, ஓம் சாஸ்திரி அவரிடம், ஒரு தந்தை தன் மகளிடம் எப்படிப் பேசுவாரோ அப்படிப் பேசினார்: "உங்களுக்கு பதில் கிடைப்பதற்காக நீங்கள் இப்படிச் செய்ய வேண்டியதில்லை. நான் உங்களுடைய காவலில்தான் இருக்கிறேன். உங்கள் விருப்பப்படி நீங்கள் என்னிடம் எந்தக் கேள்வியை வேண்டுமானாலும் கேட்கலாம். உங்களுடைய முகத்தில் அப்பியிருக்கின்ற பயத்தைக் களைந்துவிடுங்கள். நான் எவரையும் காயப்படுத்த மாட்டேன். நான் ஒருபோதும் எவரையும் காயப்படுத்தியதும் இல்லை. என்னை நம்புங்கள். நான் உங்களுடன் ஒத்துழைக்கிறேன்."

டாக்டர் ஷாஹிஸ்தாவுக்கு நா எழவில்லை.

டாக்டர் பத்ரா அந்த அறையின் குறுக்காக நடந்து டாக்டர் சீனிவாசனின் அருகே சென்று, "இவரைப் பரிசோதிக்க என்னை அனுமதியுங்கள்," என்று அவரிடம் கேட்டார். டாக்டர் பத்ரா கடும் பதற்றத்தில் இருந்தார்.

டாக்டர் சீனிவாசன் அவருக்கு எந்த பதிலும் கூறவில்லை. அவர் தன் சொந்த வேலையில் மூழ்கியிருந்தார்.

டாக்டர் ஷாஹிஸ்தா எழுந்து அவர்கள் இருவருக்கும் அருகே சென்றார்.

அவரைப் பார்த்ததும், "சொல்லுங்கள், டாக்டர் ஷாஹிஸ்தா," என்று டாக்டர் சீனிவாசன் கேட்டார்.

"இவருக்கு நாம் போதை மருந்துகளைச் செலுத்தாமலும், இவரை மனோவசியத்திற்கு ஆட்படுத்தாமலும் விசாரணை செய்வதற்கு நான் பரிந்துரைக்கிறேன்."

டாக்டர் ஷாஹிஸ்தாவின் வேண்டுகோள் தன்னை ஏளனப்படுத்தியதுபோல டாக்டர் பத்ராவுக்குப் பட்டது. ஆனாலும், அவர் மௌனமாக இருப்பதென்று தீர்மானித்தார்.

"அப்படிச் செய்யலாம். ஆனால், அவருடைய வார்த்தைகள் உண்மைதாம் என்று உறுதியளிக்கின்ற பொறுப்பை உங்களால் எடுத்துக் கொள்ள முடியுமா? " என்று பிடிவாதப் போக்கு கொண்ட டாக்டர் சீனிவாசன் கேட்டார்.

"இந்த மயக்க மருந்தும்தான் வேலை செய்யவில்லையே!" என்று டாக்டர் ஷாஹிஸ்தா தன் கோரிக்கையை நியாயப்படுத்தினார்.

"டாக்டர் சீனிவாசன், நான் அவரைப் பரிசோதிக்க என்னை அனுமதியுங்கள். எனக்கு அவருடைய இரத்த மாதிரி வேண்டும்," என்று டாக்டர் பத்ரா கெஞ்சினார்.

"டாக்டர் பத்ரா, நீங்கள் பரிசோதிப்பதற்கு அவர் ஒன்றும் ஒரு பரிசோதனைக்கூட எலி அல்லர். என்னால் உங்களுக்கு அந்தச் சலுகையை வழங்க முடியாது." இந்த பதில்தான் டாக்டர் பத்ராவுக்கு அவருடைய மேலதிகாரியிடமிருந்து கிடைத்தது.

டாக்டர் பத்ராவும் டாக்டர் ஷாஹிஸ்தாவும் ஒருவரையொருவர் பார்த்துக் கொண்டனர். தாங்கள் இருவரும் ஒரே அணியில்தான் இருந்தோம் என்பதை அவர்களுடைய பார்வைகள் வெளிப்படுத்தின.

டாக்டர் ஷாஹிஸ்தா ஆழமாகப்

பெருமூச்செறிந்தவாறு டாக்டர் சீனிவாசனிடம், “சார், அப்படியானால், இப்போது என்ன செய்வது?” என்று கேட்டார்.

அப்போது டாக்டர் சீனிவாசனின் அலைபேசி ஒலித்தது. அவர் அதைத் தன் பாக்கெட்டிலிருந்து வெளியே எடுத்தார். அழைத்தவரின் பெயரைப் பார்த்ததும் அவர் சிறிது பதற்றமடைந்தார்.

டாக்டர் சீனிவாசன் அந்த அழைப்பை ஏற்பதற்கு முன்பாக, “எல்லோரும் சிறிது ஓய்வு இடைவேளை எடுத்துக் கொண்டு அடுத்த அமர்வுக்குத் தயாராகுங்கள்,” என்று கூறிவிட்டு அவசர அவசரமாக அந்த அறையைவிட்டு வெளியேறினார்.

அவர் அங்கிருந்து சென்றதும் அந்தச் சூழலின் இறுக்கம் தளர்ந்தது. லிசாவின் உதடுகளில் உடனடியாக ஒரு புன்னகை ஏறி அமர்ந்து கொண்டது.

பரிமல் முதலில் அபிலாஷ் இருந்த திசையை நோக்கித் தன் பார்வையை வீசினான். பின் அவனுடைய பார்வை லிசாவை நோக்கிச் சென்றது. தன் கேள்விக்கு பதில் கிடைக்காமல் போனது டாக்டர் பத்ராவைத் தொந்தரவுபடுத்திக் கொண்டிருந்தது. டாக்டர் ஷாஹிஸ்தாவின் பார்வை ஓம் சாஸ்திரியின் பக்கம் சென்றது. ஓம் சாஸ்திரி அந்த அறையையும் அங்கிருந்தவர்களையும் உன்னிப்பாக கவனித்துக் கொண்டிருந்தார். அவருடைய பார்வை தன்மீது விழுந்ததும் டாக்டர் ஷாஹிஸ்தா தன் முகத்தைத் திருப்பிக் கொண்டார். அக்கணத்தில், வீரபத்ரா இரண்டு காவலாளிகளுடன் அந்த அறைக்குள் நுழைந்தார். அவர், “எல்லோரும் இந்த வழியாக வெளியே செல்லுங்கள்,” என்று கூறி வாசலை நோக்கிக் கை காட்டினார். சில நிமிடங்களில் அனைவரும் அந்த அறையைவிட்டு வெளியேறினர். வீரபத்ராவும் ஓம் சாஸ்திரியும் மட்டும் ஒரு மணி நேரம் அந்த அறையில் தனியாக இருந்தனர்.

பக்கத்து அறையில் விசாரணையாளர்கள் இருந்தனர். டாக்டர் பத்ரா தன் குடும்பத்தாருடன் தன் தாய்மொழியில் பேசிக் கொண்டிருந்தார். பரிமல், லிசா, அபிலாஷ் ஆகிய மூவரும் ஒரு மேசைக்கு அருகே

இருந்த நாற்காலிகளில் சௌகரியமாக அமர்ந்திருந்தனர். டாக்டர் ஷாஹிஸ்தா சிறிது நேரம் தனியாக இருக்க விரும்பியதால், வேறொரு மேசைக்கு அருகேயிருந்த நாற்காலியில் அமர்ந்து கொண்டு, ஒரு நாட்குறிப்பேட்டில் எதையோ எழுதிக் கொண்டிருந்தார்.

பரிமல் தன் வார்த்தைகளோடும், லிசா தன் அலைபேசி ஒயரோடும், அபிலாஷ் தன் அகங்காரத்தோடும் போராடிக் கொண்டிருந்தனர். அடுத்து அவர்கள் மூவரும் ஓர் உரையாடலில் ஈடுபட்டனர். அவர்கள் தங்களைப் பற்றியும், தங்களுடைய தொழில்வாழ்க்கையைப் பற்றியும் பேசத் தொடங்கினர்.

“டாக்டர் ஷாஹிஸ்தா, இங்கே வந்து எங்களுடன் சேர்ந்து கொள்ளுங்களேன். நாம் ஒவ்வொருவரும் பரஸ்பரம் மற்றவர்களைப் பற்றி அறிந்து கொள்ளலாம்,” என்று லிசா கூறினாள்.

எல்லோரிடமும் இணக்கமாகப் பழகிய டாக்டர் ஷாஹிஸ்தா, “கண்டிப்பாக. நான் ஐந்து நிமிடங்களில் வந்துவிடுகிறேன்,” என்றார்.

டாக்டர் ஷாஹிஸ்தா அவர்கள் மூவரையும்விட மூத்தவர். அவர் அந்த மூவருடைய கோப்புகளையும் படித்திருந்ததால், அவர்களைப் பற்றி நன்றாகவே அறிந்திருந்தார். தான் யாருடன் இணைந்து பணியாற்ற இருந்தோம் என்பதை அவர் முன்கூட்டியே அறிந்திருந்தார். ஆனால், எவ்வளவு காலம் பணியாற்றவிருந்தோம் என்பது மட்டும் அப்போது அவருக்குத் தெரிந்திருக்கவில்லை. சிறிது நேரத்திற்குப் பிறகு, டாக்டர் ஷாஹிஸ்தா, தான் அமர்ந்திருந்த இடத்திலிருந்து எழுந்து வந்து, அபிலாஷுக்கு அருகே காலியாக இருந்த ஒரு நாற்காலியில் அமர்ந்தார். அவர் அமர்ந்தவுடன், அபிலாஷ் தன் இருக்கையிலிருந்து எழுந்து மேசைக்கு மறுபுறம் சென்று, பரிமலைத் தன் இருக்கையில் அமர்ந்து கொள்ளுமாறு கூறிவிட்டு, அவனுடைய இருக்கையில் அமர்ந்து கொண்டார். அவருடைய இந்தப் பாகுபாட்டு நடவடிக்கையை எல்லாருமே கவனித்தனர். அது அவர்களைச் சுட்டது. ஆனால், எவரும் எதுவும் சொல்லவில்லை. டாக்டர்

ஷாஹிஸ்தா மிகவும் அசௌகரியமாக உணர்ந்தார்.

டாக்டர் பத்ரா இன்னும் தன்னுடைய அலைபேசியில் பேசிக் கொண்டிருந்தார்.

லிசா டாக்டர் ஷாஹிஸ்தாவின் கையிலிருந்த நாட்குறிப்பைச் சுட்டிக்காட்டி, "அதில் என்ன எழுதுவீர்கள்?" என்று கேட்டாள்.

"நம்முடைய விசாரணையின்போது நடைபெற்றச் சாதாரணமான மற்றும் அசாதாரணமான விஷயங்களை நான் இதில் குறித்துக் கொள்கிறேன். பின்னாளில் இது குறித்து ஆய்வு செய்வதற்கு இது மிகவும் உதவியாக இருக்கும்," என்று டாக்டர் ஷாஹிஸ்தா அமைதியாகக் கூறினார்.

"என்ன அசா . . .தாரணமான விஷயங் . . .கள்?" என்று பரிமல் கேட்டான்.

"ஓம் சாஸ்திரி வழக்கமான கேள்விகளைக் கேட்கவில்லை. அவர் கண்விழித்தவுடன், தான் எங்கே இருந்தோம், நாம் யார் என்றெல்லாம் அவர் கேட்கவில்லை. என்றாவது ஒரு நாள் தான் பிடிபட்டுவிடுவோம் என்பதை அவர் ஏற்கனவே அறிந்திருந்ததைப்போலத் தோன்றுகிறது."

"ஒரு வேளை, அவர் இதை ஏற்...கனவே அனுபவித்திருந்...திருக்கலாம். ஒரு வேளை நாம் என்ன... தேடிக் கொண்டிருக்கிறோம் என்பதை... அவர் அறிந்தி...ருக்கலாம்," என்றான் பரிமல்.

"ஆனால், துரதிர்ஷ்டவசமாக, அவரிடமிருந்து நாம் என்ன எதிர்பார்த்துக் கொண்டிருக்கிறோம் என்பது நமக்கே தெரியவில்லை," என்று டாக்டர் ஷாஹிஸ்தா வெறுப்புக் கலந்த ஒரு குரலில் கூறினார்.

"வேறு என்ன அ . . . சாதாரணமான விஷயம்?" என்று பரிமல் தொடர்ந்தான்.

"அவர் எந்தவிதமான முன் அறிகுறியும் இல்லாமல் திடீரென்று விழித்து என்னைப் பார்த்தது. அது படுவேகமாக நடந்தேறியது. அவர் ஏதோ தூக்கத்திலிருந்து விழித்தெழுந்ததைப்போல இருந்தது அது," என்று கூறிய டாக்டர் ஷாஹிஸ்தா, தன் கையை ஒரு சொடுக்குச் சொடுக்கியபடி, "இப்படி டக்கென்று பிரக்ஞை நிலைக்கு

வந்துவிட்டார்," என்றார்.

"டாக்டர் பத்ராவும் இது குறித்துக் கவலை கொண்டிருந் . . . தார். எவரும் அந்த மருந்திலிருந்து விழித்தெழுவதற்குப் பல... மணி நேரம் ஆகும் என்று அ...வர் கூறினார்," என்று பரிமல் குறிப்பிட்டான்.

"டாக்டர் பத்ரா இங்கு இருப்பதைத் தனிப்பட்ட முறையில் நான் வெறுக்கிறேன். அவர் ஏன் எப்போதும் கோபத்துடனும் எரிச்சலுடனும் இருக்கிறார் என்று தெரியவில்லை," என்று லிசா அலுத்துக் கொண்டாள்.

"டாக்டர் பத்ரா ஒரு நல்ல மனிதர். ஆனால், அவர் தனியாக இருட்டில் தடுமாறிக் கொண்டிருக்கிறார், அவ்வளவுதான்," என்று டாக்டர் ஷாஹிஸ்தா குறிப்பிட்டார்.

"ஓ! அப்படியானால், உங்களுக்கு டாக்டர் பத்ராவை முன்பே தெரியுமா?" என்று லிசா கேட்டாள்.

"ஆமாம். நாங்கள் இதற்கு முன்பு சேர்ந்து வேலை பார்த்திருக்கிறோம்."

"சரி. இப்போது அவரை எது தொந்தரவு செய்து கொண்டிருக்கிறது?"

"அவர் வழக்கம்போல இல்லை. அவருடைய மனைவி மரணப் படுக்கையில் இருக்கிறார். அதனால், அவர் மனமுடைந்து இருக்கிறார். அவரே ஒரு புகழ்பெற்ற மருத்துவராக இருந்தும்கூட, அவருடைய மனைவி விஷயத்தில் அவரால் எதுவும் செய்ய முடியாத ஒரு கையறு நிலையில் அவர் இருக்கிறார். அவருடைய விரக்திக்கு இதுதான் காரணம்," என்று டாக்டர் ஷாஹிஸ்தா பச்சாதாபத்தோடு கூறினார்.

சூழ்நிலையைப் புரிந்து கொள்ளாமலேயே டாக்டர் பத்ராவைப் பற்றித் தான் ஓர் அபிப்பிராயத்தை உருவாக்கிக் கொண்டிருந்தது குறித்து லிசா தன்னைத் தானே கடிந்து கொண்டாள். அதே சமயம், டாக்டர் ஷாஹிஸ்தாவால் விஷயங்களை வெகு எளிதாகச் செய்ய முடிந்தது குறித்து அவள் அவர்மீது பொறாமை கொண்டாள்.

அங்குச் சில கணங்கள் மௌனம் நிலவியது. டாக்டர் பத்ரா மனத்தளவில் எத்தகைய வேதனையை

அனுபவித்துக் கொண்டிருப்பார் என்று டாக்டர் ஷாஹிஸ்தா அசைபோட்டுக் கொண்டிருந்தார்.

“ஒரு கஷ்டமான காலத்தின் ஊடாகப் பயணிக்கின்ற ஓர் அறிவார்ந்தவன், இறுதியில், முன்பிருந்ததைவிட அதிக ஞானம் பெற்றவனாக வெளிவருவான்,” என்ற கூற்று டாக்டர் ஷாஹிஸ்தாவின் நினைவுக்கு வந்தது. ‘டாக்டர் பத்ராவும் ஓர் அறிவார்ந்த மனிதர்தானே!’ என்று அவர் நினைத்துக் கொண்டார்.

“பரிமல், ஓம் சாஸ்திரி சமஸ்கிருதத்தில் என்ன கூறினார்?” என்று டாக்டர் ஷாஹிஸ்தா திடீரென்று பேச்சை மாற்றினார்.

“அது ஒரு சுலோகம். எனக்கு அதன் அர்த்தம் முழுமையாக விளங்கவில்லை. காலத்தின் பிசிறற்ற, வேகமான பயணத்தின் ஊடாகப் பயணித்துக் கொண்டிருக்கின்ற ஒரு மனிதனின் சுருங்கிக் கொண்டிருக்கின்ற வாழ்க்கையைப் பற்றி அவர் கூறிக் கொண்டிருந்ததாக நான் நினைக்கிறேன். அவர் மென்மையாகப் பேசிக் கொண்டிருந்ததால், அதற்குப் பிறகு அவர் கூறியது என் காதில் விழவில்லை. அதை என்னால் மீண்டும் ஒரு முறை கேட்க முடிந்தால், அதன் கச்சிதமான மொழிபெயர்ப்பை என்னால் உங்களுக்குக் கூறிவிட முடியும்.”

“அதை என்னால் எளிதாகச் செய்ய முடியும். அதை மீண்டும் அவருடைய வாயிலிருந்து வரவழைக்க என்னால் முடியும்,” என்று டாக்டர் ஷாஹிஸ்தா தன்னம்பிக்கையுடன் கூறினார்.

“இனி அவர் பேசுகின்ற அனைத்தையும் நாம் பதிவு செய்து வைத்துக் கொள்ள வேண்டும். என்ன, நான் சொல்வது சரிதானே?” என்று லிசா கேட்டாள்.

“என்ன சொல்கிறீர்கள்? நாம் ஏற்…கனவே பதிவு செய்ய…வில்லையா?” என்று பரிமல் கேட்டான். அவனுடைய கண்களில் வியப்பு வெளிப்படையாகத் தெரிந்தது.

அப்போது டாக்டர் பத்ரா அங்கு வந்து அவர்களோடு கலந்து கொண்டார். அவர் தன் தலையைத் தன் உள்ளங்கைகளில் புதைத்துக் கொண்டார்.

“இல்லை,” என்று டாக்டர் ஷாஹிஸ்தா பதிலளித்தார்.

“ஏன் பதிவு செய்யவில்லை?” என்று பரிமல் கேட்டான். அவன் மிகவும் அதிர்ச்சியடைந்திருந்தான்.

டாக்டர் பத்ரா இடைமறித்து, “எதையும் பதிவு செய்ய டாக்டர் சீனிவாசன் விரும்பவில்லை,” என்றார்.

“நாம் அதை அப்படியே ஏ...ற்றுக் கொண்டிருக்கிறோமா?” என்று பரிமல் கேட்டான்.

“ஆமாம். ஏனெனில், அவர்தான் இங்கு மேலதிகாரி,” என்று தன் கண்களை உருட்டியபடி லிசா கூறினாள்.

“நான் அப்படி நினைக்கவில்லை,” என்று அபிலாஷ் ஓர் ஆழ்ந்த யோசனையுடன் கூறினார்.

“நீங்கள் என்ன கூறுகிறீர்கள்?” என்று லிசா கேட்டாள்.

டாக்டர் பத்ராவும் டாக்டர் ஷாஹிஸ்தாவும் ஒருவரையொருவர் பார்த்தனர். அபிலாஷின் கருத்தை எவரும் கவனத்தில் எடுத்துக் கொள்வதற்கு முன்பாக, டாக்டர் பத்ரா, “லிசா, எனக்கு ஒருவரைப் பற்றிய சில தகவல்கள் வேண்டும். உங்களால் அவற்றைப் பெற்றுத் தர முடியுமா?” என்று கேட்டார்.

“சார், இங்கு எனக்குக் கொடுக்கப்பட்டுள்ள சாதனங்களைக் கொண்டு, கிட்டத்தட்ட எவரொருவருடைய வங்கிக் கணக்கு விபரங்களையும், அவர்களுடைய கடவுச் சொற்கள், மின்னஞ்சல்கள், அவர்கள் சென்றிருந்த இடங்கள், அவர்கள் தற்போது இருக்கின்ற இடம், தொலைபேசி எண்கள், தனிப்பட்டத் தகவல்கள் உட்பட எந்தவொரு தகவலையும் என்னால் பெற முடியும். அவர்கள் பிறந்ததிலிருந்து அவர்களைப் பற்றிய அனைத்துத் தரவுகளையும் என்னால் பெற முடியும்,” என்று லிசா நம்பிக்கையுடன் கூறினாள். அவளுடைய கண்களில் ஒரு மினுமினுப்பு தெரிந்தது.

“சரி. அப்படியானால், ஓம் சாஸ்திரியைப் பற்றிய அனைத்துத் தகவல்களையும் சேகரியுங்கள்,” என்று டாக்டர் பத்ரா திருப்தி இழையோடிய ஒரு குரலில் கூறினார்.

ஓம் சாஸ்திரி உட்கார வைக்கப்பட்டிருந்த

அறையில் வீரபத்ரா எதுவும் பேசாமல் ஒரு நாற்காலியில் அமர்ந்திருந்தார். ஓம் சாஸ்திரி முன்பு பிணைக்கப்பட்டிருந்த அதே நிலையில் இருந்தார். இறுதியில் ஓம் சாஸ்திரிதான் மௌனத்தைக் கலைத்தார். அவர் வீரபத்ராவைப் பார்த்து, "குடிப்பதற்கு எனக்கு ஒரு டம்ளர் தண்ணீர் கிடைக்குமா?" என்று கேட்டார். ஓம் சாஸ்திரியின் குரல் கரகரப்பாக இருந்ததை வீரபத்ரா கவனித்தார். அவருடைய தொண்டை வறண்டு போயிருந்ததால் அப்படி இருக்கலாம் என்று அவர் நினைத்துக் கொண்டார்.

"இவருக்கு ஒரு டம்ளர் தண்ணீர் கொடு," என்று வீரபத்ரா தன் இடத்தில் இருந்தவாறே தன் காவலாளி ஒருவனிடம் கூறினார்.

"நீங்கள் இங்கு எவ்வளவு காலமாக வேலை பார்த்துக் கொண்டிருக்கிறீர்கள்?" என்று ஓம் சாஸ்திரி உரையாடலைத் துவக்கும் விதமாகக் கேட்டார்.

"கொஞ்ச காலமாகவே!" வீரபத்ராவின் குரல் தட்டையாகவும் முரட்டுத்தனமாகவும் இருந்தது. ஓம் சாஸ்திரி ஆழமாக ஒரு முறை சுவாசித்துவிட்டுப் புன்னகைத்தார். அதைக் கண்டு எரிச்சலடைந்த வீரபத்ரா, "நீங்கள் எதற்காகப் புன்னகைக்கிறீர்கள்?" என்று கேட்டார்.

"வெகு விரைவில் மழை பெய்யப் போகிறது. எனக்கு அதன் வாசனையும் சத்தமும் பிடிக்கும்," என்று ஓம் சாஸ்திரி கூறினார். அந்த அறையிலிருந்த வென்டிலேட்டரின் ஊடாகத் தெரிந்த வான் கீற்றை நோக்கி அவருடைய பார்வை சென்றது.

பின் அவர் அந்தக் காவலாளி கொடுத்த நீரை வாங்கி ஒரே மடக்கில் குடித்து முடித்தார்.

"மழையா? இப்போதா? இது கோடைக்காலம். உங்களுக்கு மறை கழன்றுவிட்டதா?" என்று வீரபத்ரா கேட்டார்.

அறைக்கு வெளியே பல காலடிச் சத்தங்கள் வீரபத்ராவுக்குக் கேட்டன. அவர்கள் உள்ளே நுழைந்ததும் அவர் அந்த அறையைவிட்டு வெளியேறினார். ஒரு சில கணங்களுக்குள், எல்லோரும்

தத்தம் இடங்களுக்குச் சென்று அமர்ந்தனர். லிசா, இறுதியில் தான் மூழ்குவதற்குத் தனக்கு ஒரு வேலை கிடைத்திருந்த உற்சாகத்தில் திளைத்திருந்தாள். அபிலாஷ் எந்த உணர்ச்சியையும் வெளிப்படுத்தாத ஒரு முகபாவனையோடு தொடர்ந்து ஓம் சாஸ்திரியையே வெறித்துப் பார்த்துக் கொண்டிருந்தார். ஓம் சாஸ்திரியும் பதிலுக்கு வெறித்துக் கொண்டிருந்தார். டாக்டர் பத்ரா அடுத்த அமர்வுக்குத் தயாராகிக் கொண்டிருந்தார். திடீரென்று அவருக்கு ஏதோ ஒரு விஷயம் நினைவுக்கு வந்தது.

அதனால், அவர் எழுந்து லிசாவுக்கு அருகே சென்று ஒரு கிசுகிசுப்பான குரலில், "ஓம் சாஸ்திரி தன் தகவல்களை ஒரு லாக்கரில் வைத்திருப்பதாகக் கூறினார், இல்லையா? அதைப் பற்றிய விபரங்களையும் தேடுங்கள்," என்று கேட்டுக் கொண்டார்.

"சரி, சார்," என்றாள் லிசா.

டாக்டர் சீனிவாசன் அந்த அறைக்குத் திரும்பினார். உள்ளே வந்தவுடன் அவர் அந்த அறையை நோட்டம் விட்டார். டாக்டர் ஷாஹிஸ்தா அங்கு இல்லாததை அவர் கண்டார்.

"அபிலாஷ், டாக்டர் ஷாஹிஸ்தா எங்கே இருக்கிறார் என்று தேடிக் கண்டுபிடித்து அவரை இங்கு வரச் சொல்லுங்கள்," என்று டாக்டர் சீனிவாசன் கூறினார்.

அபிலாஷ் தலையாட்டிவிட்டு அந்த அறையைவிட்டு வெளியேறினார். அவரை ஓர் அருவருப்பான உணர்வு சூழ்ந்து கொண்டது. "இதற்கு நான்தான் கிடைத்தேனா?" என்று புலம்பிக் கொண்டே அவர் சென்றார். டாக்டர் ஷாஹிஸ்தா எங்கு இருப்பார் என்பது அவருக்குத் தெரியும். அவர் எதிர்பார்த்திருந்ததைப்போலவே டாக்டர் ஷாஹிஸ்தா அடுத்த அறையில்தான் இருந்தார். அவர் தன் குறிப்பேட்டில் மூழ்கியிருந்தார்.

"நீங்கள் இன்னும் இங்கேதான் இருக்கிறீர்களா?" என்று அபிலாஷ் தயக்கத்துடனும் மொட்டையாகவும் கேட்டார்.

"நான் தயார் செய்து வைத்துள்ள இந்தக் குறிப்புகளை நான் அலசிக் கொண்டிருந்தேன். அடுத்த அமர்வுக்கு

இது உதவுமென்று–"

அபிலாஷ் அவரை இடைமறித்து, "டாக்டர் சீனிவாசன் உங்களை எதிர்பார்த்துக் கொண்டிருக்கிறார்," என்று தெரிவித்தார்.

டாக்டர் ஷாஹிஸ்தா அதை அங்கீகரித்துத் தலையாட்டினார்.

டாக்டர் ஷாஹிஸ்தாவும் அபிலாஷும் சேர்ந்து நடக்கத் துவங்கினர். அவர்கள் ஓம் சாஸ்திரி இருந்த அறையை அடைவதற்கு முன்பாக, டாக்டர் ஷாஹிஸ்தா மென்மையாகவும் உறுதியாகவும் அபிலாஷிடம் இவ்வாறு கூறினார்: "அபிலாஷ், உங்களுக்கு அகோரிகளைப் பற்றி நிறையவே தெரியும். அவர்களைப் பற்றி உங்களுக்குத் தெரியாத ஒரு தகவலை இப்போது நான் உங்களிடம் பகிர்ந்து கொள்கிறேன். அகோரிகள் எந்தவொரு ஜீவன்மீதும் வெறுப்பைக் காட்டுவதில்லை. இன்னும் சொல்லப் போனால், சடப்பொருட்கள்மீதுகூட அவர்கள் வெறுப்பைக் காட்டுவதில்லை. அப்படிப் பிறர்மீது வெறுப்பை உமிழ்பவர்களால் முக்தியடைய முடியாது என்று அவர்கள் நம்புகின்றனர். ஆனால், மதம், தோலின் நிறம், மொழி, அரசியல் கண்ணோட்டம், பால் வேறுபாடு, பாலின ஈர்ப்பு, இனம், இன்னும் என்னென்னவோ வேறுபாடுகளின் அடிப்படையில் பிறர்மீது வெறுப்பை உமிழ்வதற்கு ஏதாவது ஒரு காரணம் கிடைக்காதா என்று அலைந்து கொண்டிருக்கின்ற நாம், அவர்களிடமிருந்து இதைக் கற்றுக் கொள்ள வேண்டும். இதன் மூலம் நான் உங்களுக்குச் சொல்ல வருவது இதைத்தான்: நான் எல்லோரையும் ஒரே மாதிரியாகத்தான் நடத்துகிறேன். அவர்களுடைய மதங்களின் அடிப்படையில் நான் அவர்களைப் பிரித்துப் பார்ப்பதில்லை. பிறரால் நானும் அதுபோலவே நடத்தப்பட வேண்டும் என்று நான் எதிர்பார்க்கிறேன். நான் எத்றகாக இதை உங்களிடம் சொல்கிறேன் என்பது உங்களுக்குப் புரிகிறதா?" டாக்டர் ஷாஹிஸ்தாவின் கண்கள் அபிலாஷைத் துளைத்துவிடுவதுபோலப் பார்த்தன.

டாக்டர் ஷாஹிஸ்தாவின் செய்தியை அபிலாஷ்

புரிந்து கொண்டார். தன் தலையை ஆட்டி அதை அவர் அங்கீகரித்தார்.

அவர்கள் அந்த அறைக்குள் நுழைந்து கொண்டிருந்தபோது, டாக்டர் பத்ரா டாக்டர் சீனிவாசனிடம் பேசிக் கொண்டிருந்தார்.

“சார், இவர் மீண்டும் மயக்க மருந்துக்குப் போக்குக் காட்டினால் என்ன செய்வது?” என்று கேட்ட டாக்டர் பத்ரா இன்னும் பதற்றமாகவே இருந்தார். “என்னதான் நடக்கிறது என்று பார்க்கலாம்,” என்று டாக்டர் சீனிவாசன் பதிலளித்தார். டாக்டர் பத்ராவின் வார்த்தைகள் செவிடன் காதில் ஊதிய சங்காக ஆயின.

அத்தியாயம் 4

வரலாற்றிலிருந்து சில பெயர்கள்

டாக்டர் சீனிவாசன் ஓம் சாஸ்திரிக்குப் பின்னால் இருந்த நாற்காலியில் அமர்ந்து கொண்டார்.

"சின்னா, நீங்கள் இப்படிச் செய்யாதீர்கள். உங்களுடன் ஒத்துழைக்கவும், நீங்கள் எந்தக் கேள்வி கேட்டாலும் பதிலளிக்கவும் நான் தயாராக இருக்கிறேன்," என்று ஓம் சாஸ்திரி கிட்டத்தட்டக் கெஞ்சும் குரலில் கேட்டார். கூரையை நோக்கி அவருடைய பார்வை சென்றது. டாக்டர் சீனிவாசன், டாக்டர் பத்ராவையும் டாக்டர் ஷாஹிஸ்தாவையும் பார்த்தார். அவர்கள் இருவருடைய பார்வையும் அதே வேண்டுகோளையே முன்வைத்தன.

"துவக்குங்கள்," என்று டாக்டர் சீனிவாசன் கட்டளையிட்டார். 'சின்னா' என்ற வார்த்தை அவருடைய காதுகளைத் துளைத்துக் கொண்டிருந்தது. அவருடைய முகத்தில் வெறுப்பும் பகையுணர்வும் தாண்டவமாடின.

ஓம் சாஸ்திரிக்கு மீண்டும் மயக்க மருந்து கொடுக்கப்பட்டது. விசாரணை மீண்டும் தொடங்கியது.

முதல் கேள்வி கேட்கப்பட்டது. அதைக் கூர்ந்து கவனித்துப் பிறருக்காக மொழிபெயர்க்க வேண்டிய வேலை அபிலாஷுடையதாக இருந்தது.

பிரக்ஞையிழந்த நிலையில் இருந்த ஓம் சாஸ்திரியிடம், டாக்டர் ஷாஹிஸ்தா, "விஷ்ணு குப்தர் என்ற முறையில் நீங்கள் என்ன அறிவுரை கூறினீர்கள்?" என்று கேட்டார். ஓம் சாஸ்திரி முன்பு கூறியிருந்த அதே சமஸ்கிருத சுலோகத்தை மீண்டும் கூறினார்.

"வ்யாக்ரீவ திஷ்டதி ஜரா பரிதர்ஜயந்தி,
ரோகாஷ்ச ஷத்ரவ ஏவ ப்ரஹரந்தி தேஹம்.
ஆயுஹ் பிரிஸ்ரவதி பிங்காதாதிவாம்பஹ்,
லோகஸ்தப்யஹித்மச்சரதீதி சித்ரம்."

டாக்டர் ஷாஹிஸ்தா அபிலாஷைப் பார்த்தார். அவர் தன் பெருவிரலை உயர்த்திக் காட்டி, தனக்கு அது முழுமையாகக் கேட்டிருந்ததை ஒரு சைகை மூலம் தெரிவித்தார்.

"விஷ்ணு குப்தராக நீங்கள் யாருக்கு அறிவுறுத்தினீர்கள்?"

"சந்திர குப்த மௌரியருக்கு."

"நீங்கள் ஏன் ஓம் சாஸ்திரியாக ஆனீர்கள்?"

"என்னுடைய உண்மையான அடையாளத்தை மறைப்பதற்கு."

"யாரிடமிருந்து?"

"இந்த உலகத்திடமிருந்து."

"உங்களுடைய உண்மையான அடையாளம் என்ன?" மறைந்திருந்த பதில்களை வெளிக்கொண்டு வருவதில் டாக்டர் ஷாஹிஸ்தா சிறந்து விளங்கினார்.

"என்னுடைய அனைத்து அடையாளங்களும் உண்மையானவைதாம்."

இந்த வரிகளை டாக்டர் ஷாஹிஸ்தா தன் மனத்தில் குறித்துக் கொண்டார்.

"வாரணாசியில் ஓம் சாஸ்திரியாக நீங்கள் என்ன செய்து கொண்டிருந்தீர்கள்?"

"தேடிக் கொண்டிருந்தேன்."

"யாரை?"

"சுபாஷ் சந்திர போஸை."

அங்கிருந்தவர்கள் அனைவரும் வியப்புடன் ஒருவரையொருவர் பார்த்தனர். அடுத்து என்ன கேட்பது என்று தெரியாமல் டாக்டர் ஷாஹிஸ்தா தடுமாறினார். 'இது மேன்மேலும் விசித்திரமாகிக் கொண்டே போகிறது,' என்று அவர் தனக்குள் கூறிக் கொண்டார். இறுதியில், அவர் ஒருவாறு தன்னைத் தேற்றிக் கொண்டு, ஆழமாக ஒரு முறை சுவாசித்துவிட்டுக் கேள்விகளைத்

தொடர்ந்தார்.

“சுபாஷ் சந்திர போஸ் இறந்துவிட்டார்.”

“இல்லை. அவர் இறக்கவில்லை. அவர் வேறொரு பெயரில் வாழ்ந்து கொண்டிருக்கிறார்,” என்று ஓம் சாஸ்திரி உறுதியாகக் கூறினார்.

“நீங்கள் அப்படி நினைப்பதற்கு என்ன காரணம்?”

“நான் நினைத்துக் கொண்டிருக்கவில்லை. அது எனக்குத் தெரியும்.”

“நீங்கள் அப்படி நம்புவதற்கு என்ன காரணம்?”

“ஏனெனில், நான் விதுரனாக இருந்தபோது நான் அவரைச் சந்தித்திருக்கிறேன்.”

டாக்டர் ஷாஹிஸ்தா தன் கண்களை உருட்டினார். ‘இது விவாதத்திற்கான ஒரு விஷயமல்ல,’ என்று அவர் எண்ணிக் கொண்டார்.

“நீங்கள் ஏன் அவரைத் தேடிக் கொண்டிருக்கிறீர்கள்?”

இதற்கான பதில் அபிலாஷை உலுக்கியது. “ஏனெனில், அவர்தான் அசுவத்தாமன்.”

அவர் கூறியது டாக்டர் ஷாஹிஸ்தாவுக்குப் புரியவில்லை. “அசுவ . . . என்ன?”

ஓம் சாஸ்திரி ‘அசுவத்தாமன்’ என்ற பெயரை உச்சரித்த விதத்தைக் கூர்ந்து கவனித்துக் கொண்டிருந்த அபிலாஷ், உடனடியாக எழுந்து டாக்டர் ஷாஹிஸ்தாவை நோக்கி நடந்தார். “அசுவத்தாமன்,” என்று மீண்டும் ஒரு முறை ஓம் சாஸ்திரி கூறினார்.

அபிலாஷ் டாக்டர் ஷாஹிஸ்தாவின் காதில், “அவர் எந்த அசுவத்தாமனைப் பற்றிக் கூறுகிறார் என்று அவரிடம் கேளுங்கள்,” என்று கிசுகிசுத்தார்.

டாக்டர் ஷாஹிஸ்தா அக்கேள்வியை அவரிடம் கேட்பதற்கு முன்பாகவே, “துரோணாச்சாரியாரின் புதல்வரான அசுவத்தாமன். கிருஷ்ணரால் சபிக்கப்பட்டச் சிரஞ்சீவி,” என்று ஓம் சாஸ்திரி பதிலளித்தார். அதில் இடம்பெற்றிருந்த ‘கிருஷ்ணர்’ என்ற வார்த்தையை மட்டுமே டாக்டர் ஷாஹிஸ்தாவால் கிரகித்துக் கொள்ள முடிந்தது.

அபிலாஷ் டாக்டர் பத்ராவின் பக்கம் திரும்பி, “இவர் கூறுவது அபத்தமாக இருக்கிறது,” என்றார்.

"நீங்கள் வேறு யாரையெல்லாம் தேடிக் கொண்டிருக்கிறீர்கள்?" என்று டாக்டர் ஷாஹிஸ்தா ஓம் சாஸ்திரியிடம் கேட்டார். அதற்கு ஓம் சாஸ்திரி ஓர் உடைந்த குரலில், "பரசுராமர்," என்று கூறினார். அவர்கள் அவை அனைத்தையும் அபத்தமாகக் கருதியதால், மேலும் கேள்விகளைத் தொடர்ந்தனர்.

"விஷ்ணு குப்தர் என்ற இந்தப் பெயர் ஒரு குறியீட்டுப் பெயராக இருக்கலாம்," என்று டாக்டர் பத்ரா ஓர் ஆழ்ந்த யோசனையுடன் கூறினார்.

"அல்லது, இவர் மனரீதியாக பாதிக்கப்பட்டிருக்கலாம். பிளவாளுமை நோயால் அல்லது வேறு ஏதாவது ஒரு மனநோயால் இவர் அவதிப்பட்டுக் கொண்டிருக்கக்கூடும்," என்று டாக்டர் பத்ரா மேலும் கூறினார்.

"அல்லது, இது அவருடைய மறுபிறப்பாகக்கூட இருக்கலாம்," என்று அபிலாஷ் தன்னுடைய தொன்மவியல் கண்ணோட்டத்தை வெளிப்படுத்தினார்.

டாக்டர் பத்ரா இதைக் காது கொடுத்துக் கேட்கவில்லை.

டாக்டர் ஷாஹிஸ்தா தன் கேள்விகளைத் தொடர்ந்தார்: "சமீபத்தில் நீங்கள் வேறு என்னென்ன பெயர்களைப் பயன்படுத்திக் கொண்டிருக்கிறீர்கள்?"

"கோவிந்த்லால் யாதவ், பைரவ் சிங், சுவர்ண பிரதாப் ரெட்டி, பன்கிம் சந்திர சக்கரவர்த்தி, குர்ஷீல் சிங் குல்லர், விதுரர், ஓம் சாஸ்திரி, ஹத்திம் அலி மௌல்வி, புரோத்திம் தாஸ், விஷ்ணு குப்தர், கபீர், சுசேனன், ஜெய் சங்கர் பிரசாத், மதுக்கர் ராவ், அதிரயன்," என்று ஓம் சாஸ்திரி தான் மனப்பாடம் செய்திருந்த ஒரு செய்யுளை ஒப்பிப்பதுபோலக் கடகடவெனக் கூறினார். அவருடைய உச்சரிப்பு, தொனி, சுருதி, முகபாவம் போன்ற அனைத்தும் அவர் உச்சரித்த ஒவ்வொரு பெயருக்கும் மாறிக் கொண்டே இருந்தன. 'பைரவ் சிங், சுவர்ண பிரதாப் ரெட்டி, குர்ஷீல் சிங் குல்லர், ஹத்திம் அலி மௌல்வி' ஆகிய பெயர்களை அவர் உச்சரித்தபோது அவருடைய குரலில் வலிமையும் வீரமும் எதிரொலித்தன. 'பன்கிம்

சந்திர சக்கரவர்த்தி' என்ற பெயர் வங்காள மொழி உச்சரிப்புடன் வெளிப்பட்டது. 'கபீர், சுசேனன்' ஆகிய பெயர்கள் அமைதியாக உச்சரிக்கப்பட்டன. பெயர்கள் நிற்காமல் தொடர்ந்து வந்து கொண்டே இருந்தன.

அவருடைய கச்சிதமான, இயல்பான பதிலைக் கேட்ட அங்கிருந்த அனைவரும் பிரமிப்பின் உச்சிக்குச் சென்றனர். மிகச் சிறந்த நடிகர்களால்கூட இவ்வளவு பிரமாதமாக அவற்றை வெளியிட்டிருக்க முடியாது.

டாக்டர் ஷாஹிஸ்தா தன் மனஅழுத்தத்தைப் பிரதிபலிக்கும் விதமாக, தன் தலையைத் தன் உள்ளங்கைகளுக்குள் புதைத்துக் கொண்டார். டாக்டர் சீனிவாசன் முதன்முறையாக அதிர்ச்சியும் திகைப்பும் அடைந்திருந்தார். ஓம் சாஸ்திரி கூறியிருந்த அனைத்துப் பெயர்களையும் லிசா குறித்திருந்தாள். டாக்டர் ஷாஹிஸ்தாவின் குறிப்பேட்டைப் பார்த்துக் கொண்டிருந்த பரிமலுக்குத் திடீரென்று ஏதோ பொறி தட்டியது. அவன் உடனே எழுந்து டாக்டர் பத்ராவை நோக்கிச் சென்றான். ஓம் சாஸ்திரி பாதிப் பிரக்ஞை இழந்திருந்த நிலையில் தொடர்ந்து பெயர்களை உதிர்த்துக் கொண்டிருந்தார்.

"சார்...சார், ஓம் சாஸ்திரி... விஷ்ணு குப்... தரின் பெயரைக் கூறியபோது, அவர் கி.மு. 300 காலகட்டத்தைப் பற்றிப் பேசிக் கொண்டிருந்தார் என்று நான் நம்புகிறேன். ஏனெ...னில், விஷ்ணு குப்தர் என்பது சாணக்கியரின் உண்மையான பெயர். அவர்தான் சந்திர குப்த மௌரியரின் ஆஸ்...தான ஆலோசகர். நான் ஒரு பைத்...தியக்காரன் என்று நீங்கள் நினைக்கக்கூடும்," என்று பரிமல் தன் வழக்கமான தயக்கத்துடன் கூறினான்.

அவனுடைய பேச்சில் குறுக்கிட்ட டாக்டர் பத்ரா, "இல்லை, பரிமல். நான் உங்களை ஒரு பைத்தியக்காரன் என்று நினைக்க மாட்டேன். அவர் உண்மையில் சாணக்கியரைப் பற்றித்தான் பேசிக் கொண்டிருந்தாரெனில், நான் நினைத்திருந்த அதே பண்டா பகதூரைப் பற்றித்தான் அவர் பேசியிருக்க வேண்டும். ஆனால், நான் முதலில் அப்படி நம்பியிருக்கவில்லை. நானும் பண்டா பகதூரைப்

பற்றிய சில விஷயங்களை உறுதி செய்து கொள்ள வேண்டும்," என்று கூறினார். பின்னர் அவர் பரிமலிடம், "ஒரு நிமிடம் பொறுத்துக் கொள்ளுங்கள். நான் இதோ வந்துவிடுகிறேன்," என்று கூறிவிட்டு, தன் அலைபேசியில் யாருடனோ பேசுவதற்காகச் சென்றுவிட்டார்.

லிசா பரவசத்துடன் பரிமலின் அருகே வந்தாள்.

"நீங்கள் இருவரும் பேசிக் கொண்டிருந்தது என் காதிலும் விழுந்தது. கி.மு 300! அப்படியென்றால், 2,317 ஆண்டுகளுக்கு முன்பு, இல்லையா? அப்படியானால், ஓம் சாஸ்திரி காலப் பயணத்தில் ஈடுபட்டுள்ளவரா?" தன் கண்கள் வெளியே தெறித்து விழுந்துவிடும் அளவுக்கு லிசா உற்சாகத்தில் இருந்தாள்.

இந்த அபத்தமான யோசனை பரிமலுக்கு எரிச்சலூட்டியது. எனவே, அவன் லிசாவிடம், "அவர் ஒரு பித்தலாட்டக்...காரரர்," என்று கடுமையாகக் கூறினான்.

"வணக்கம், அம்மா!" என்று டாக்டர் பத்ரா தன் அலைபேசியில் தன்னுடைய தாய்மொழியான பஞ்சாபி மொழியில் கூறினார்.

அவருடைய அம்மாவுக்கு எண்பது வயதுக்கு மேல் ஆகியிருந்ததால், டாக்டர் பத்ரா வழக்கத்தைவிடச் சத்தமாகப் பேசினார்.

டாக்டர் பத்ரா பேசியது அந்த அறையிலிருந்த அனைவருக்கும் கேட்டது. அந்த அறை அமைதியடைந்திருந்ததால், எல்லோரும் அவருடைய பேச்சை உன்னிப்பாகக் கேட்டுக் கொண்டிருந்தனர். லிசாகூடத் தன் வேலையை நிறுத்தினாள். அதனால், தட்டச்சுச் சத்தம்கூட நின்று போனது. "நீ நீண்ட ஆயுளுடன் இருப்பாய், மகனே!" அலைபேசியின் மறுமுனையில் ஒரு வயதான குரல் கேட்டது. "பண்டா பகதூர் யார் என்று எனக்குச் சொல்லுங்கள்!" என்று டாக்டர் பத்ரா கேட்டார்.

"ஓ! பண்டா சிங் பகதூர் நம்முடைய குரு கோபிந்த் சிங்கின் ஜெனரல்களில் ஒருவர்," என்று அக்குரல் பயபக்தியுடன் கூறியது. அதனோடு சேர்த்து ஒரு நடுத்தர வயதுக் குரலும் ஒலித்தது.

டாக்டர் பத்ராவுக்கும் அந்த இரண்டாவது குரல் கேட்டது. அக்குரல் எங்கிருந்து வந்தது என்று டாக்டர் பத்ரா பார்த்தார். அடுத்தக் கணமே, அக்குரலுக்குச் சொந்தக்காரரை அவர் கண்டுகொண்டார். தான் தன் அம்மாவிடம் பஞ்சாபி மொழியில் கேட்டுக் கொண்டிருந்த அனைத்துக் கேள்விகளுக்கும் ஓம் சாஸ்திரி பதிலளித்துக் கொண்டிருந்ததைக் கண்டு அவர் அதிர்ந்து போனார். அக்கேள்விகள் தன்னிடம்தான் கேட்கப்பட்டுக் கொண்டிருந்தன என்பதுபோல ஓம் சாஸ்திரி அவற்றுக்கு பதிலளித்துக் கொண்டிருந்தார். அவர் மயக்க மருந்துக்கு ஆட்பட்டு, பிரக்ஞை இல்லாத நிலையிலும் அப்படி பதிலளித்துக் கொண்டிருந்தது மிகவும் அசாதாரணமானதாக இருந்தது.

என்ன நடந்து கொண்டிருந்தது என்பதைப் புரிந்து கொள்ளப் போராடிக் கொண்டிருந்த டாக்டர் பத்ரா, இலேசாகத் தள்ளாடினார். ஏற்கனவே அவருடைய மனத்தில் ஏராளமான விஷயங்கள் ஓடிக் கொண்டிருந்தன. அதனால், இந்த மர்மத்தை விரைவில் தீர்த்தாக வேண்டும் என்று அவர் நினைத்துக் கொண்டார்.

டாக்டர் பத்ரா தன் அம்மாவிடம், "அவர் எப்படி இறந்து போனார்?" என்று கேட்டார். ஆனால், அவர் ஓம் சாஸ்திரியையே பார்த்துக் கொண்டிருந்தார்.

"முகலாய மன்னர் ஃபரூக் சியாரின் உத்தரவின் பெயரில் அவர் படுகொலை செய்யப்பட்டார்," என்ற ஒரே பதில் தொலைபேசியிலிருந்தும் வந்தது, ஓம் சாஸ்திரியிடமிருந்தும் வந்தது.

இது டாக்டர் பத்ராவுக்குப் பெரும் திகைப்பை ஏற்படுத்தியதால், ஓம் சாஸ்திரியின் காதில் விழாதவாறு பேசுவதற்காக அவர் அந்த அறையைவிட்டு வெளியே சென்றார். அது அங்கிருந்தவர்களுக்கு அதிர்ச்சியளித்தது.

ஓம் சாஸ்திரி பண்டைய காலத்தைப் பற்றிப் பேசிக் கொண்டிருந்ததை அவர்கள் கவனித்தனர். ஆனால், டாக்டர் பத்ரா பேசிக் கொண்டிருந்த அதே பஞ்சாபி மொழியில் அவர் பதிலளித்துக் கொண்டிருந்தார். ஆனால், அதற்கான காரணம் அங்கிருந்த எவருக்கும்

புரியவில்லை.

அங்கு நிலவிய அமைதியைக் குலைக்கும் விதமாக வீரபத்ரா அந்த அறைக்குள் வேகமாக நுழைந்தார். அவருக்கு மூச்சு வாங்கிக் கொண்டிருந்ததை வைத்துப் பார்த்தபோது, அவர் ஓடி வந்திருக்க வேண்டும் என்று தோன்றியது.

வீரபத்ரா ஓம் சாஸ்திரியை ஒரு முறை பார்த்துவிட்டு, நீண்ட அடிகள் எடுத்து வைத்து உள்ளே வந்தார்.

"என்ன ஆயிற்று?" என்று டாக்டர் சீனிவாசன் வீரபத்ராவிடம் தன் தாய்மொழியில் கேட்டார். வீரபத்ராவின் உடல்மொழியைப் பார்த்த அவர், எல்லோரையும் அதில் ஈடுபடுத்துவது சரியல்ல என்று நினைத்தார்.

"வெளியே மழை பெய்து கொண்டிருக்கிறது," என்று வீரபத்ரா பதற்றத்தோடு கூறினார்.

"அதனால் என்ன?"

ஏற்கனவே ஓம் சாஸ்திரியைக் கையாண்டு கொண்டிருந்ததால் ஏற்பட்டிருந்த மனஅழுத்தமே டாக்டர் சீனிவாசனுக்குப் பெரிதாக இருந்தது. இப்போது அவருக்குக் கூடுதலாகப் புதிய பிரச்சனைகள் தேவையிருக்கவில்லை. "இது எவ்வாறு சில மணி நேரங்களுக்கு முன்பாகவே அவருக்குத் தெரியும்?" என்று கேட்ட வீரபத்ரா, ஓம் சாஸ்திரியை நோக்கித் தன் கையை நீட்டினார்.

ஓம் சாஸ்திரி அதே மொழியில் எதையோ கூறத் துவங்கினார்.

"முதலில் வெப்பம் இரண்டு டிகிரி குறைந்தது. பிறகு அது ஐந்து டிகிரி குறைந்தது. மணிக்கு நாற்பது கிலோமீட்டர் வேகத்தில் காற்று வீசத் துவங்கியது. காற்றிலிருந்த ஈரப்பதத்தை என்னால் உணர முடிந்தது, மண்ணின் வாசனையையும் என்னால் முகர முடிந்தது. அதனால், அதைத் தொடர்ந்து மழை வரும் என்று நான் ஊகித்தேன்."

மீண்டும் உள்ளே நுழைந்த டாக்டர் பத்ரா, "நீங்கள் என்ன பேசிக் கொண்டிருக்கிறீர்கள்?" என்று அவர்களிடம் கேட்டார்.

அங்கிருந்த மற்ற அனைவரும் டாக்டர் பத்ராவோடு சேர்ந்து அக்கேள்விக்கான பதிலுக்காகக் காத்திருந்தனர்.

அங்கு என்ன நடந்தது என்பதை விவரிக்க வீரபத்ரா முற்பட்டபோது, டாக்டர் சீனிவாசன் இடையில் புகுந்து, "பெரிதாக ஒன்றுமில்லை," என்று கூறினார்.

அதற்கு எவரும் எதிர்வினையும் ஆற்றவில்லை, அவரை எதிர்த்தும் பேசவில்லை. ஓம் சாஸ்திரியிடம் அடுத்து என்ன கேட்பது என்று மீண்டும் டாக்டர் ஷாஹிஸ்தா குழம்பிப் போனார். அதனால், அவர் டாக்டர் சீனிவாசனை ஏறிட்டுப் பார்த்தார். அப்போது கிட்டத்தட்ட ஒரு மணி நேரம் முடிவடைந்திருந்ததால், டாக்டர் பத்ரா எதிர்பார்த்திருந்தபடி, விழித்தெழுவதற்கான அறிகுறி ஓம் சாஸ்திரியிடம் தோன்றத் துவங்கின. அந்த அமர்வு முடிவுக்கு வந்திருந்தது. அது பின்மதிய நேரம்.

எதுவுமே அவர்கள் திட்டமிட்டபடி நடைபெறவில்லை. பழைய கேள்விகளுக்கான பதில்கள் கிடைத்திருக்காத அதே நேரத்தில், புதிய கேள்விகள் முளைத்திருந்தன. அக்கேள்விகளுக்கான பதில்கள்கூட அவற்றை வேண்டுமென்றே மறைத்து வைத்திருந்தவர்களின் பிடியில் இருந்தன.

டாக்டர் ஷாஹிஸ்தாவை நோக்கி நடந்து சென்ற டாக்டர் பத்ரா, "நாம் விவாதிக்க வேண்டும்," என்று கூறினார்.

மிகவும் களைத்துப் போயிருந்த டாக்டர் ஷாஹிஸ்தா, "நாம் எல்லோருமே விவாதிக்க வேண்டும்," என்று கூறினார்.

ஓம் சாஸ்திரி இலேசாக அசைந்தார். பின்னர் அவர் பிரக்ஞை நிலையை அடைந்தார். தன்னுடைய 'இரகசியங்களில்' சிலவற்றைத் தான் கக்கியிருந்தோம் என்ற புரிதல் அவருக்கு ஏற்பட்டதால், அவருடைய முகம் தொங்கிப் போயிற்று.

டாக்டர் சீனிவாசன் அந்த அறையைவிட்டு வெளியேறினார். போவதற்கு முன், அவர்களுடைய அமர்வுக்குத் தான் சிறிது ஓய்வு அளித்ததாகக் கூறிச் சென்றார்.

டாக்டர் பத்ரா டாக்டர் ஷாஹிஸ்தாவைக் கதவருகே அழைத்துச் சென்று, “என்னை வரவேற்புக்கூடத்தின் முனையில் சந்தியுங்கள்,” என்று கூறினார்.

“நாம் எல்லோருமே ஒன்றாகக் கூடுவது நல்லது என்று நான் நினைக்கிறேன்,” என்று டாக்டர் ஷாஹிஸ்தா முன்பிருந்த அதே கவலையுடன் கூறினார்.

லிசா அவர்களுடன் உடனடியாகச் சேர்ந்து கொண்டாள். அவள் டாக்டர் பத்ராவைப் பார்த்து, “சார், நான் ஒன்றைக் கண்டுபிடித்துள்ளேன்,” என்றாள். “இங்கே வைத்துப் பேச வேண்டாம்,” என்று கூறிய டாக்டர் பத்ரா, “எங்களுடன் வாருங்கள்,” என்று லிசாவை அழைத்தார். “நீங்கள் முன்னே செல்லுங்கள். நான் மற்றவர்களை அழைத்து வருகிறேன்,” என்று டாக்டர் ஷாஹிஸ்தா கூறினார்.

அவர்கள் எல்லோரும் அந்த அறையைவிட்டு வெளியேறினர். ஓம் சாஸ்திரியைக் கண்காணிப்பதற்காக வீரபத்ரா இரண்டு காவலாளிகளுடன் அந்த அறைக்குள் நுழைந்தார்.

அவர்கள் வரவேற்புக்கூடத்தின் முனையை அடைந்தபோது, பரிமல்தான் முதலில் உரையாடலைத் துவக்கினான். “அவர் நூற்றுக்கணக்கான ஆண்டுகளைப் பற்றிப் பேசவில்லை. அவர் ஆயிரக்கணக்கான ஆண்டுகளைப் பற்றிப் பேசுகிறார். அது எப்படிச் சாத்தியம்?”

டாக்டர் ஷாஹிஸ்தா குறுக்கிட்டார். “எனக்கு அந்த மனிதரைப் புரிந்து கொள்ளவே முடியவில்லை. தன்னுடைய பெயர் ஓம் சாஸ்திரி என்று அவர் கூறுகிறார். அதே நேரத்தில், தான் இராமாயணக் காலத்தில் வாழ்ந்த சுசேனன் என்றும், மகாபாரதக் காலத்தில் வாழ்ந்த விதுரர் என்றும் அவர் தன்னை அழைத்துக் கொள்கிறார். அதன் மூலம், தனக்கு ஒருபோதும் வயதாவதே இல்லை என்று அவர் நம்மை நம்ப வைக்க முனைகிறார். இது போதாதென்று, சுபாஷ் சந்திர போஸ்தான் அசுவத்தாமன் என்று நம்பிக் கொண்டு அவரையும் அவர் தேடிக் கொண்டிருக்கிறார். இந்த நபர் உண்மையில் யார்?”

டாக்டர் பத்ரா லிசாவிடம், “நீங்கள் என்ன கண்டுபிடித்துள்ளீர்கள்?” என்று கேட்டார்.

“சார், அதிர வைக்கின்ற பல உண்மைகளை நான் கண்டுபிடித்துள்ளேன். ஓம் சாஸ்திரியின் பெயரிலுள்ள பல வங்கிக் கணக்குகளை நான் கண்டுபிடித்துள்ளேன். அவை அனைத்திலும் குறிப்பிடத்தக்க அளவு பணம் இருக்கிறது. அந்த வங்கிக் கணக்குகள் இந்தியாவின் வெவ்வேறு மாநிலங்களில் இருக்கின்றன.”

‘அவரிடம் இவ்வளவு பணம் இருக்கிறதென்றால், அவர் ஏன் ஓர் ஆசிரியராக இருந்து கொண்டு ஒரு சராசரி வாழ்க்கையை வாழ்ந்து கொண்டிருக்கிறார்?’ என்று அபிலாஷ் யோசித்தார். லிசா கூறியதை கவனமாகக் கேட்ட டாக்டர் பத்ரா, “மேலே சொல்லுங்கள்,” என்றார்.

லிசா தொடர்ந்தாள்: “அவருடைய வங்கிக் கணக்குகளுக்காக அவர் சமர்ப்பித்திருந்த புகைப்படங்களை ஆதாரமாக வைத்து, அவர் கூறியிருந்த பிற பெயர்கள் குறித்த விபரங்களை நான் தோண்டினேன். புரோத்திம் தாஸ் என்ற பெயரில் ஓர் இந்திய ஓட்டுநர் உரிமம் எடுக்கப்பட்டுள்ளது. கோவிந்த்லால் யாதவின் பெயரில் ஒரு வாக்காளர் அட்டை இருக்கிறது. பன்கிம் சந்திர சக்கரவர்த்தியின் பெயரில் ஒரு பாஸ்போர்ட் இருக்கிறது. மதுக்கர் ராவ் பெயரில் பத்திரங்களும், டிஎஸ்பி என்ற நிறுவனத்தின் பங்குகளும் வாங்கப்பட்டுள்ளன. அப்பங்குகள் எழுபது ஆண்டுகளுக்கு முந்தையவை. டிஎஸ்பி நிறுவனம் துவக்கப்பட்டு, அதன் முதல் பொதுப் பங்குகள் சந்தையில் அறிமுகப்படுத்தப்பட்ட அதே நாளில் அந்தப் பங்குகள் வாங்கப்பட்டுள்ளன. அந்தப் பங்குகளை வாங்கியிருந்தது மதுக்கர் ராவின் தந்தையான, வெங்கட ரமண ராவ். வெங்கட ரமண ராவின் புகைப்படமும் ஓம் சாஸ்திரியின் புகைப்படமும் ஒன்றுதான். ஓம் சாஸ்திரிக்கு இப்போது வயது நாற்பது. ஆவணங்களின்படி, வெங்கட ரமண ராவும் தன்னுடைய நாற்பதாவது வயதில்தான் இறந்துள்ளார். ஓம் சாஸ்திரி குறிப்பிட்டிருந்த நபர்களின் தந்தையர் அனைவரின் தகவல்களையும் நான்

சேகரித்தேன். அவர்கள் அனைவருக்கும் வெவ்வேறு பெயர்கள் இருந்தாலும், அவர்கள் அனைவருக்கும் ஒரே முகம் இருந்தது. அதன்படி பார்த்தால், ஓம் சாஸ்திரி, இவர்கள் ஒவ்வொருவரின் விஷயத்திலும் கிட்டத்தட்ட நாற்பதிலிருந்து ஐம்பது ஆண்டுகள்வரை தந்தையாகவும் இருந்துள்ளார், தனயனாகவும் இருந்துள்ளார்.

“அடுத்து லாக்கருக்கு வரலாம். குர்ஷீல் சிங் குல்லரின் பெயரில், பஞ்சாபில் உள்ள பஞ்சாப் நேஷனல் வங்கி ஒன்றில் ஒரு லாக்கர் எடுக்கப்பட்டுள்ளது. ஹைதராபாத்தில் ஆந்திரா வங்கியில் சுவர்ண பிரதாப் ரெட்டியின் பெயரில் ஒரு லாக்கர் இருக்கிறது. இந்த நபர்கள் தொடர்பாகக் காவல்துறையில் எந்தவிதமான குற்றப்பதிவுகளும் இல்லை. குர்ஷீல் சிங் குல்லரின் தந்தை மட்டுமே அதற்கு ஒரே விதிவிலக்கு. இந்திய-பாகிஸ்தான் எல்லையில் கைது செய்யப்பட்ட அவர், பாகிஸ்தான் சிறையில் அடைக்கப்பட்டார். இவர்கள் அனைவரும் மதிப்புமிக்கக் கல்வி நிறுவனங்களிலும் பல்கலைக்கழகங்களிலும் படித்துள்ளனர். அதிரயன் ஒரு மருத்துவர். பன்கிம் சந்திர சக்கரவர்த்தி பாரீஸ் நகருக்குப் பயணித்திருக்கிறார். விஷ்ணு குப்தர் குறித்து எனக்கு எந்தத் தகவலும் கிடைக்கவில்லை. அதேபோல, சந்திர குப்தரின் பெயரும் அவர் குறிப்பிட்டிருந்த எந்தப் பெயரோடும் தொடர்பு கொண்டிருக்கவில்லை. விதுரர் மற்றும் சஞ்சயன் விஷயத்திலும் அதே கதைதான்.” லிசா தன் திறமை குறித்துப் பெருமிதம் கொண்டிருந்தாள்.

அவள் தொடர்வதற்கு முன், டாக்டர் பத்ரா குறுக்கிட்டு, “அவருடைய தாயாரைப் பற்றி ஏதாவது தகவல் கிடைத்ததா?” என்று கேட்டார்.

“இந்த நபர்கள் இளமையாக இருந்தபோதே அவர்களுடைய தாயார்கள் இறந்துவிட்டனர். அவர்கள் எவருடைய புகைப்படமும் எனக்குக் கிடைக்கவில்லை. இவர்கள் அனைவரும் தங்களுடைய தந்தையரால் தனியாக வளர்க்கப்பட்டவர்கள்,” என்று லிசா தெரிவித்தாள்.

“இது எதேச்சையானதாக இருக்க முடியாது,” என்று டாக்டர் ஷாஹிஸ்தா கூறினார். “தான் குறிப்பிட்டிருந்த

பெயர்கள் அனைத்தும் உண்மையானவை என்று அவர் கூறியிருந்தார்."

"இவர்களுக்கும் சுபாஷ் சந்திர போஸுக்கும் ஏதாவது தொடர்பு இருந்ததா?" என்று டாக்டர் பத்ரா லிசாவிடம் கேட்டார்.

"ஒரு விதத்தில் இருந்தது என்று சொல்லலாம். சுபாஷ் சந்திர போஸ் குறித்துத் தங்களிடம் தகவல்கள் இருந்ததாகக் கூறியிருந்த நபர்கள் குறித்த பிரமிக்க வைக்கும் சில தகவல்களை நான் கண்டுபிடித்துள்ளேன்."

"அவர் விமான விபத்தில் இறக்கவில்லை என்ற தகவல்தானே? அதுதான் எல்லோ...ருக்கும் தெரியுமே," என்று பரிமல் கூறினான். அவனைப் பதற்றம் தொற்றிக் கொண்டிருந்தது.

"ஆமாம். ஆனால், அதைத் தவிர, நான் ஒரு விநோதமான விஷயத்தைத் தோண்டியெடுத்திருக்கிறேன். சுபாஷ் சந்திர போஸ் ஐந்து முறை ஐந்து வெவ்வேறு பெயர்களில் இந்தியாவிலுள்ள ஐந்து நகரங்களில் இறந்துள்ளார்." லிசாவின் பேச்சு, அலமாரிக்குள் ஒளித்து வைக்கப்பட்டிருந்த எலும்புக்கூடுகளைக் திறந்து காட்டுவதைப்போல இருந்தது. "என்ன?!" என்று எல்லோரும் ஒன்றாகக் கத்தினர்.

"இது தவிர்க்கப்பட முடியாதது. அந்த அறைக்குள் அடைக்கப்பட்டிருக்கும் நபர், இவ்வுலகம் சாராத பல விஷயங்களைத் தன்னை நோக்கிக் கவர்ந்திழுக்கிறார்," என்று டாக்டர் பத்ரா கூறினார்.

அதைக் கேட்டுப் புன்னகைத்துவிட்டு லிசா தொடர்ந்தாள்.

"1897 ஜனவரி 23 அன்று பிறந்த சுபாஷ் சந்திர போஸ் ஓர் இந்திய தேசியவாதி. எவருக்கும் தலை வணங்காத அவருடைய நாட்டுப்பற்று அவரை ஓர் இந்தியக் கதாநாயகனாக ஆக்கியது. ஆனால், இரண்டாம் உலகப் போரின்போது, நாஜி ஜெர்மனி மற்றும் ஏகாதிபத்திய ஜப்பானின் உதவியுடன் பிரிட்டிஷாரிடமிருந்து இந்தியாவை மீட்க அவர் மேற்கொண்ட முயற்சிகள் பெரும் சர்ச்சையைத் தோற்றுவித்தன. மதிப்புக்குரிய தலைவர் என்று பொருள்படுகின்ற 'நேதாஜி' என்ற

கௌரவப் பெயரால் அழைக்கப்பட்ட அவர், 1930களிலும் 1940களிலும் இந்திய தேசியக் காங்கிரஸின் இளைஞர் முன்னணியில் இருந்தார். 1938 மற்றும் 1939 ஆம் ஆண்டுகளில் அவர் இந்திய தேசியக் காங்கிரஸின் தலைவராக இருந்தார். ஆனால், 1939 இல் அவருக்கும் காந்தி மற்றும் காங்கிரஸின் பிற தலைவர்களுக்கும் இடையே ஏற்பட்டக் கருத்து முரண்பாடுகளின் காரணமாக, காங்கிரஸிலிருந்து அவர் வெளியேற்றப்பட்டார். அதைத் தொடர்ந்து பிரிட்டிஷார் அவரை வீட்டுக் காவலில் வைத்தனர். 1940 இல் அவர் அதிலிருந்து தப்பி இந்தியாவைவிட்டே வெளியேறினார்.

"சுபாஷ் சந்திர போஸ் 1945 ஆம் ஆண்டு ஆகஸ்ட் மாதத்தில் ஃபார்மோஸாவிலுள்ள தைஹோகுவில் (தற்போதைய தாய்வானிலுள்ள தாய்பேய்) நடந்த ஒரு விமான விபத்தில் இறந்து போனார். அந்த விபத்தின்போது ஏற்பட்டத் தீக்காயத்தால் அவர் இறந்து போனார் என்ற யோசனைதான் பரவலாக எல்லோராலும் ஏற்றுக் கொள்ளப்பட்ட ஒன்று. ஆனால், அன்றும் சரி, இன்றும் சரி, ஏராளமானோர், குறிப்பாக வங்காளத்தில் உள்ளவர்கள், அவருடைய இறப்பை அல்லது இறந்ததாக கூறப்பட்ட நிகழ்வை நம்ப மறுத்து வருகின்றனர். அவர் இறந்து சில மணி நேரங்களிலேயே, அவருடைய இறப்பு குறித்தச் சதிக் கோட்பாடுகள் கிளம்பிவிட்டன. அவை வெகுகாலம் நீடித்தன. சுபாஷ் சந்திர போஸைப் பற்றிய கட்டுக்கதைகளை ஜீவனுடன் வைத்துக் கொள்வதற்கு முயற்சிகள் மேற்கொள்ளப்பட்டன. 1945 இல் அவர் தில்லி நகரில் தோன்றியதாகவும், தில்லி செங்கோட்டைப் பகுதியில் வைத்து அவர் கொலை செய்யப்பட்டதாகவும் ஒரு கதை பரப்பப்பட்டது. அதேபோல, 1960 இல் அவர் பாரீஸில் எடுக்கப்பட்டிருந்த ஒரு புகைப்படத்தில் இடம்பெற்றிருந்தார் என்றும் கூறப்பட்டது.

"பன்கிம் சந்திர போஸ் 1964 இல் சுபாஷ் சந்திர போஸைத் தேடிப் பாரீஸுக்குச் சென்றார். 1964 மே 27 அன்று, ஜவஹர்லால் நேருவின் இறுதிச் சடங்கில் சுபாஷ் சந்திர போஸ் கலந்து கொண்டிருந்ததாகக் கூறப்பட்டது. 1977 இல் அவர் மீண்டும் இறந்ததாகக் கூறப்பட்டபோது,

அவர் ஒரு துறவியாக ஆகியிருந்தாராம். இதுபோன்ற பல கட்டுக்கதைகளுக்குப் பிறகு, கும்னாமி பாபா என்ற அனாமத்துச் சாமியார் ஒருவரைப் பற்றிய கட்டுக்கதை ஒன்று தலைதூக்கியது. அவர் தன் பக்தகோடிகளுக்கு ஒரு திரைச்சீலைக்குப் பின்னால் இருந்து கொண்டு சொற்பொழிவாற்றினார். உத்தரப் பிரதேசத்திலுள்ள ஃபைசாபாத்தில், அவர் 1944 ஆம் ஆண்டு ஜெர்மனிக்கு விஜயம் செய்த தகவலை அவருடைய சீடர்கள் கசியவிட்டனர். அதே காலகட்டத்தில்தான் சுபாஷ் சந்திர போஸ் ஜெர்மனியில் ஹிட்லரைச் சந்தித்ததாகக் கூறப்பட்டது.

"பாபா அடிக்கடிப் பாரீஸின் அழகைப் பற்றிப் புகழ்ந்து தள்ளியதாக அவருடைய சீடர்கள் குறிப்பிட்டுள்ளனர். பாபா பாரீஸுக்குச் சென்றிருந்தாரோ இல்லையோ, சுபாஷ் சந்திர போஸ் அங்குச் சென்றிருந்ததற்கான நிரூபணம் இருக்கிறது. எப்போதெல்லாம் பாபாதான் சுபாஷ் சந்திர போஸ் என்ற ஊகம் அவர் தங்கியிருந்த ஊரில் இருந்த மக்களிடம் அதிகரித்ததோ, அப்போதெல்லாம் அவர் தன் வசிப்பிடத்தை மாற்றிக் கொண்டார் என்று அவருடைய நெருங்கிய நண்பர்கள் தெரிவித்தனர்.

"இறுதியாக 1985 செப்டம்பர் 16 அன்று பாபா தன்னுடைய பூதவுடலைவிட்டுப் பிரிந்துவிட்டதாக நம்பப்படுகிறது. அவரைப் பற்றிய மற்றொரு சுவாரசியமான தகவல் இருக்கிறது. ஆனால், அது அவருடைய இறப்பைப் பற்றியது அல்ல, அவருடைய பிறப்பைப் பற்றியது. அவருடைய பிறந்த நாள், 1897 ஜனவரி 23 என்று குறிப்பிடப்பட்டுள்ளது. அது சுபாஷ் சந்திர போஸ் பிறந்த அதே நாள். அதனால்தான், ஓம் சாஸ்திரி, சுபாஷ் சந்திர போஸ் இன்னும் உயிருடன் இருப்பதாக நம்பிக் கொண்டு அவரைத் தேடிக் கொண்டிருக்கிறார்போலும்," என்று லிசா கூறி முடித்தாள்.

சிறிது நேரத்திற்கு அனைவரும் மௌனமாக இருந்தனர். லிசா அவர்கள் முன் வைத்திருந்த தகவல்களை அவர்கள் அசைபோட்டுக் கொண்டிருந்தனர். ஆனால்,

அதில் எதுவும் அர்த்தம் வாய்ந்ததாக இருக்கவில்லை. சிறிது நேரத்திற்குப் பிறகு, “பரிமல், அந்த சமஸ்கிருத சுலோகத்திற்கு என்ன பொருள்?” என்று டாக்டர் பத்ரா கேட்டார்.

பரிமல் அதற்குப் பணிவாகவும் திக்கித் திணறியும் இவ்வாறு பதிலளித்தான்:

“‘முதுமை மனிதனைப் புலியைப்போல பயமுறுத்துகிறது. நோய்கள் எதிரிகளைப்போல உடலைத் தாக்குகின்றன. உடைந்த பானை ஒன்றிலிருந்து கொட்டுகின்ற நீரைப்போல் வாழ்க்கை ஒழுகிக் கொண்டிருக்கிறது. ஆனாலும் மக்கள் பிறருக்குத் தீங்கிழைப்பது குறித்துச் சிந்தித்துக் கொண்டிருக்கின்றனர். தாங்கள் நிரந்தரமானவர்கள் என்ற புரிதல் அவர்களிடம் இல்லை. இது உண்மையிலேயே விநோதம்தான்.’ இதுதான் அந்த சுலோகத்தின் பொருள்.”

“நம்முடைய விசாரணை எதை நோக்கி நகர்ந்து கொண்டிருக்கிறது என்பது நம் எவருக்கும் தெரியவில்லை. ஆனால் எல்லா விடைகளையும் அறிந்துள்ள ஒருவர் இருக்கிறார். நாம் எந்த நோக்கத்திற்காக இங்கே கூடியிருக்கிறோம் என்பதை அவரிடமிருந்து தெரிந்து கொள்வதற்கான வேளை வந்துவிட்டதென்று நான் நினைக்கிறேன். நான் டாக்டர் சீனிவாசனைப் பார்க்கப் போகிறேன். ஒன்று, நான் விடைகளோடு திரும்பி வருவேன் அல்லது நான் உடனடியாக இங்கிருந்து போய்விடப் போகிறேன். உங்களில் யாராவது என்னுடன் வர விரும்புகிறீர்களா?” என்று டாக்டர் பத்ரா கேட்டார்.

அத்தியாயம் 5

எல்லையற்றவை

சோதனைக்கூடத்தில் ஓம் சாஸ்திரியும் வீரபத்ராவும் மீண்டும் தனித்து விடப்பட்டிருந்தனர். வீரபத்ராவின் மனத்தில் சில கேள்விகள் இருந்தன. அவை அவரைத் தொந்தரவு செய்து கொண்டிருந்தன. ஆனால், ஓம் சாஸ்திரியுடன் பேச முடியாத நிலையில் அவர் இருந்தார். ஒரு சிறு சறுக்கல் ஏற்பட்டால்கூட இந்த வேலையிலிருந்து தான் தூக்கியெறியப்படக்கூடும் என்பதை அவர் அறிந்திருந்தார். அவருக்குள் ஆர்வக் குறுகுறுப்பு ஏற்பட்டிருந்தபோதிலும், அவர் சிரமப்பட்டுத் தன்னைக் கட்டுப்படுத்திக் கொண்டு உட்கார்ந்திருந்தார்.

வீரபத்ரா உள்ளே நுழைந்ததிலிருந்தே ஓம் சாஸ்திரி அவரை அவதானித்துக் கொண்டிருந்தார். "உங்களுக்கு ஏதாவது பிரச்சனையா?" என்று ஓம் சாஸ்திரி அவரிடம் அக்கறையுடன் கேட்டார். "எனக்கு எந்தப் பிரச்சனையும் இல்லை. ஏன் அப்படிக் கேட்கிறீர்கள்?" என்று வீரபத்ரா பதில் கேள்வி கேட்டார். "நீங்கள் கடும் மனஅழுத்தத்தில் இருப்பதுபோலத் தோன்றுகிறது," என்றார் ஓம் சாஸ்திரி.

தன்னைத் தொந்தரவு செய்து கொண்டிருந்த விஷயங்களைப் பேச வேண்டுமா, வேண்டாமா என்று வீரபத்ரா ஓர் இரண்டக நிலையில் தவித்துக் கொண்டிருந்தார். என்ன செய்யலாம் என்று யோசித்துக் கொண்டு அவர் ஒரு சில கணங்கள் மௌனமாக இருந்தார். ஆனால், அவரை அரித்துக் கொண்டிருந்த கேள்வியை அவரால் அடக்கி வைத்துக் கொள்ள முடியவில்லை.

அதனால், அவர் ஓம் சாஸ்திரியிடம், "நீங்கள் இங்கு ஓர் அறைக்குள் உட்கார்ந்திருக்கிறீர்கள். மழை பெய்யும் என்று உங்களுக்கு எப்படித் தெரியும்? அதுவும், வானிலை மாறுவதற்குச் சில மணி நேரங்களுக்கு முன்பாகவே

எப்படி உங்களால் துல்லியமாகக் கணிக்க முடிந்தது? அது மட்டுமல்லாமல், காற்றின் வேகத்தை நீங்கள் கணக்கிட்டிருந்தீர்கள், ஈர மண்ணின் வாசனையை உணர்ந்திருந்தீர்கள், தட்பவெப்ப நிலையில் ஏற்பட்டிருந்த மாற்றங்களைக் கணித்திருந்தீர்கள். இது காற்றுப் புகாத ஓர் அறை. உங்களுடைய புலனுணர்வுகள் எப்படி இவ்வளவு வலிமையாக இருக்கின்றன? உங்களால் எப்படி இதைச் செய்ய முடிந்தது?" என்று நம்ப முடியாமல் கேட்டார்.

இதைக் கேட்டு ஓம் சாஸ்திரி இலேசாகப் புன்னகைத்தார்.

"இன்னும் சொல்லப் போனால், இப்போது நான், இந்தியாவின் தெற்குக் கடற்கரைப் பகுதிக்கு அருகேயுள்ள ஒரு தீவில் உட்கார்ந்து கொண்டிருப்பதையும் நான் அறிவேன். இவை அனைத்தையும் நான் என் புலனுணர்வுகளின் உதவியோடு கண்டுபிடிக்கிறேன்," என்று ஓம் சாஸ்திரி கூறினார். இத்திறமை ஒன்றும் பெரிய விஷயமல்ல என்பது போன்ற தொனி அவருடைய குரலில் இருந்தது.

அதைக் கேட்டு வீரபத்ரா அதிர்ச்சியடைந்தார்.

"அது உங்களுக்குத் தெரிந்திருக்க வாய்ப்பே இல்லை. நீங்கள் இங்கு ஹெலிகாப்டரில் கொண்டு வரப்பட்டபோது உங்களுக்குப் பிரக்ஞை இருக்கவில்லை. உங்களுடைய கண்கள் கட்டப்பட்டிருந்தன."

"ஆனாலும் இவற்றை நான் அறிந்திருக்கிறேன், இல்லையா? இதற்குப் பயிற்சியும் அனுபவமும் மட்டுமே தேவை. உங்களால்கூட இதைச் செய்ய முடியும். எவரொருவருக்கும் இது சாத்தியம்தான்," என்று கூறிவிட்டு, ஓம் சாஸ்திரி தன் தோள்களைக் குலுக்கிக் கொண்டார்.

இவை எதையும் கிரகித்துக் கொள்ள முடியாமல் தவித்த வீரபத்ரா, "எப்படி?" என்று கேட்டார்.

"எப்படி உங்களுடைய கண்களைக் கொண்டு எண்ணற்ற நிறங்களை வேறுபடுத்திப் பார்க்க முடிகிறதோ, அதுபோல, காற்றின் அடுக்குகளை உங்களால் முகர்ந்தறிய முடியும். மேன்மேலும் உயரமாகப் பறந்து கொண்டிருக்கின்ற ஒரு கழுகு, ஒரு கட்டத்தில்

ஒரு சிறு புள்ளியாக மாறுவதை எப்படி உங்களால் பார்க்க முடிகிறதோ, அதேபோல, வாசனை அருகே வருகின்றபோதும், அது விலகிச் செல்கின்றபோதும் அதை உங்களால் உணர முடியும்," என்று ஓம் சாஸ்திரி விளக்கினார். வீரபத்ரா அதுவரை கற்றிருந்தவற்றோடும் தர்க்கத்தோடும் அது முரண்பட்டது.

தெளிவுபடுத்திக் கொள்ளப்பட வேண்டிய வேறு பல விஷயங்களும் வீரபத்ராவிடம் இருந்ததால், ஓம் சாஸ்திரி அதுவரை கூறியிருந்தவற்றைப் பிரித்தறிய விரும்பிய தன் மூளையைக் கட்டுப்படுத்திக் கொண்டு, அவர் அடுத்தக் கேள்விக்குத் தாவினார். "நீங்கள் ஒரு தென்னிந்தியர் அல்லர். அப்படி இருக்கும்போது, தெலுங்கு மொழியில் எவ்வாறு உங்களால் தவறின்றியும் சரளமாகவும் பேச முடிகிறது?"

"நான் எப்போது தெலுங்கு மொழியில் பேசினேன்?" என்று ஓம் சாஸ்திரி திகைப்புடன் கேட்டார்.

இப்போது வீரபத்ராவும் ஓம் சாஸ்திரியும் ஒருவரையொருவர் குழப்பத்துடன் பார்த்தனர். அவர்கள் தங்களுடைய மௌனத்தைக் கலைப்பதற்கு முன்பாக, டாக்டர் சீனிவாசன் அங்கு உள்ளே நுழைந்தார். அவரைத் தொடர்ந்து டாக்டர் பத்ராவும் வந்தார். வீரபத்ராவின் பார்வை முதலில் டாக்டர் சீனிவாசனின்மீது படிந்தது. பின்னர் அது டாக்டர் பத்ராவிடம் தாவியது.

டாக்டர் பத்ரா ஆணவத்துடன், ஓம் சாஸ்திரி இருந்த திசையை நோக்கித் தன் பார்வையை வீசிவிட்டு, டாக்டர் சீனிவாசனிடம், "சார், நாங்கள் உங்களிடம் பேச விரும்புகிறோம்," என்றார்.

"நாங்கள் என்றால்?" என்று டாக்டர் சீனிவாசன் கேட்டார்.

"நாங்கள் அனைவரும், சார்."

"இப்போது முடியாது. இந்த அமர்வு முடிந்த பிறகு மதிய உணவு இடைவேளையின்போது பேசலாம்."

"உங்களிடம் பேசாமல் நாங்கள் அடுத்த அமர்வில் அமர மாட்டோம்," என்று டாக்டர் பத்ரா வலியுறுத்தினார்.

“மற்றவர்கள் எங்கே?” என்று டாக்டர் சீனிவாசன் கூச்சல் போட்டார். “நம் இருவருக்காகவும் அவர்கள் உங்கள் அறையில் காத்துக் கொண்டிருக்கின்றனர்,” என்றார் டாக்டர் பத்ரா.

அவ்விருவரின் பேச்சை ஓம் சாஸ்திரியும் வீரபத்ராவும் கேட்டுக் கொண்டிருந்தனர். டாக்டர் சீனிவாசன் தன் கையிலிருந்த கோப்பை அங்கிருந்த ஒரு மேசைமீது வீசிவிட்டு டாக்டர் பத்ராவை நோக்கிக் கடுப்புடன் நகர்ந்தார். டாக்டர் பத்ரா மறுபுறம் திரும்பி வாசலை நோக்கி நடக்கத் துவங்கினார். அதையடுத்து வாசலை நோக்கிச் செல்லத் துவங்கிய டாக்டர் சீனிவாசன், தன்னைப் பின்தொடருமாறு வீரபத்ராவுக்குச் சைகை செய்தார். வேண்டா வெறுப்பாக வீரபத்ரா அவரைப் பின்தொடர்ந்தார். ஓம் சாஸ்திரியைக் கண்காணிப்பதற்காக இரண்டு காவலர்கள் அங்கு விடப்பட்டனர்.

“எண்ணெயின் வெப்பம் அதிகரித்துக் கொண்டிருக்கிறது! சிறிது தாமதித்தாலும் நறுக்கி வைக்கப்பட்டுள்ள வெங்காயம் கருகிவிடும்,” என்று, வெளியேறிக் கொண்டிருந்த வீரபத்ராவை நோக்கி ஓம் சாஸ்திரி கூறினார். அவருடைய முகத்தில் ஒரு புன்னகை பரவியிருந்தது.

டாக்டர் சீனிவாசனைப் பின்தொடர்ந்து வீரபத்ரா அந்த அறையைவிட்டு வெளியேறினார். டாக்டர் சீனிவாசனின் அறைக்குப்போவதற்கான வழியில், எதற்கும் இருக்கட்டும் என்று வீரபத்ரா சமையலறையை எட்டிப் பார்த்தார். அங்கு ஓர் அடுப்பில் வைக்கப்பட்டிருந்த பெரிய வாணலியில் எண்ணெய் கொதித்துக் கொண்டிருந்தது. அதற்கு அருகே ஒரு பாத்திரத்தில், நறுக்கப்பட்ட வெங்காயம் வைக்கப்பட்டிருந்தது. சமையற்காரரை அங்குக் காணவில்லை. எண்ணெய் கொதிநிலையை அடைந்திருந்தது. வீரபத்ரா அங்கிருந்த வெங்காயப் பாத்திரத்தை எடுத்து வாணலியில் அந்த வெங்காயத் துண்டுகளைக் கொட்டினார். திடீரென்று அங்குத் தோன்றிய சமையற்காரர், வீரபத்ராவை அங்கே கண்டதும் திடுக்கிட்டார்.

வீரபத்ரா அவசர அவசரமாக அங்கிருந்து வெளியேறி, டாக்டர் சீனிவாசனுடன் சேர்ந்து கொள்வதற்காக நடையை எட்டிப் போட்டார்.

டாக்டர் சீனிவாசன் தன் அறைக்குள் நுழைந்தபோது, அங்கு மற்றவர்கள் அனைவரும் நின்று கொண்டிருந்தனர். அவர்களைக் கடந்து சென்ற அவர், தன்னுடைய வழக்கமான மேலாதிக்கத் தோரணையுடன் தன் மேசைக்குப் பின்னாலிருந்த நாற்காலியில் அமர்ந்தார். பின் அவர் டாக்டர் பத்ராவை வெறித்துப் பார்த்தார். ஒரு பெரும் இறுக்கம் அந்த அறையைச் சூழ்ந்திருந்ததை எல்லோராலும் உணர முடிந்தது.

எல்லோருடைய மனத்திலும் இருந்த, "அவர் யார்?" என்ற கேள்வியுடன் டாக்டர் பத்ரா துவக்கினார்.

"டாக்டர் பத்ரா, இங்கு நீங்கள் எதற்காக அழைக்கப்பட்டிருந்தீர்களோ, அந்த வேலையை மட்டும் நீங்கள் செய்யுங்கள். என்னைக் கேள்வி கேட்பதற்காக நீங்கள் இங்கு அழைக்கப்பட்டிருக்கவில்லை."

"அவர் யார் என்று தெரிந்து கொள்வதற்கு எனக்கு உரிமை இருக்கிறது. நாங்கள் கையாண்டு கொண்டிருக்கின்ற நபர் யார்?" தன் குழுவினரின் ஆதரவு தனக்கு இருந்த தைரியத்தில், டாக்டர் பத்ரா, டாக்டர் சீனிவாசனிடம் தன் எல்லை கடந்து துணிந்து பேசினார்.

அதைக் கேட்டுக் கடும் எரிச்சலும் கோபமும் அடைந்த டாக்டர் சீனிவாசன் தன் இருக்கையைவிட்டு எழுந்தார். "உங்களுக்கு இங்கு எந்த உரிமையும் இல்லை. உங்களுக்கு என்ன உரிமை வழங்குவது என்பது என் கையில்தான் இருக்கிறது," என்று அவர் வெடித்தார்.

"சார், கொஞ்சம் அமைதியாக இருங்கள்," என்று டாக்டர் ஷாஹிஸ்தா குறுக்கிட்டார். "அவரைப் பற்றி எங்களுக்குக் கிடைத்துள்ள அரைகுறையான தகவல்களை வைத்துக் கொண்டு நாங்கள் சில விநோதமான முடிவுகளுக்கு வர வேண்டிய நிலைக்குத் தள்ளப்பட்டுள்ளோம். அதனால், நாங்கள் குழப்பமும் கலவரமும் அடைந்துள்ளோம்."

டாக்டர் ஷாஹிஸ்தாவின் வார்த்தைகள் டாக்டர்

சீனிவாசனை ஓரளவு சாந்தப்படுத்தின. "நீங்கள் எவரும் பயப்படத் தேவையில்லை. இங்கு உங்களுடைய பாதுகாப்பிற்கு எந்த பங்கமும் வந்துவிடாது," என்று அவர் கூறினார்.

அவருக்குப் பின்னால் நின்று கொண்டிருந்த வீரபத்ரா தலையசைத்து அதை ஆமோதித்தார்.

"நாங்கள் வேண்டுமானால் இங்குப் பாதுகாப்பாக இருக்கக்கூடும். ஆனால், அவர் ஒரு தீவிரவாதியாக இருக்கும்பட்சத்தில், எங்களுடைய குடும்பங்களுக்கு ஆபத்து ஏற்படக்கூடும்," என்று டாக்டர் பத்ரா தன் கவலையை வெளிப்படுத்தினார்.

"அவர் ஒரு தீவிரவாதி அல்லர்!" டாக்டர் சீனிவாசனின் கோபம் மீண்டும் அவருடைய தலைக்கேறியது.

"எப்படி உங்களால் அதை உறுதியாகச் சொல்ல முடியும்?" என்று டாக்டர் பத்ரா விடாப்பிடியாகக் கேட்டார். இம்முறை இன்னொருவரின் குதியாட்டங்களுக்குப் பணிந்து போக அவர் தயாராக இருக்கவில்லை.

டாக்டர் சீனிவாசன் கஷ்டப்பட்டுத் தன்னைக் கட்டுப்படுத்திக் கொண்டு, தன் மார்புக்குக் குறுக்கே தன் கைகளைக் கட்டிக் கொண்டு, "ஏனென்றால், அது எனக்குத் தெரியும்," என்று அமைதியாகக் கூறினார்.

"உங்களுக்கு வேறு என்னவெல்லாம் தெரியும்?" என்று டாக்டர் பத்ராவும் அமைதியாகக் கேட்டார்.

டாக்டர் சீனிவாசன் அதற்கு பதிலேதும் அளிக்காமல் நின்று கொண்டிருந்தார். டாக்டர் ஷாஹிஸ்தா அவருக்கு அருகே வந்து அவருடைய தோள்மீது கை வைத்து அவரை ஆசுவாசப்படுத்தி, அவரை அவருடைய இருக்கையில் அமர வைத்தார். அவருடைய மேசையில் வைக்கப்பட்டிருந்த ஒரு டம்ளர் நீரை எடுத்து டாக்டர் ஷாஹிஸ்தா அவரிடம் கொடுத்தார். அதை டாக்டர் சீனிவாசன் வாங்கிப் பருகினார்.

டாக்டர் ஷாஹிஸ்தா அவர் ஆசுவாசமடைவதற்குச் சிறிது நேரம் கொடுத்துவிட்டு, அவரிடம் மிகவும் அமைதியாக, "நாங்கள் சில தகவல்களைச்

சேகரித்துள்ளோம். அவை எங்களைத் தொந்தரவு செய்வதாக இருக்கின்றன. அவற்றை வைத்துக் கொண்டு எங்களால் எந்த முடிவுக்கும் வர முடியவில்லை,” என்று கூறிவிட்டு, லிசாவின் பக்கம் திரும்பி, “நீ கண்டுபிடித்துள்ள விஷயங்களைச் சுருக்கமாக டாக்டர் சீனிவாசனிடம் கூறு,” என்று அவளைக் கேட்டுக் கொண்டார்.

ஓம் சாஸ்திரி குறித்துத் தான் கண்டுபிடித்திருந்தவற்றை லிசா அவரிடம் இவ்வாறு சுருக்கமாக விளக்கினாள்: “சார், ஓம் சாஸ்திரி என்று நாம் அழைத்துக் கொண்டிருக்கின்ற இந்த நபர், நம் நாட்டின் பல பகுதிகளில் பல்வேறு அடையாளங்களுடன் வலம் வந்துள்ளார். சில இடங்களில் அவர் தந்தை, தனயன் ஆகிய இரண்டு அடையாளங்களிலும் இருந்துள்ளார். அவருடைய பல பெயர்களில் இரண்டில் இப்போதும் செயல்பட்டுக் கொண்டிருக்கின்ற இரண்டு லாக்கர்களை நான் கண்டுபிடித்துள்ளேன். அவை தவிர, அவருடைய பெயரில் ஏராளமான வங்கிக் கணக்குகள் இருக்கின்றன. அவற்றில் பெரும் பணம் உள்ளது. சட்டரீதியாக அவர்மீது எந்தக் குற்றமும் சுமத்த முடியாத அளவுக்கு எல்லாம் கச்சிதமாக இருக்கிறது. அவர் மிகவும் ஒழுங்குமுறையுடன் செயல்படுகின்ற ஒரு நபராகத் தெரிகிறார். அவர் தலைமறைவாகச் செயல்பட்டுக் கொண்டிருக்கின்ற தீவிரவாத அமைப்பு ஏதாவது ஒன்றுக்காகச் செயல்பட்டுக் கொண்டிருக்கக்கூடும். நாம் இதுவரை கண்டுபிடித்திராத இரகசிய மிஷன் ஒன்றில் அவர் ஈடுபட்டிருக்கக்கூடும். அதோடு, அவர் சுபாஷ் சந்திர போஸைத் தேடிக் கொண்டிருக்கின்ற விஷயம், நம் நாட்டுக்கும் அரசு அதிகாரிகளுக்கும் முக்கியத்துவம் வாய்ந்ததாக இருக்கலாம்.”

லிசா கூறியதை டாக்டர் சீனிவாசன் கவனமாகக் கேட்டார்.

லிசா நிறுத்திய இடத்திலிருந்து டாக்டர் ஷாஹிஸ்தா தொடர்ந்தார். “ஓம் சாஸ்திரி மனோவசியத்திற்கு உட்படுத்தப்பட்டிருந்தபோது, கடந்த சில ஆயிரம் ஆண்டுகளில் இப்புவியில் நடமாடியிருந்த நபர்களைப்

பற்றி அவர் பேசினார். அவர் தன்னுடைய அனைத்து மறுபிறப்புகளையும் நினைவில் வைத்திருந்ததாக எங்களில் சிலர் நினைத்தோம். வேறு சிலர், அவர் பிளவாளுமை நோயால் பாதிக்கப்பட்டு இருந்திருக்கக்கூடும் என்று கருதுகின்றனர். ஒரு இரகசிய நோக்கத்தைக் கொண்டிருக்கின்ற, தலைமுறை தலைமுறையாகத் தொடர்ந்து கொண்டிருக்கின்ற, ஒரு புராதன அமைப்பின் உறுப்பினராகக்கூட அவர் இருக்கக்கூடும். ஆனால், அவருடைய அடையாளங்களில் எதுவும் இந்தச் சாத்தியக்கூறுகளில் எதுவொன்றிலும் பொருந்த மறுக்கிறது."

இந்த இடத்தில் டாக்டர் ஷாஹிஸ்தா தன் பேச்சில் ஒரு சிறு இடைவெளி விட்டபோது, அங்கு ஒரு கனத்த மௌனம் நிலவியது. பின் டாக்டர் ஷாஹிஸ்தா தன் பேச்சைத் தொடர்ந்தார்.

"சார், நாங்கள் உங்களுக்கு உதவ வேண்டுமென்றால், உங்களுக்குத் தெரிந்ததை தயவு செய்து எங்களிடம் கூறுங்கள்."

"இந்த வளாகம் எதற்காக உள்ளது? எதற்காக நாம் இந்த மனிதரைச் சிறைபிடித்துள்ளோம்? அவரிடமிருந்து எதைப் பெற நாம் முயன்று கொண்டிருக்கிறோம்? உங்களுக்குத் தெரிந்த அனைத்தையும் எங்களிடம் தயவு செய்து கூறுங்கள்," என்று டாக்டர் பத்ரா கேட்டுக் கொண்டார். இம்முறை அவரிடம் கோபத்தைவிட இயலாமைதான் அதிகமாக வெளிப்பட்டது.

டாக்டர் சீனிவாசன், வழக்கம்போல, தன் முகத்தில் எந்த உணர்ச்சியையும் வெளிக்காட்டவில்லை. அவர் ஒரு முறை ஆழமாக சுவாசித்துவிட்டு, தனக்குள் ஏதோ ஒரு கணக்கு போட்டுக் கொண்டிருந்ததுபோலத் தன் கால்களையே சிறிது நேரம் பார்த்துக் கொண்டிருந்தார்.

சிறிது நேரத்திற்குப் பிறகு அவர் பேசத் துவங்கினார்.

"சரி. நான் எனக்குத் தெரிந்தவற்றையெல்லாம் உங்களிடம் கூறுகிறேன். அதற்கு முன், ஓம் சாஸ்திரி குறிப்பிட்டிருந்த லாக்கர்களைப் பற்றிய தகவல்கள் எனக்கு வேண்டும்."

"சார், நான் ஏற்கனவே அத்தகவல்களைச்

சேகரித்துவிட்டேன்," என்று கூறிய லிசா, டாக்டர் சீனிவாசனிடம் சில காகிதங்களைக் கொடுத்தாள்.

டாக்டர் சீனிவாசன் அவற்றை வீரபத்ராவிடம் கொடுத்தார்.

அவற்றைப் பெற்றுக் கொண்டதும் வீரபத்ரா உடனடியாக அந்த அறையைவிட்டு வெளியேறினார். அவற்றை வைத்துக் கொண்டு என்ன செய்ய வேண்டும் என்பதை அவர் அறிந்திருந்தார்.

டாக்டர் சீனிவாசன் தன் மேசையிலிருந்த ஒரு பெட்டகத்தைக் கவனமாகத் திறந்து அதிலிருந்து சில புகைப்படங்களையும் சில ஆவணங்களையும் வெளியே எடுத்தார். அவற்றை அவர் டாக்டர் ஷாஹிஸ்தாவிடம் கொடுத்தார். டாக்டர் ஷாஹிஸ்தா அவற்றை ஒவ்வொன்றாகப் பார்த்துவிட்டு, அடுத்தவரிடம் அவற்றைக் கொடுத்தார். அவற்றைப் பெற்றுக் கொண்டவரும் அவற்றைப் பார்த்துவிட்டு அடுத்த நபரிடம் கொடுத்தார். அந்தப் புகைப்படங்கள் அனைத்திலும் ஓம் சாஸ்திரிதான் இடம்பெற்றிருந்தார். அவற்றில் அவர் பல்வேறு உடைகளிலும் பல்வேறு தோற்றங்களிலும் இருந்தார். அந்தப் புகைப்படங்கள் ஒவ்வொன்றிலும் அது எடுக்கப்பட்டிருந்த ஆண்டும் இடமும் குறிக்கப்பட்டிருந்தன. டாக்டர் ஷாஹிஸ்தா அவற்றை ஒவ்வொன்றாகப் படித்தார்: *"1874 பனாரஸ்; 1882 ஹரியானா; 1888 மதராஸ்; 1895 மகாராஷ்டிரா; 1902 கேரளா; 1916 லக்னோ; 1930 உப்பு சத்தியாக்கிரகம் 1944 சுபாஷ் சந்திர போஸின் ஃபார்வர்டு பிளாக்; 1947 தேசியக் கொடியேற்ற விழாவின் கூட்டத்தில்; 1964 ஜவஹர்லால் நேருவின் இறுதிச் சடங்கு; 1984 இந்திரா காந்தியின் இறுதிச் சடங்கு; 1991 ராஜீவ் காந்தியின் இறுதிச் சடங்கு; 1998, 2001, 2005, 2010, 2011, 2012, 2013, 2014, 2015 . . ."*

டாக்டர் சீனிவாசன் அவர்களின் முகங்களை உன்னிப்பாக அவதானித்துக் கொண்டிருந்தார். பின் அவர்களிடம் அவர் இவ்வாறு கூறினார்: "நீங்கள் பார்த்துக் கொண்டிருக்கின்ற ஆவணங்கள் அனைத்தும், ஓம் சாஸ்திரி எந்தப் பெயர்களிலெல்லாம் நடமாடிக்

கொண்டிருந்தாரோ அந்த நபர்களின் இறப்புச் சான்றிதழ்கள் அல்லது மரணத்தை உறுதிப்படுத்துகின்ற பிற அரசு ஆவணங்கள். அவர் ஓரிடத்தில் இறந்ததும் வேறோர் இடத்தில் உயிருடன் தோன்றுகிறார். அவர் அனைத்துப் புகைப்படங்களிலும் கிட்டத்தட்ட ஒரே வயதில் இருக்கிறார். அவற்றில் அவர் இளமையாகவும் தோன்றவில்லை, முதியவராகவும் இருக்கவில்லை. சுமார் நாற்பது வயது என்று கூறலாம்." தான் கூறிக் கொண்டிருந்த விஷயங்கள் அவர்களுடைய மனங்களில் பதிவதற்காக அவர் சிறிது நிறுத்தினார். அவர் மீண்டும் பேசத் துவங்கியதும் அவருடைய குரல் தீவிரமாக இருந்தது.

"நீங்கள் அனைவரும் இங்கு வரவழைக்கப்பட்டிருப்பது இதற்காகத்தான். என்னைக் கேள்வி கேட்பதற்காகவோ அல்லது அந்த நபர் யாரென்று கேட்பதற்காகவோ அல்ல. அவரைப் பற்றிய தகவல்களை உங்களிடமிருந்து பெறுவதற்காகவே நான் இங்கு இருக்கிறேன். இந்த மர்ம மனிதரிடமிருந்து பதில்களையும் தேவையான தகவல்களையும் பெறுவதற்காக அமைக்கப்பட்டுள்ள இந்த இரகசிய மிஷனின் உறுப்பினர்கள் நீங்கள். இது ஒரு இரகசிய மிஷன் என்பதை நினைவில் கொள்ளுங்கள்."

டாக்டர் பத்ராவின் மனம் சந்தேக வெள்ளத்தில் மூழ்கிக் கிடந்தது. அதை வெளிப்படுத்த அவர் தயங்கவில்லை.

"இந்த அமைப்பு யாருக்குச் சொந்தமானது?" என்று அவர் நேரடியாகவே கேட்டார்.

"கேள்விகளை நாம் இத்துடன் நிறுத்திக் கொள்ளலாம். டாக்டர் பத்ரா, உங்களுக்கு இந்த அளவு தெரிந்தால் போதும். இப்போது உங்கள் முன் இரண்டு தேர்ந்தெடுப்புகள்தாம் இருக்கின்றன. ஒன்று, நீங்கள் உங்கள் வேலையைத் தொடரலாம் அல்லது இங்கிருந்து கிளம்பலாம். இங்கிருந்து கிளம்ப நீங்கள் முடிவு செய்தால், அதற்கான ஏற்பாடுகளை நான் உடனடியாகச் செய்து தருகிறேன்," என்று டாக்டர் சீனிவாசன் எச்சரிக்கும் விதமாகக் கூறினார். அவர் தன் குரலில் தொனித்த

இகழ்ச்சியை மறைக்க முயற்சி செய்யவில்லை.

அதைக் கேட்டு டாக்டர் பத்ரா உறைந்து போனார். சோதனைக்கூடத்திற்குத் திரும்பிச் செல்ல அவர் திரும்பியபோது, டாக்டர் ஷாஹிஸ்தா பேசினார்.

“சார், ஓம் சாஸ்திரி, நான் அவரை ஆட்படுத்தும் மனோவசிய நிலையிலிருந்து ஒரு மணி நேரத்திற்கு உள்ளாகவே விடுபட்டுவிடுகிறார். அதனால், அவரிடமிருந்து தகவல்களைப் பெறுவதற்குப் பல வாரங்கள் பிடிக்கும்.”

“டாக்டர் ஷாஹிஸ்தா, இதற்கு வேறு மாற்று வழி எதையும் உங்களால் பரிந்துரைக்க முடியுமா?” என்று டாக்டர் சீனிவாசன் கேட்டார். டாக்டர் ஷாஹிஸ்தாவிடமிருந்து அதற்கு என்ன பதில் வருமென்பதை அவர் அறிந்திருந்தார்.

“நாம் அவருக்கு மயக்க மருந்து எதையும் கொடுக்காமலும், அவரை மனோவசியத்திற்கு ஆட்படுத்தாமலும் நேரடியாகப் பேசிப் பார்க்கலாம்.”

“அப்படிச் செய்தால், அவர் நம்மிடம் எதையும் கூற மாட்டார் என்று நான் பயப்படுகிறேன்,” என்று கூறிய டாக்டர் சீனிவாசனின் குரலில் கவலை இழையோடியது.

“அவர் கண்டிப்பாக எல்லாவற்றையும் சொல்வார், சார். ஏனெனில், அவர் ஏற்கனவே எவ்வளவு தகவல்களை நம்மிடம் வெளிப்படுத்தியிருக்கிறார் என்பது அவருக்குத் தெரியாது. நமக்கு எல்லாம் தெரியும் என்பதுபோல நாம் நடந்து கொண்டால், அவர் அனைத்தையும் நம்மிடம் கொட்டிவிடுவார்.”

“இது உங்கள் அனைவருக்கும் சற்று ஆபத்தான அணுகுமுறையாக மாறக்கூடும்,” என்று டாக்டர் சீனிவாசன் அவர்களை எச்சரித்தார்.

டாக்டர் சீனிவாசனை எப்படிக் கையாள்வது, அவரை எப்படி ஒப்புக் கொள்ள வைப்பது என்பதை டாக்டர் ஷாஹிஸ்தா கற்றுக் கொள்ளத் தொடங்கியிருந்தார். டாக்டர் சீனிவாசனின் ஆதிக்கமிக்க ஆளுமையை வென்றெடுக்கக்கூடிய வலிமை, அவருடைய புரிதலுடன்கூடிய அணுகுமுறைக்கு இருந்தது.

அதனால், டாக்டர் ஷாஹிஸ்தா, டாக்டர் சீனிவாசனிடம், "சார், நான் எண்ணற்றக் குற்றவாளிகளைக் குறுக்கு விசாரணை செய்துள்ளேன். என்னுடைய அனுபவத்தின் அடிப்படையில், இவரைக் கண்டு நாம் பயப்படத் தேவையில்லை என்று என்னால் உறுதியாகச் சொல்ல முடியும்," என்றார்.

"மயக்க மருந்து மற்றும் மனோவசியம் இல்லாமல் அவரை நம்புவது சரியென்று எனக்குத் தோன்றவில்லை. அவர் உண்மைகளைத் திரித்துக் கூறுவதற்கு வாய்ப்பு இருக்கிறது," என்று டாக்டர் சீனிவாசன் இந்த விஷயத்தில் தன் நிலைப்பாட்டைத் தூக்கிப் பிடித்தார்.

"நாம் பொய்யுணர் கருவியைப் பயன்படுத்தலாம். அவர் பேசிக் கொண்டிருக்கின்றபோது, அவர் சிந்தித்துக் கொண்டிருக்கின்ற அனைத்தையும் காட்சி ரூபத்தில் லிசாவால் காட்ட முடியும்," என்று டாக்டர் பத்ரா ஒரு மாபெரும் திட்டத்தை வெளிப்படுத்துவதுபோலக் கூறினார்.

"சார், சில கேபிள்களின் வழியாக அவருடைய உடல் சில கருவிகளுடன் பிணைக்கப்படும். அவற்றால் அவருடைய நாடித் துடிப்பையும், அவருடைய எண்ணங்களின் அலைநீளங்களையும் பதிவு செய்து, அவற்றைக் காட்சி ரூபமாக ஒரு திரையில் காட்ட முடியும். அவர் இதற்குச் சரியான முறையில் எதிர்வினையாற்றினால், அவர் எதை நினைவுபடுத்திக் கொண்டிருக்கிறாரோ, அதன் கச்சிதமான பிரதியை, அது நடைபெற்றக் காலகட்டம் போன்ற சின்னஞ்சிறு தகவல்கள் உட்பட, காட்சி ரூபமாக நம்மால் திரையில் காண முடியும்," என்று டாக்டர் சீனிவாசனிடம் கூறிய டாக்டர் ஷாஹிஸ்தா, லிசாவின் பக்கம் திரும்பி, "நான் சொல்வது சரிதானே, லிசா?" என்று வினவினார்.

"அது மிகவும் சுவாரசியமாகவும் இருக்கும்!" என்று லிசா பரவசத்துடன் கூறினாள். அப்போது அவள் ஒரு சூயிங்கம்மை மென்று கொண்டிருந்ததால், அவளுடைய பேச்சு தெளிவாக இல்லை. அவள் அதைப் பொருட்படுத்தவில்லை என்றாலும், மற்றவர்கள் அவளை முறைத்துப் பார்த்தவுடன், சூயிங்கம்மை

மெல்வதை அவள் நிறுத்தினாள்.

"சார், வார்த்தைகளால் உண்மையை மறைக்க முடியலாம். ஆனால், தன்னுடைய எண்ணங்களை ஒருவரால் தன்னிச்சையாகக் கட்டுப்படுத்த முடியாது. நம்மால் அவருடைய எண்ணங்களின் காட்சி வடிவத்தைப் பார்க்க முடிந்தால், அவரால் நம்மை ஏமாற்ற முடியாது," என்று டாக்டர் ஷாஹிஸ்தா உத்தரவாதமளித்தார்.

டாக்டர் சீனிவாசன் தன் மனத்திற்குள் அதன் சாதக பாதகங்களைக் கணக்குப் போட்டுக் கொண்டிருந்தார். மற்ற அனைவரும் அமைதியாகக் காத்திருந்தனர்.

டாக்டர் ஷாஹிஸ்தா மன்றாடினார். "சார், எங்கள் மீது நம்பிக்கை வைக்க வேண்டியது இப்போது உங்களுடைய முறை. என்ன இருந்தாலும், நாங்கள் அனைவரும் நீங்கள் தேர்ந்தெடுத்துள்ள வல்லுநர்கள்தானே?"

இறுதியில் டாக்டர் சீனிவாசன் அதை ஏற்றுக் கொள்ள வேண்டியதாயிற்று. அதற்கு முன், அவர் அவர்களிடம், "இது வேலை செய்யவில்லை என்றால் என்ன செய்வது?" என்று கேட்டார்.

"வேலை செய்யவில்லை என்றால், இப்போது நாம் செய்து கொண்டிருப்பதைத் தொடர வேண்டியதுதான்," என்று டாக்டர் பத்ரா கூறினார்.

"சார், இதுவரை எல்லாமே கஷ்டமாக இருந்து வந்துள்ளது. அவர் பேசிய ஒவ்வொரு வார்த்தையும் எண்ணற்றக் கேள்விகளுக்கு இட்டுச் சென்றது. இக்கட்டத்தில் அவரிடம் என்ன கேட்க வேண்டும் என்பதுகூடத் தெரியாமல் நான் முழித்துக் கொண்டிருக்கிறேன்," என்று டாக்டர் ஷாஹிஸ்தா கூறினார்.

"சரி, டாக்டர் ஷாஹிஸ்தா. உங்களுக்கு எப்படித் தோன்றுகிறதோ அப்படியே செய்யுங்கள். ஆனால், எச்சரிக்கையாக இருங்கள். அவரிடமிருந்து சற்று விலகியே உட்காருங்கள். எதையும் பதிவு செய்வதற்கு அனுமதி கிடையாது. நாம் மதிய உணவு இடைவேளைக்குப் பின்னர் தொடங்கலாம்," என்று கூறிய டாக்டர் சீனிவாசனின் முகத்தில் கவலை படர்ந்திருந்தது.

அவர்கள் எல்லோரும் உணவருந்தும் இடத்தை நோக்கிச் சென்றனர். டாக்டர் ஷாஹிஸ்தா மட்டும் மீண்டும் சோதனைக்கூடத்திற்குச் சென்றார்.

அவர் நேராக ஓம் சாஸ்திரியிடம் சென்று அவர் முன்னால் நின்றார். பிறகு அவர் தன் முகத்தில் ஒரு தோழமையான புன்னகையைப் படரவிட்டுக் கொண்டு, “ஹலோ, என் பெயர் ஷாஹிஸ்தா. இதற்கு முன்பு உங்களிடம் என்னை முறைப்படி அறிமுகப்படுத்திக் கொள்ள எனக்கு வாய்ப்புக் கிடைக்கவில்லை. நான் இப்போது உணவருந்தப் போகிறேன். நீங்களும் அதற்குள் சாப்பிட்டு முடித்துவிடுங்கள். உங்களுக்கு ஏதாவது தேவையென்றால் என்னிடம் சொல்லுங்கள்,” என்று கூறினார். மதிய உணவுக்குப் பின்னர், ஓம் சாஸ்திரி பிரக்ஞையுடன் இருந்தபோது அவரிடம் அவர் பேச வேண்டியிருந்ததால், அவருடன் நட்பு பாராட்ட டாக்டர் ஷாஹிஸ்தா முயன்றார். ஒருவருடைய நம்பிக்கையை உங்களால் பெற முடிந்தால், அவருடைய இரகசியங்களும் உங்களுக்குச் சொந்தமாகிவிடும் என்று உளவியல் கூறுகிறது.

“எனக்குக் கழிவறைக்குச் செல்ல வேண்டும். என் கட்டுகளை அவிழ்த்துவிடும்படி நான் இந்தக் காவலாளிகளிடம் கேட்டேன்,” என்று ஓம் சாஸ்திரி பணிவுடன் கூறினார். “ஓ! உங்களுடன் பேசுவதற்கும் சொந்தமாகத் தீர்மானங்கள் எடுப்பதற்கும் இவர்களுக்கு அனுமதி இல்லை. உங்களுக்கு நேர்ந்துள்ள அசௌகரியத்திற்காக நான் உங்களிடம் மன்னிப்புக் கேட்டுக் கொள்கிறேன்,” என்று டாக்டர் ஷாஹிஸ்தா தோழமையுணர்வு முகத்தில் வெளிப்படக் கூறினார்.

பிறகு, ஓம் சாஸ்திரியின் கட்டுகளை அவிழ்த்து விட்டுவிட்டு அவரைக் கழிவறைக்கு அழைத்துச் செல்லுமாறு அங்கிருந்த ஒரு காவலாளிக்கு அவர் உத்தரவிட்டார்.

ஓம் சாஸ்திரி முரட்டுத்தனமாக நடந்து கொள்ளாமலும் தன்னைத் தற்காத்துக் கொள்ள முயலாமலும் இருந்ததால், மதிய அமர்வு நன்றாகச் செல்லும் என்ற நம்பிக்கை டாக்டர் ஷாஹிஸ்தாவுக்கு

வந்திருந்தது.

பாதுகாவலர்கள் செய்யப்பட வேண்டியவற்றைச் செய்ததும், ஓம் சாஸ்திரி டாக்டர் ஷாஹிஸ்தாவின் பக்கம் திரும்பி, “இன்னொரு விஷயம். நான் சைவ உணவு உண்பவன். எனக்கு முட்டைக்கோஸ் பிடிக்காது. உருளைக்கிழங்கும் பருப்புகளும் பிரச்சனையில்லை. தயவு செய்து, பச்சை மிளகாயையும் உப்பையும் தனியாகக் கொடுக்க ஏற்பாடு செய்யுங்கள்,” என்று தன் உணவுமுறையை அவரிடம் விவரித்தார்.

அவர் ஏன் அப்படிச் சொன்னார் என்பது டாக்டர் ஷாஹிஸ்தாவுக்குப் புரியவில்லை. ஆனாலும், தனக்குப் புரிந்ததுபோல அவர் தலையாட்டினார். பின் டாக்டர் ஷாஹிஸ்தா அங்கிருந்து கிளம்பி உணவறைக்குச் சென்றார். அங்கிருந்த மெனுவை அவர் பார்த்தபோது அவருக்குத் தூக்கிவாரிப் போட்டது. உருளைக்கிழங்கு, முட்டைக்கோஸ் ஆகிய இரண்டு காய்களோடு சேர்த்து அங்கு அசைவ உணவு பரிமாறப்பட்டுக்கொண்டிருந்ததை அவர் கண்டார். பின் அவர் தன்னை ஒருவாறு சமாளித்துக் கொண்டு, “ஓம் சாஸ்திரிக்கு அசைவ உணவையும் முட்டைக்கோஸையும் அனுப்பாதீர்கள். அவர் அவற்றைச் சாப்பிட மாட்டார்,” என்று கூறினார்.

“அது எப்படி உங்களுக்குத் தெரியும்?” என்று லிசா குழப்பத்துடன் அவரிடம் கேட்டாள்.

“அவரே என்னிடம் சொன்னார்.”

“என்ன சொல்கிறீர்கள்?”

“தான் சைவ உணவு உண்பவர் என்றும், தனக்கு முட்டைக்கோஸ் பிடிக்காது என்றும் அவர் கூறினார். அதோடு, பச்சை மிளகாயையும் உப்பையும் தனியாகக் கொடுக்க ஏற்பாடு செய்யுமாறும் அவர் கூறினார்.”

அங்கிருந்த மற்ற அனைவரும் ஒருவரையொருவர் அதிர்ச்சியுடன் பார்த்தனர். டாக்டர் ஷாஹிஸ்தா சாப்பிடத் துவங்கினார்.

லிசா தன் மூளையைக் கசக்கிக் கொண்டு மெதுவாகப் பேசினாள். “இன்று மதிய உணவில் உருளைக்கிழங்கும் முட்டைக்கோஸும் பரிமாறப்படும் என்பது அவருக்கு எப்படித் தெரியும்? அவர் தன்னை

ஒரு சைவ உணவாளர் என்று கூறிக் கொண்டாலும், இங்கு அசைவமும் சமைக்கப்பட்டிருப்பது அவருக்கு எப்படித் தெரிந்தது?”

டாக்டர் ஷாஹிஸ்தா சாப்பிடுவதை நிறுத்திவிட்டு அதைப் பற்றி யோசிக்கலானார்.

அத்தியாயம் 6

தெய்விக யுகங்கள்

அங்குச் சிறிது நேரம் மௌனம் நிலவியது. பின்னர் பரிமல் பேசினான். "ஓம் சாஸ்திரியின் அனைத்துப் புகைப்...படங்களையும் பார்த்தப் பிறகு, மறுபிறப்பு, பிளவா...ளுமை ஆகிய கோட்பாடுகள் இங்குச் செல்லு...படியாகாது என்பது புரிந்துவிட்டது. இதற்குப் புதிய விளக்...கங்கள் ஏதேனும் இருக்கின்றனவா?"

சிறிது நேரம் எவரும் பேசவில்லை. லிசாதான் அந்த மௌனத்தைக் கலைத்தாள். "காலப் பயணம்!"

அவள் தன் மடிக்கணினியைப் பார்த்துக் கொண்டே அதைக் கூறினாள்.

"ஹா! ஹா! காலப் பயணம் என்பது ஒரு கட்டுக்கதை! நீங்கள் முன்னாலும் பின்னாலும் போய் வருவதற்கு, காலம் என்பது தேங்கி நின்று கொண்டிருக்கும் ஒன்றல்ல. கடந்தகாலம் என்பது முடிந்துவிட்ட ஒன்று. வருங்காலம் என்பது இன்னும் தோன்றியிருக்காத ஒன்று," என்று லிசாவின் யோசனையை எள்ளி நகையாடும் விதத்தில் அபிலாஷ் பேசினார்.

அவருடைய வார்த்தைகளை அலட்சியப்படுத்த லிசா முடிவு செய்தாள். அப்போது டாக்டர் பத்ரா இவ்வாறு கூறினார்: "தான்தான் விஷ்ணு குப்தர் என்று ஓம் சாஸ்திரி கூறுகிறார். சாணக்கியரின் இன்னொரு பெயர்தான் விஷ்ணு குப்தர் என்று பரிமல் கூறுகிறார். அப்படியானால், ஓம் சாஸ்திரி குறிப்பிட்டிருந்த சந்திர குப்தர், ஒருவேளை மௌரியப் பேரரசைச் சேர்ந்த சந்திர குப்த மௌரியராக இருக்கலாம்.

"ஓம் சாஸ்திரி கூறுவதை நம்புவதற்கு நான் உந்தப்பட்டுள்ளேன். அவர் குறிப்பிட்டப் பண்டா பகதூரும் ஃபரூக் சியாரும் சீக்கிய மத வரலாற்றோடு பின்னிப் பிணைந்தவர்கள். நான் என் அம்மாவுடன்

மேற்கொண்ட அலைபேசி அழைப்பை நீங்கள் கேட்டிருப்பீர்கள். இது குறித்து நான் உங்களுடைய கருத்துகளை அறிந்து கொள்ள விரும்புகிறேன்."

"டாக்டர் பத்ரா, நீங்கள் ஒரு மருத்துவர். இவற்றையெல்லாம் எப்படி உங்களால் நம்ப முடிகிறது? இவை அபத்தக் களஞ்சியமாக இருக்கின்றன," என்று டாக்டர் ஷாஹிஸ்தா கோபத்தில் குமுறினார்.

"சரி, டாக்டர் ஷாஹிஸ்தா. அப்படியானால், லிசா கண்டுபிடித்த ஆவணங்களில், தந்தை, தனயன் ஆகிய இருவரின் புகைப்படங்களும் ஒன்றாக இருந்ததற்கு நீங்கள் தர்க்கரீதியான விளக்கம் ஒன்றைக் கொடுங்கள்," என்று டாக்டர் பத்ராவும் பதிலுக்குச் சீறினார்.

அதைக் கேட்டு டாக்டர் ஷாஹிஸ்தா வாயடைத்துப் போனார்.

"சார், ஓம் சாஸ்திரி ஒப்பித்தது சாணக்கியரின் வார்த்தைகள்," என்று லிசா தெரிவித்தாள்.

"பண்டா பகதூர் யார்? சாணக்கியரின் கடந்தகாலத்தைப் பற்றி நமக்கு எதாவது தெரியுமா?" என்று அபிலாஷ் கேட்டார். பண்டா பகதூரைப் பற்றி டாக்டர் பத்ரா கூறத் தொடங்குவதற்குள் பரிமல் முந்திக் கொண்டான். அவன் திக்கித் திக்கிப் பேசினாலும், இம்முறை அவனுடைய குரலில் ஓர் உறுதி இருந்தது.

"சாணக்...கியரின் பிறப்பு நிகழ்ந்தது கி.மு. 350 என்று கருதப்படுகிறது. அது குறித்துக் கருத்து முரண்...பாடுகள் இருக்கின்றன. அவருடைய மூலம் குறித்துப் பல கருத்துகள் இருக்...கின்றன. புத்த மதப் புத்தகங்களின்படி, அவர் தட்சசீலம் என்ற இடத்தில் பிறந்தார். சமண மதத்...தின்படி அவர் ஒரு 'திராமிலர்'. அதாவது, அவர் தென்னிந்தியாவைத் தாயகமாகக் கொண்டவர். மற்றொரு சமண நூலின்படி, சாணக்...கியர், ஆந்திராவிலுள்ள கோல்லா என்...ற பகுதியிலுள்ள சாணக்...கியா என்ற கிராமத்தில், சானின் என்ற பார்ப்பனருக்கும் சானேஸ்...வரிக்கும் பிறந்தவர். வேறு சில நூல்களில் அவருடைய தந்தையின் பெயர் சா...ணக் என்று குறிப்பிடப்பட்டுள்ளது. வேறு சில தகவல்களின்படி, சாணக்...கியர் வட இந்தியாவில் ஒரு

பார்ப்பனக் குடும்பத்தில் பிறந்தவர், வேதங்களை நன்கு கற்றறிந்தவர், விஷ்ணுவை வழிபட்டவர். மற்றொரு சமண நூலின்படி, சாணக்...கியர் தன் இறுதிக் காலத்தில் சந்தி...ர குப்த மௌரியரைப்போலவே ஒரு சமணத் துறவியாக ஆகிவிட்டார்."

பரிமல் தொடர்ந்து பேசினான். "சாணக்...கியர் ஓர் இந்திய ஆசான், தத்துவ மேதை, பொருளாதார நிபுணர், நீதிபதி மற்றும் அரசவை ஆலோசகர். பாரம்பரியமாக அவர் விஷ்ணு குப்தர் அல்லது கௌடில்யர் என்றும் அழைக்கப்பட்டார். அர்த்த...சாஸ்திரம் என்ற அரசியல் நூலை எழுதியவர் அவர். பொதுவாக அவர் இந்திய அரசியல் மற்றும் பொருளாதாரத் துறையில் ஒரு முன்னோடியாகப் பார்க்கப்படுகிறார். அவருடைய படைப்புகள் செம்...மைப் பொருளாதாரத்தின் முன்னோடியாகக் கருதப்பட்டன. குப்தப் பேரரசின் முடிவின்போது தொலைந்து போன அவருடைய படைப்புகள், 1915 ஆம் ஆண்டுவாக்கில் மீண்டும் கண்டுபிடிக்கப்பட்டன." சாணக்கியரைப் பற்றிய பரிமலின் விவரிப்பை எல்லோரும் கவனமாகக் கேட்டனர்.

பரிமல் விட்ட இடத்திலிருந்து லிசா தொடர்ந்தாள். அவள் தன்னுடைய மடிக்கணினியிலிருந்து சாணக்கியர் குறித்த விபரங்களைச் சத்தமாகப் படிக்கத் துவங்கினாள்.

"பண்டைய தட்சசீலப் பல்கலைக்கழகத்தில் ஒரு பேராசிரியராகப் பணியாற்றிக் கொண்டிருந்த சாணக்கியர், முதலாம் மௌரியப் பேரரசரான சந்திர குப்த மௌரியர் பதவிக்கு வருவதற்கு உதவினார். மௌரியப் பேரரசை நிறுவியதில் அவருக்கு ஒரு முக்கியப் பங்கு இருந்ததாகப் பரவலாக நம்பப்படுகிறது. சாணக்கியர் சந்திர குப்தருக்கும் அவருடைய மகன் பிந்துசாரருக்கும் ஆலோசகராக இருந்திருந்தார்."

பரிமல் மேலும் சில தகவல்களைக் கூறினான். "ஒரு கட்டுக்கதையின்படி, தன்னுடைய இறுதிக் காலத்தில் சாணக்...கியர் காட்டுக்குச் சென்று பட்டினி கிடந்து தன்னை மாய்...த்துக் கொண்டாராம். பிந்துசாரரின் அமைச்சர்களில் ஒருவரான சுபந்துவால் ஒரு சதித்

திட்டத்தின் மூலம் சாணக்...கியர் கொல்லப்பட்டதாக ஹேமச்சந்திரா என்பவர் கூறுகிறார். சுபந்துவுக்குச் சாணக்...கியரைப் பிடிக்காது என்பதால், பிந்துசாரரின் தாயாரைக் கொன்றது சாணக்...கியர்தான் என்று அவர் பிந்துசாரரிடம் கூறினார். பிந்துசாரர், சம்பந்தப்பட்டச் செவிலியரைக் கூப்பிட்டு விசாரித்தபோது, அவருடைய தாயாரின் மரணம் பற்றிய கதை உண்மை என்று அவர்கள் உறுதிப்படுத்தியபோது, பிந்துசாரர் கொதித்...தெழுந்தார். பேரரசரின் கோபத்தைத் தெரிந்து கொண்ட சாணக்...கியர், சமண மத வழக்கத்தின்படி பட்டினி கிடந்து உயிர் துறப்பதென்று தீர்மானித்தார். இதற்கிடையே, தன் தாயார் ஒரு விபத்தில்தான் இறந்தார் என்றும், அவருடைய மரணத்திற்கும் சாணக்...கியருக்கும் எந்தத் தொடர்பும் இல்லை என்றும் பிந்துசாரர் அறிந்து கொண்டபோது, சாணக்...கியர் தன்னைத் தானே மாய்த்துக் கொள்ளும் தீர்மானத்தைக் கைவிடுவதற்கு அவரைச் சம்மதிக்க வைக்கும்படி சுபந்துவிடம் அவர் கூறினார். ஆனால், சுபந்துவோ, சாணக்...கியரை உயிரோடு கொளுத்துவதற்கு ஒரு சடங்...கை ஏற்பாடு செய்தார். ஒட்டுமொத்தத்தில், சாணக்...கியரின் இறப்பு குறித்த உறுதியான தகவல் எதுவும் இல்லை.”

அபிலாஷ் குறுக்கிட்டார். “அதாவது, சாணக்கியரின் இறப்பு குறித்தத் திட்டவட்டமான தகவல்கள் எதுவும் இல்லை, அப்படித்தானே?”

“சாணக்கியர் ஒரு மாபெரும் அறிஞரென்றும், தொலைநோக்குப் பார்வை கொண்டவரென்றும் கருதப்படுகிறார். இந்திய தேசியவாதிகளில் பலர், ஒட்டுமொத்த இந்தியத் துணைக்கண்டம் முழுவதும் பரவியிருக்கின்ற ஒருங்கிணைந்த இந்தியா என்ற கருத்துருவைக் கற்பனை செய்த முன்னோடிகளில் ஒருவராக அவரைப் பார்க்கின்றனர். இந்தியாவின் முன்னாள் தேசியப் பாதுகாப்பு ஆலோசகரான சிவசங்கர் மேனன், சாணக்கியரின் அர்த்தசாஸ்திரம் இன்றுகூட நடைமுறைப்படுத்தத்தக்க அளவுக்குப் பொருத்தமான, தெளிவான மற்றும் திட்டவட்டமான விதிமுறைகளைக் கொண்டுள்ளதென்று புகழ்கிறார்,”

என்று லிசா கூறினாள்.

“பண்டா பகதூர்?” என்று அபிலாஷ் மீண்டும் கேட்டார்.

அந்த சீக்கியப் பெயர் குறித்து டாக்டர் பத்ரா ஏதேனும் விளக்கமளிப்பார் என்று எல்லோரும் அவரைப் பார்த்தனர். டாக்டர் பத்ரா இவ்வாறு குறிப்பிட்டார்: “பண்டா சிங் பகதூர் 1670 இல் பிறந்தார். அவருடைய இயற்பெயர் லட்சுமன் தேவ். பின்னாளில் அவர் ஒரு சீக்கிய இராணுவத் தளபதியாக ஆனார்.

“அவர் தன்னுடைய பதினைந்தாவது வயதில் வீட்டைவிட்டு வெளியேறி ஒரு துறவியாக ஆனார். அப்போது அவருக்கு ‘மது தாஸ்’ என்ற பெயர் சூட்டப்பட்டது. கோதாவரி ஆற்றங்கரையிலுள்ள நாந்தேடு என்ற நகரில் அவர் ஒரு மடாலயத்தை அமைத்தார். 1708 இல் அங்கு குரு கோபிந்த் சிங் விஜயம் செய்தபோது, மது தாஸ் அவருடைய சீடராக ஆனார். குரு கோபிந்த் சிங்தான் பண்டா சிங் பகதூர் என்ற பெயரை அவருக்குச் சூட்டினார். குரு கோபிந்த் சிங்கின் ஆசியுடனும் உத்தரவுடனும் அவர் ஒரு படையைத் திரட்டி, அதற்குத் தலைமையேற்று, முகலாயப் பேரரசரை எதிர்த்துப் போரிட்டார். அவர் பஞ்சாபில் தன்னுடைய அதிகாரத்தை நிலைநிறுத்தியவுடன், அங்கிருந்த ஜமீன்தாரி முறையை ஒழித்து, உழுபவர்களுக்கு நிலத்தைப் பிரித்துக் கொடுத்தார். 1715 இல் அவர் குர்தாஸ் நங்கல் கோட்டையில் இருந்தபோது சிறைபிடிக்கப்பட்டு, ஓர் இரும்புக் கூண்டில் பூட்டப்பட்டார். அவருடைய படையிலிருந்த பிற சீக்கியர்களும் கைது செய்யப்பட்டுச் சங்கிலிகளால் பிணைக்கப்பட்டனர். பொதுமக்களை பயமுறுத்துவதற்காக, பிடிக்கப்பட்டிருந்த 780 சீக்கியர்களும் தில்லிவரை ஓர் ஊர்வலமாக இழுத்துச் செல்லப்பட்டனர். அந்த ஊர்வலத்தில் 700 வண்டிகளில், கொல்லப்பட்டச் சீக்கியர்களின் தலைகளும், கொய்யப்பட்டிருந்த 2,000 சீக்கியர்களின் தலைகள் ஈட்டிகளில் குத்தப்பட்டும் எடுத்துச் செல்லப்பட்டன. உயிரோடு பிடிக்கப்பட்டவர்கள் தில்லியில் வைத்து இஸ்லாமிய மதத்திற்கு மாறும்படி வற்புறுத்தப்பட்டனர்.

அதற்கு அவர்கள் மறுத்ததால், தினமும் சுமார் நூறு பேர் வீதம், பொதுமக்கள் முன்னிலையில் அவர்கள் படுகொலை செய்யப்பட்டனர். இது ஏழு நாட்கள் தொடர்ந்தது. அவர்கள் அனைவரும் சாவைக் குறித்து பயப்படவும் இல்லை, மதம் மாறத் தயாராகவும் இருக்கவில்லை. அவர்கள் சாவை முத்தமிடுவதற்கு முன், சீக்கிய மதப் புனிதப் பாடல்களைப் பாடினர். பண்டா பகதூரின் முன்னிலையில் அவருடைய படைவீரர்கள் கொல்லப்பட்டனர். கொல்லப்பட்டச் சீக்கியர்களின் தலைகள் ஈட்டிகளில் குத்தப்பட்டு வட்டமாக நிறுத்தி வைக்கப்பட்டு, அவற்றுக்கு நடுவில் பண்டா பகதூர் மண்டியிட்ட நிலையில் நிறுத்தி வைக்கப்பட்டார். பண்டா சிங்கின் மகனான அஜய் சிங் அழைத்து வரப்பட்டு அவர் முன் நிறுத்தப்பட்டான். அவனுடைய தலையை வெட்டுமாறு அவரிடம் சிறு வாள் ஒன்று கொடுக்கப்பட்டது. அவர் அதற்கு உடன்படாததால், அவர் கண் முன்னாலேயே அவருடைய மகன் ஒரு வாளால் வெட்டிக் கொல்லப்பட்டான். அவனுடைய வெட்டப்பட்ட உடல் பாகங்கள் பண்டா பகதூரின்மீது வீசப்பட்டன. ஆனால், பண்டா பகதூர் எந்த உணர்ச்சியையும் வெளிக்காட்டவில்லை. அதனால், அவருடைய மன உறுதியைக் குலைப்பதற்காக அவருடைய கண்கள் ஒவ்வொன்றாகப் பிடுங்கப்பட்டன. அப்போதுகூட அவர் வலியைத் தன் முகத்தில் வெளிக்காட்டவில்லை. பின் அவருடைய ஒரு காலும் இரண்டு கைகளும் வெட்டப்பட்டன. அப்போதும் அவர் அமைதியாகவே இருந்தார். பின் சூடான இடுக்கிகளைக் கொண்டு அவருடைய உடலின் சதைகள் பிய்த்து எடுக்கப்பட்டன. இறுதியில், அவருடைய உடல் கண்டந்துண்டமாக வெட்டப்பட்டது.”

தன்னுடைய மடிக்கணினியில் கண்களைப் பதித்திருந்த லிசா, அதிலிருந்து கண்களை விலக்கிக் கொள்ளாமலேயே பேசத் தொடங்கினாள்.

“சார், சந்திர குப்த மௌரியரின் காலத்திற்கும் பண்டா பகதூரின் காலத்திற்கும் இடையே ஏராளமான இடைவெளி இருக்கிறது. சாணக்கியரின் காலம் கி.மு.

350, பண்டா பகதூரின் காலம் கி.பி. 1675."

"ஆனால், தான் இவ்விருவரிடமும் ஓர் ஆலோசகராக வேலை செய்ததாக ஓம் சாஸ்திரி கூறினார். இவர்களின் காலகட்டங்களுக்கு இடைப்பட்ட இடைவெளி சுமார் 2,000 ஆண்டுகள். இது மிகவும் அபத்தமாக இருக்கிறது," என்று டாக்டர் ஷாஹிஸ்தா கூறினார்.

"அவர் பல்வேறு யுகங்களைப் பற்றிப் பேசுகிறார் என்பது என் எண்ணம். அதோடு, அவர் சஞ்சயனையும் விதுரரையும்கூடக் குறிப்பிட்டார், இல்லையா?" என்று அபிலாஷ் தன்னுடைய வழக்கமான கர்வத்துடன் அந்த உரையாடலுக்குள் புகுந்தார்.

"யுகங்களா? அபிலாஷ், அதைத் தெளிவுபடுத்துங்கள்," என்று லிசா கிண்டலாகக் கூறினாள்.

"லிசா, உன்னால் அதைக் கிரகித்துக் கொள்ள முடியாது," என்று அபிலாஷ் மேலும் அகங்காரத்துடன் கூறினார்.

"பரவாயில்லை, அதை விவரியுங்கள்," என்று டாக்டர் ஷாஹிஸ்தா கூறினார்.

டாக்டர் ஷாஹிஸ்தாவும் லிசாவும் அபிலாஷையே பார்த்துக் கொண்டிருந்தனர்.

"இந்து மதத் தொன்மவியலானது, சத்திய யுகம், திரேதா யுகம், துவாபர யுகம், கலி யுகம் ஆகிய நான்கு யுகங்களாகக் காலத்தைப் பிரிக்கிறது."

டாக்டர் ஷாஹிஸ்தா தலையாட்டிவிட்டு இவ்வாறு கேட்டார்:

"இந்த யுகங்கள் ஒவ்வொன்றும் எத்தனை ஆண்டுகளைக் கொண்டிருக்கின்றன என்ற கணக்கு ஏதாவது இருக்கிறதா?"

அபிலாஷ் டாக்டர் ஷாஹிஸ்தாவின் கேள்விக்கு பதிலளித்துக் கொண்டே ஒரு காகிதத்தை எடுத்து அதில் எதையோ எழுதத் தொடங்கினார்.

"யுகங்களைப் பற்றி விவரிக்கின்ற நூல்களில் மிகவும் பழமையானது பாகவதப் புராணம். அதன்படி, சத்திய யுகம் 4,800 சிறு தெய்வ ஆண்டுகளையும், திரேதா யுகம் 3,600 சிறு தெய்வ ஆண்டுகளையும், துவாபர யுகம் 2,400 சிறு தெய்வ ஆண்டுகளையும், கலி யுகம் 1,200 சிறு தெய்வ

ஆண்டுகளையும் கொண்டிருக்கின்றன. இந்த நான்கு யுகங்களும் 4:3:2:1 என்ற விகிதத்தில் அமைந்துள்ளன. ஒரு சிறு தெய்வ ஆண்டு என்பது 360 மனித ஆண்டுகளைக் கொண்டது. அதன்படி கணக்கிட்டால், அவை பின்வருவனபோல இருக்கும்:

சத்திய யுகம் = 17,28,000 ஆண்டுகள் (4800 X 360)

திரேதா யுகம் = 12,96,000 ஆண்டுகள் (3600 X 360)

துவாபர யுகம் = 8,64,000 ஆண்டுகள் (2400 X 360)

கலி யுகம் = 4,32,000 ஆண்டுகள் (1200 X 360)

“இப்போது நடந்து கொண்டிருப்பது கலி யுகம். இதில் ஏற்கனவே 5,000 ஆண்டுகள் கழிந்துவிட்டதால், இன்னும் 4,27,000 மனித ஆண்டுகள் மிச்சமிருக்கின்றன.

“இந்து மதத் தொன்மங்களின்படி, விஷ்ணு அவ்வப்போது அவதாரம் எடுத்து பூமிக்கு வந்து, தீய சக்திகளை அழித்து தர்மத்தை நிலைநாட்டுவார். அதோடு, தகுதியானவர்களை பிறப்பு-இறப்புச் சுழற்சியிலிருந்து அவர் விடுவிப்பார். மேலே குறிப்பிடப்பட்டிருந்த விகிதங்களின்படியே விஷ்ணுவின் அவதாரங்கள் நிகழ்ந்துள்ளன. அதாவது, அவர் சத்திய யுகத்தில் 4 அவதாரங்களையும், திரேதா யுகத்தில் 3 அவதாரங்களையும், துவாபர யுகத்தில் 2 அவதாரங்களையும் ஏற்கனவே எடுத்துள்ளார். இன்னும் ஒரே ஓர் அவதாரம் மிச்சமிருக்கிறது. அந்தப் பத்தாவது அவதாரமான கல்கி அவதாரம், இப்போது நடந்து கொண்டிருக்கின்ற கலி யுகத்தின் இறுதியில் நடக்கும். இந்த அவதாரத்திலும் அவர் தீய சக்திகளை அழித்து நல்லவர்களுக்கு விமோசனம் வழங்குவார். நான்காவது யுகமான கலி யுகம் முடிந்தவுடன், காலம் மீண்டும் ஒரு புதிய சத்திய யுகத்திலிருந்து தொடங்கும். இந்த நம்பிக்கையின்படி, சத்திய யுகத்தில் விஷ்ணுவின்மீது தியானித்து மக்கள் விமோசனம் அடைந்தனர். அந்த யுகத்தில் பெரும்பாலான மக்கள் நல்லவர்களாக இருந்தனர். திரேதா யுகத்தில் மனிதன் காந்த சக்தியைப்

பற்றியும் மின்சக்தியைப் பற்றியும் அறிந்து கொண்டான். அந்த யுகத்தில், மொத்த மக்கட்தொகையில் நல்லவர்களின் எண்ணிக்கை 25 சதவீதம் குறைந்திருந்தது. இராமர் அந்த யுகத்தில்தான் வாழ்ந்தார். துவாபர யுகத்தில் கோவில் சிலை வழிபாடுகள் தொடங்கின. அந்த யுகத்தில், மொத்த மக்கட்தொகையில் நல்லவர்களின் எண்ணிக்கை 50 சதவீதம் குறைந்திருந்தது. இப்போது நாம் வாழ்ந்து கொண்டிருக்கின்ற கலி யுகத்தில் தீமை பெருகிக் கிடக்கிறது. நல்லவர்களின் எண்ணிக்கை நாளுக்கு நாள் குறைந்து கொண்டே இருக்கிறது. வெள்ளம், பஞ்சம், போர், குற்றங்கள், ஏமாற்று வேலைகள், பித்தலாட்டங்கள் போன்றவை இந்த யுகத்தில் தலைவிரித்தாடுகின்றன. விமோசனத்திற்கான இறுதி வாய்ப்பு இந்த யுகத்தோடு முடிந்துவிடும். இந்த யுகத்தின் முடிவில், சிவன் இந்தப் பிரபஞ்சத்தை அழித்துவிடுவார். இதிலுள்ள அனைத்துப் பருப்பொருட்களும் ஒரு பெரும் உருமாற்றம் அடையும். அதைத் தொடர்ந்து, பிரம்மா ஒரு புதிய உலகைப் படைப்பார். மனிதர்கள் மீண்டும் நல்லவர்களாக ஆவர்."

"இந்த யுகங்களுக்கு இடையேயான வேறுபாடுகளை உங்களால் எப்படி இவ்வளவு சுருக்கமாக எடுத்துரைக்க முடிந்தது?" என்று டாக்டர் ஷாஹிஸ்தா அபிலாஷிடம் கேட்டார்.

"சத்திய யுகத்தில் தேவலோகத்திற்கும் (கடவுள்களின் உலகம்) அசுரலோகத்திற்கும் (அசுரர்களின் உலகம்) இடையே போர் நடைபெற்றது. இங்கே நல்ல சக்தியும் தீய சக்தியும் இரு வேறு உலகங்களில் இருந்தன.

"திரேதா யுகத்தில் இராமருக்கும் இராவணனுக்கும் இடையே போர் நடைபெற்றது. இங்கே நல்லவர்களும் தீயவர்களும் ஒரே உலகிலிருந்த இரு வேறு நாடுகளை ஆண்டு கொண்டிருந்தனர்.

"துவாபர யுகத்தில் பாண்டவர்களுக்கும் கௌரவர்களுக்கும் இடையே போர் நடைபெற்றது. இங்கே நல்லவர்களும் தீயவர்களும் ஒரே குடும்பத்திற்குள்ளேயே இருந்தனர். யுகங்கள் மாற மாற, தீமை மேன்மேலும் நெருங்கி வந்து கொண்டேயிருந்தது. முதல் யுகத்தில் வேறோர் உலகிலிருந்த தீய சக்தி, இரண்டாவது யுகத்தில்

அதே உலகிற்குள் புகுந்தது, மூன்றாவது யுகத்தில் அது ஒரே குடும்பத்திற்குள் நுழைந்திருந்தது.

"இப்போது கலி யுகத்தில் தீமை எங்கிருக்கிறது? இப்போது நன்மை, தீமை இரண்டுமே நமக்கு உள்ளேதான் இருக்கின்றன. போர் நமக்கு உள்ளேயே நிகழ்ந்து கொண்டிருக்கிறது. இதில் எதற்கு வெற்றி கிட்டப் போகிறது? நல்லது தீயதன்மீது ஆதிக்கம் செலுத்தப் போகிறதா அல்லது தீயது நல்லதன்மீது ஆதிக்கம் செலுத்தப் போகிறதா?"

டாக்டர் ஷாஹிஸ்தா அபிலாஷை வெறித்துப் பார்த்தார்.

"இங்கு என்ன இழவு நடந்து கொண்டிருக்கிறது என்று யாராவது என்னிடம் சொல்ல முடியுமா? உங்கள் எல்லோருக்குமே மறை கழன்றுவிட்டதென்று நான் நினைக்கிறேன். இவை அனைத்தும் கட்டுக்கதைகள். உண்மைத் தகவல்களுக்கும் அவற்றுக்கும் துளிகூடத் தொடர்பில்லை," என்று டாக்டர் ஷாஹிஸ்தா வெடித்தார்.

"அப்படி யார் சொல்கிறார்கள்?" என்று அபிலாஷ் கேட்டார்.

"அறிவியல்! அறிவியல்தான் அப்படிச் சொல்கிறது. இப்போது நீங்கள் எல்லோரும் உங்களுடைய கட்டுக்கதைகளை முடித்துவிட்டீர்கள் என்றால், நாம் உருப்படியான வேலைக்குத் திரும்பலாம்."

அதைத் தொடர்ந்து அங்கு ஓர் ஆழமான அமைதி நிலவியது. சில கணங்களிலேயே, டாக்டர் ஷாஹிஸ்தாவின் கூற்றுக்கு பதிலளிக்கும் விதமாக அபிலாஷ் பேசத் துவங்கினார்.

"இவை வெறும் கதைகள் அல்ல. இவை நம்முடைய பாரம்பரியம். துரதிர்ஷ்டவசமாகவோ அல்லது அதிர்ஷ்டவசமாகவோ, இவை உண்மையானவை. அறிவைத் தாண்டி எதுவும் இல்லை என்று நீங்கள் நினைக்கிறீர்களா? நான் உங்களிடம் ஒன்றைக் கேட்கிறேன். பூமிக்கும் சூரியனுக்கும் இடையேயுள்ள தூரத்தை உங்களுடைய அறிவியல் எப்போது கண்டுபிடித்தது?" அதற்கு பதில் தெரியாததால் டாக்டர்

ஷாஹிஸ்தா எதுவும் சொல்லவில்லை. ஆனால், லிசா உடனடியாகத் தன்னுடைய தொழில்நுட்பத் திறமையைப் பயன்படுத்தி அதற்கு விடை கண்டாள். "பதினேழாம் நூற்றாண்டில்! ஜியோவானி காசினியும் ஜீன் ரிச்சரும், பூமிக்கும் சூரியனுக்கும் இடையேயுள்ள தூரம் சுமார் 14 கோடி கிலோமீட்டர்கள் என்று கண்டுபிடித்தனர். தற்போதைய அதிகாரபூர்வமான கணக்கீட்டிற்கான சுமார் 15 கோடிக்கும், அதற்கும் வெறும் 1 கோடி கிலோமீட்டர்களே வித்தியாசப்பட்டிருந்தன."

அதற்கு அபிலாஷ் இவ்வாறு பதிலளித்தார்: "அனுமன் சாலிசா என்ற பாடலில் கீழ்க்கண்ட வரிகள் இடம்பெற்றுள்ளன:

யுக் சஹஸ்த்ரா யோஜன் பர் பானு!
லீல்யோ தாஹி மதுர் ஃபல் ஜானு! "

பின் அவர் ஒரு மார்க்கர் பேனாவை எடுத்து, அங்கிருந்த வெள்ளை போர்டில், தான் எழுதிக் கொண்டிருந்ததைச் சொல்லிக் கொண்டே அதற்கான விளக்கத்தை எழுதத் துவங்கினார்.

"இதில் கூறப்பட்டுள்ள யுக் என்பது 12,000 ஆண்டுகளைக் கொண்டது. சஹஸ்த்ரா என்பது 1,000. யோஜன் என்பது 8 மைல்கள். இந்த மூன்றையும் பெருக்கினால் (யுக் X சஹஸ்த்ரா X யோஜன் = 12,000 X 1,000 X 8) வரும் எண் 9,60,00,000 மைல்கள். ஒரு மைல் என்பது 1.63 கிலோமீட்டர்கள் என்பதால், கிலோமீட்டர்களில் இது (9,60,00,000 X 1.63), 15,64,80,000. அதாவது சுமார் 15 கோடி கிலோமீட்டர்கள். இது பூமிக்கும் சூரியனுக்கும் இடையேயுள்ள தூரம்."

அபிலாஷ் இதை எழுதி முடித்ததும் அங்கிருந்தவர்கள் ஒருவரையொருவர் பார்த்தனர். டாக்டர் பத்ரா தன் இருக்கையை நோக்கி நடக்கத் துவங்கியபோது, அபிலாஷ் அந்த வெள்ளை போர்டில் தொடர்ந்து எழுதிக் கொண்டிருந்தார். டாக்டர் பத்ரா தன் இருக்கையில் அமர்ந்தவுடன், அபிலாஷ் தன் பேச்சைத் தொடர்ந்தார். "விஷயங்கள் இத்துடன் முடிந்துவிடவில்லை. இந்தப் பிரபஞ்சத்தையும் கிரகங்களையும் பிறவற்றையும் பற்றி வேதங்கள் விரிவாக விவரித்துள்ளன. நவீன நாகரிகங்கள்

தோன்றுவதற்கு முன்பே அக்கால மக்களுக்குப் பெரும் அறிவு இருந்ததையே அது சுட்டிக்காட்டுகிறது. வேத அறிஞரான சாயனர், பதினான்காம் நூற்றாண்டிலேயே ஒளியின் வேகத்தைக் கண்டுபிடித்துள்ளார். அவருடைய மேற்கோளை இவ்வாறு மொழிபெயர்க்கலாம்: 'அரை நிமிஷத்தில் 2,202 யோஜனைகள் பயணித்துக் கொண்டிருக்கின்ற சூரியனே, நான் உன்னை மரியாதையுடன் வணங்குகிறேன்.' இப்போது நான் சில கணக்குகளை உங்களுக்குக் காட்டுகிறேன்," என்று கூறிய அபிலாஷ், அந்த வெள்ளை போர்டைச் சுட்டிக்காட்டினார்.

"யோஜனை என்பது சுமார் 9 மைல்கள். இதில் கூறப்பட்டுள்ள 'நிமிஷம்' என்ற அளவு, ஒரு நொடியில் 16/75 பங்காகும். இதை வைத்து, ஒரு நொடியில் சூரியன் பயணிக்கின்ற தூரம் (2,202 X 9 X 75/8) 1,85,794 மைல்கள் என்று கணக்கிட முடியும். இது ஒளியின் வேகமான, நொடிக்கு1,86,282 மைல்கள் என்ற தற்போதைய கணக்கிற்கு மிகவும் நெருக்கமாக இருக்கிறது.

"ரிக் வேதத்தில் (5.40.5) வருகின்ற வரிகளின் மொழிபெயர்ப்பு இப்படி இருக்கும்: 'ஓ, சூரியனே! நீ உன்னுடைய சொந்த ஒளியைப் பரிசாக அளித்துள்ள ஒன்று (சந்திரன்) உன்னை மறைக்கின்றபோது, திடீரென்று ஏற்படுகின்ற இருட்டைக் கண்டு பூமி வியக்கும்.'

"இது சூரியக் கிரகணத்தின் துல்லியமான விவரிப்பாகும்," என்று கூறிவிட்டு அபிலாஷ் தன் கையில் வைத்திருந்த மார்க்கர் பேனாவைக் கீழே வைத்தார். பின், தன் தோளிலிருந்து ஏதோ ஒரு பெரும் பாரத்தை இறக்கி வைத்தாற்போல அவர் ஒரு பெருமூச்சையும் வெளிவிட்டார்.

பின் அவர் தொடர்ந்து பேசினார். "விமானத்தைக் கண்டுபிடித்த அந்தச் சகோதரர்களை உங்களுக்குத் தெரியும்தானே?" லிசா உடனே, "ரைட் சகோதரர்கள்," என்றாள். அபிலாஷ் தலையாட்டி அதை ஆட்டி ஆமோதித்துவிட்டுத் தன் பேச்சைத் தொடர்ந்தார்: "ரைட் சகோதரர்கள் விமானத்தை இருபதாம் நூற்றாண்டில்தான் கண்டுபிடித்தனர். ஆனால், அதைப் பற்றிய விபரங்கள்,

இயக்கமுறைகள் மற்றும் செயல்முறைகள், பல நூற்றாண்டுகளுக்கு முன்னரே இந்து மதத் தொன்மங்களில் இடம்பெற்றுள்ளன. இராமாயணத்தில் புஷ்பக விமானம் குறிப்பிடப்பட்டுள்ளது. மகாபாரதத்தின் ஒரு பகுதியான துரோணபர்வம், அந்த விமானங்கள் கோளங்களின் வடிவில் இருந்ததாகவும், பாதரசத்தால் உருவாக்கப்பட்டப் பெரும் காற்றால் அவை கடும் வேகத்தில் சென்றதாகவும் கூறுகிறது. பரத்வாஜ மகரிஷி எழுதியுள்ள வைமானிக சாஸ்திரம் என்ற நூல், இப்போது நம்மிடம் இருப்பதைவிட மேம்பட்ட விமானத்தைப் பற்றி விவரிக்கிறது."

அபிலாஷ் விஷயங்களை எடுத்துரைத்துக் கொண்டிருந்த விதம் எல்லோரையும் கட்டிப் போட்டது. டாக்டர் ஷாஹிஸ்தா மட்டும் அவ்வளவாக ஈர்க்கப்படவில்லை. அதனால் அவர் இங்கிதமற்ற முறையில், "இன்னும் எவ்வளவு நேரம் நான் உங்களுடைய அபத்தங்களைக் கேட்டுக் கொண்டிருக்க வேண்டும்?" என்று வெடித்தார். அந்த அறையை மௌனம் சூழ்ந்தது. பரிமல் டாக்டர் ஷாஹிஸ்தாவின் கண்களை நேராகப் பார்த்து இவ்வாறு கூறினான்: "இது அபத்த...மல்ல. நான் அறிவியலைச் சந்தேகிக்கவில்லை. ஆனால், பல விஷயங்...களைப் பற்றி அறிவியல் சிந்திப்பதற்குப் பல நூற்றாண்...டுகளுக்கு முன்னரே இந்து மதத் தொன்மங்கள் அவற்றை விவரித்...துள்ளன என்பதை நீங்கள் ஒப்புக் கொண்டுதான் ஆக வேண்டும். நீங்கள் ஒரு மருத்துவர் என்பதால் 'சுஷ்...ருத சம்...ஹிதை' என்ற மருத்துவ நூலைப் பற்றி நீங்கள் கேள்விப்பட்டிருப்பீர்கள்." டாக்டர் ஷாஹிஸ்தா அதை ஆமோதித்துத் தலையாட்டினார். லிசா தன் கணினியில் விரைவாகத் தட்டச்சு செய்து, அதில் தெரிந்த விபரங்களைப் படிக்கத் துவங்கினாள்: "அது மிகவும் புராதனமான, மிகச் சிறந்த மருத்துவ அறுவை சிகிச்சை நூல். அதுதான் உலகம் அறிந்துள்ள மருத்துவ நூல்களிலேயே மிகவும் பழமையானது. அதை எழுதியவர் சுஷ்ருதர் என்ற பண்டைய இந்திய அறுவை சிகிச்சை மருத்துவர். தென்னிந்தியாவைச் சேர்ந்த சுஷ்ருதர் வாரணாசியில் மருத்துவத் தொழில் செய்து

வந்தார். கி.பி. நான்கு அல்லது ஐந்தாம் நூற்றாண்டைச் சேர்ந்த 'போவர் சுவடிகள்' என்ற நூல், இமயமலையில் வசிக்கின்ற தலைசிறந்த பத்து முனிவர்களில் சுஷ்ருதரும் ஒருவர் என்று குறிப்பிடுகிறது.

"அதோடு, சுஷ்ருதர் வாரணாசியில் இருந்தபோது, இந்து மதத் தொன்மத்தில் மருத்துவத்தின் கடவுளாக விளங்கிய தன்வந்திரியிடமிருந்து நேரடியாக அறுவை சிகிச்சையைக் கற்றுக் கொண்டார் என்று கூறப்படுகிறது."

தனக்கு ஓர் ஆதரவாளர் கிடைத்திருந்தது குறித்து அபிலாஷ் மகிழ்ச்சியடைந்தார். தான் கூறிக் கொண்டிருந்ததைக் கவனமாகக் கேட்டுக் கொண்டிருந்த டாக்டர் பத்ராவை அபிலாஷ் ஏறிட்டுப் பார்த்தார். டாக்டர் ஷாஹிஸ்தாவுக்கு சந்தேகங்கள் தெளிந்திருக்கவில்லை. லிசா இந்த விவாதத்தை இரசித்திருந்ததுபோலத் தோன்றினாள். சில நிமிடங்களுக்குப் பிறகு டாக்டர் பத்ரா தன் இருக்கையைவிட்டு எழுந்து மற்றவர்களைப் பார்த்தார். ஓரிரு நிமிடங்களுக்குப் பிறகு அவர் பேசத் தொடங்கினார். "எனக்கு இந்து மதத் தொன்மங்கள் பற்றிப் பெரிதாகத் தெரியாது என்றாலும், நவீன மருத்துவமும் நவீன அறிவியலும் தோன்றுவதற்கு முன்பாகவே மருத்துவ நடைமுறைகள் வழக்கத்திற்கு வந்துவிட்டிருந்தன என்ற உண்மையை நம்மால் ஒதுக்கித் தள்ள முடியாது. உயிரோடு இருந்த ஒரு மனிதனின் பற்களில் துளையிட்டது தொடர்பான நிரூபணமான மிகப் பழைய ஆதாரம், தற்போதைய பாகிஸ்தானிலுள்ள மெஹெர்கர் என்ற இடத்தில் கிடைத்துள்ளது. அங்குள்ள ஒரு கல்லறைத் தோட்டத்தில் ஒன்பது வளர்ந்த மனிதர்களின் பற்களில் போடப்பட்டிருந்த பதினொரு துளைகள் கண்டுபிடிக்கப்பட்டன. அவற்றின் காலம் 7500-9000 ஆண்டுகளுக்கு முந்தையது என்று கணக்கிடப்பட்டுள்ளது. சில எலும்பியல் அறுவை சிகிச்சைகள் மேற்கொள்ளப்பட்டுள்ளதற்கான ஆதாரங்களும் அங்குக் கிடைத்துள்ளன. அறுவை சிகிச்சைகளை மேற்கொள்வதற்கான தொழில்நுட்பங்கள் பண்டைய இந்தியாவில் இருந்திருந்தன என்ற முடிவுக்கு

இவை இட்டுச் செல்கின்றன. இன்னும் சொல்லப் போனால், ஆயுர்வேதத்தில், அறுவை சிகிச்சைக்குத் தேவைப்படுகின்ற மயக்க மருந்துகள் மூலிகைகளிலிருந்து தயாரிக்கப்பட்டன."

இதற்கிடையே, டாக்டர் சீனிவாசன் தன் அறையில் தொலைபேசியில் யாருடனோ பேசிக் கொண்டிருந்தார். அவர் பேசிக் கொண்டிருந்த நபரை, அவர் 'சார்' என்று அழைத்தார். அவருக்குச் சில உத்தரவுகள் தொலைபேசி வழியாக அளிக்கப்பட்டதுபோலத் தோன்றியது. அவர் அந்த நபரிடம், அந்தச் சோதனைக்கூடமும் அங்கிருந்த நபர்களும் பாதுகாப்புடன் இருந்ததாக உறுதியளித்தார். குழுவின் மற்ற உறுப்பினர்களின் பரிந்துரைகளுக்குச் செவிசாய்க்க வேண்டியதன் காரணத்தையும் அவர் அந்நபரிடம் விளக்கினார்.

இறுதியில் அவர், "நன்றி, சார்," என்று கூறிவிட்டுத் தொலைபேசியைக் கீழே வைத்தார். அடுத்த அமர்வு தொடங்கியது.

அத்தியாயம் 7

இருத்தலின் வெளிப்பாடு

எல்லோரும் சோதனைக்கூடத்தில் குழுமி, தத்தம் இருக்கைகளை ஆக்கிரமித்துக் கொண்டனர். டாக்டர் ஷாஹிஸ்தா ஓம் சாஸ்திரிக்கு நேர் எதிரே அமர்ந்திருந்தார். அவர் சுற்றுமுற்றும் பார்த்து, அங்கிருந்தவர்களின் பொருட்டு, இம்முறை பாதுகாவலர்கள் அருகே இருப்பதை உறுதி செய்து கொண்டார். இம்முறை எல்லோரும் சூழலின் இறுக்கத்தை உணர்ந்தனர். இனம் புரியாத ஒரு பய உணர்வு அவர்களிடம் படர்ந்திருந்தது.

டாக்டர் சீனிவாசன் ஓம் சாஸ்திரிக்கு அருகே வந்து, அவருக்கு முன்னால் குனிந்து, "உங்களை நாங்கள் என்னவென்று கூப்பிட வேண்டும்? ஓம் என்றா? பன்கிம் என்றா? மதுக்கர் என்றா? குன்ஷில் எப்படி? அல்லது விதுரர் என்று அழைக்கப்படுவதை நீங்கள் விரும்புகிறீர்களா? என்ன, வியப்பாக இருக்கிறதா? நீங்கள் ஏற்கனவே பல விஷயங்களைக் கக்கிவிட்டீர்கள். இப்போது, ஒன்று, நாங்கள் உங்களிடமிருந்து தகவல்களைப் பெற்றுக் கொண்டிருக்கின்ற அதே முறையைப் பின்பற்றலாம். அல்லது, நீங்கள் அவற்றை எங்களிடம் கூற விருப்பத்துடன் முன்வரலாம். வலுக்கட்டாயமாக அதைச் செய்ய வேண்டுமா இல்லையா என்பதுதான் இப்போது கேள்வி. இந்த இரண்டு வழிகளில் எதை நாங்கள் பின்பற்றினாலும் எங்களுக்கு வேண்டியதை நாங்கள் உங்களிடமிருந்து கண்டிப்பாகப் பெற்றுவிடுவோம். நீங்கள் என்ன சொல்கிறீர்கள்?" என்று கேட்டுவிட்டு அவரைச் சீண்டுகின்ற விதமாகப் புன்னகைத்தார்.

ஓம் சாஸ்திரி எதுவும் பேசவில்லை. இவர்களுடைய தாளத்திற்கு ஏற்ப ஆட அவர் முடிவு செய்திருந்ததை அவருடைய முகம் வெளிப்படுத்தியது. அவர்

மிகவும் தொந்தரவுக்கு ஆளாகியிருந்ததைப்போலக் காணப்பட்டார்.

டாக்டர் சீனிவாசன் அங்கிருந்து நகர்ந்து தன் இடத்திற்குச் சென்றார். தாங்கள் இப்போது கடைபிடிக்கத் திட்டமிட்டிருந்த புதிய அணுகுமுறையைப் பற்றி ஓம் சாஸ்திரியிடம் கூறுமாறு அவர் டாக்டர் ஷாஹிஸ்தாவுக்கு அறிவுறுத்தினார்.

டாக்டர் ஷாஹிஸ்தாவும் அவ்வாறே செய்தார்.

“ஓம் சாஸ்திரி, நாங்கள் இப்போது உங்களைப் பொய்யுணர் கருவியுடன் பிணைக்கப் போகிறோம். உங்களுடைய எண்ணங்களைக் காட்சி ரூபத்தில் ஒரு திரையில் பிரதிபலிக்கப் போகிறோம்.” தடுப்பூசி போட அழைத்துச் செல்லப்படுகின்ற ஒரு குழந்தையிடம் பேசுகின்ற ஒரு தாயைப்போல, டாக்டர் ஷாஹிஸ்தா தன்னால் முடிந்த அளவு பணிவாக அவரிடம் பேசினார்.

ஓம் சாஸ்திரி நிதானமாக, “அப்படியென்றால்–” என்று துவக்கியபோது, டாக்டர் பத்ரா அவருடைய பேச்சில் குறுக்கிட்டார்.

“அப்படியென்றால், உங்களால் பொய் பேச முடியாது. ஏனெனில், உங்களுடைய எண்ணங்கள், நீங்கள் அவற்றை எப்படி அனுபவபூர்வமாக உணர்ந்தீர்களோ அப்படியே காட்சிப்படுத்தப்படும்.”

“உங்களுக்கு இதில் ஆட்சேபனை எதுவும் இருக்காது என்று நான் நம்புகிறேன், சரிதானே?” என்று டாக்டர் சீனிவாசன் அகங்காரத்துடன் கேட்டார்.

“எனக்கு வேறு வழி இருக்கிறதா என்ன?” என்று ஓம் சாஸ்திரி கேட்டார்.

“வேறு வழி இல்லை. டாக்டர் பத்ரா, ஏற்பாடுகளைத் தொடங்குங்கள்,” என்று டாக்டர் சீனிவாசன் உத்தரவிட்டார்.

“சரி, சார்,” என்று டாக்டர் பத்ரா பதிலளித்தார்.

ஓம் சாஸ்திரி டாக்டர் ஷாஹிஸ்தாவை ஏறிட்டுப் பார்த்தார். டாக்டர் ஷாஹிஸ்தா அவரை அனுதாபத்துடன் பார்த்தார்.

டாக்டர் சீனிவாசன் அங்கிருந்து எழுந்து தன் அலுவலகத்திற்குச் சென்றார். வழியில் அவர்

வீரபத்ராவைத் தன் அலைபேசியில் அழைத்தார்.

"வீரபத்ரா, என்னவாயிற்று என்று சொல்லுங்கள்," என்று அவர் கேட்டார்.

"நம்முடைய ஆட்கள் அந்த லாக்கர்களை நம் கட்டுப்பாட்டுக்குள் கொண்டு வந்துள்ளனர். அவர்கள் சிறிது நேரத்தில் வந்துவிடுவார்கள்," என்று வீரபத்ரா கூறினார்.

அந்த லாக்கர்கள் வந்தவுடன், அவற்றில் இருந்தவற்றை நேராகத் தன்னிடம் கொண்டு வந்து ஒப்படைக்கும்படி டாக்டர் சீனிவாசன் வீரபத்ராவுக்கு உத்தரவிட்டார்.

அந்த லாக்கர்கள் இருந்த இடம் மற்றும் அவற்றின் முகவரியைப் பார்த்துக் கொண்டே, "அது நம் கைக்கு வந்துவிட்டதென்று நினைத்துக் கொள்ளுங்கள், சார்," என்று வீரபத்ரா கூறினார்.

"உங்களுக்கு எவ்வளவு நேரம் தேவைப்படும்?"

அவற்றைக் கொண்டுவருவதற்கு ஆகின்ற நேரத்தைக் கணக்குப் போட்டுவிட்டு, "நாளை காலையில் அது உங்களுடைய மேசைமீது இருக்கும்," என்று வீரபத்ரா பதிலளித்தார்.

லாக்கர்களில் இருந்த பொருட்கள் குறிப்பிட்ட நேரத்தில் வந்து சேர்வதை உறுதி செய்வதற்காக வீரபத்ரா சிலரைத் தொலைபேசியில் அழைத்து, தேவைப்பட்ட ஏற்பாடுகளைச் செய்தார்.

அவர்களில் ஒருவரிடம், "பொருட்கள் என்னிடம் வந்து சேர்வதற்கு எவ்வளவு நேரம் ஆகும்?" என்று அவர் கேட்டார். அதற்கு அந்த நபர் அளித்த பதிலைக் கேட்டுக் கொண்டு, "எந்தத் தடயங்களையும் விட்டுவிடாதீர்கள். மூடப்பட்டுள்ள ஒரு காகித உறையை என் ஆட்கள் உங்களிடம் கொடுப்பர். அதைப் பெற்றுக் கொண்டு, அந்த உறையில் குறிப்பிடப்பட்டுள்ள முகவரிக்குச் செல்லுங்கள். அங்கு உங்களிடம் 5MW580YLF என்ற சங்கேத எண்ணைக் கொடுப்பவரிடம் அதை நீங்கள் சேர்ப்பிக்க வேண்டும். அந்த சங்கேத எண் 100 ரூபாய் நோட்டு ஒன்றின் சீரியல் எண்," என்று வீரபத்ரா கூறினார்.

பிறகு வீரபத்ரா அந்த அழைப்பைத் துண்டித்துவிட்டு வேறொருவருக்கு அழைப்பு விடுத்தார்.

“இன்று இரவு உங்களுக்கு அதே முகவரியில் ஒரு பார்சல் கொடுக்கப்படும். அதைப் பாதுகாப்பாகப் பெற்றுக் கொள்ளுங்கள். உங்களுடைய சங்கேத எண் 5MW580YLF. அந்த சங்கேத எண் 100 ரூபாய் நோட்டு ஒன்றின் சீரியல் எண். அதற்குப் பிறகு அந்தப் பார்சலைப் பத்திரமாக, உங்களால் எவ்வளவு சீக்கிரமாக முடியுமோ அவ்வளவு சீக்கிரமாக ஹெலிகாப்டர் விமானியிடம் ஒப்படைத்துவிடுங்கள். உங்களுக்குச் சேர வேண்டிய பணம் உங்களுடைய வங்கிக் கணக்கில் சேர்க்கப்பட்டுவிடும். அந்த 100 ரூபாய் நோட்டு சரியான நேரத்தில் உங்களை வந்தடையும்.”

இதற்கிடையே, சோதனைச்சாலையில் டாக்டர் பத்ராவும் லிசாவும் பேசிக் கொண்டே அங்கிருந்த சில இயந்திரங்களில் ஒயர்களைப் பொருத்தினர்.

கேட்கப்பட வேண்டிய கேள்விகளைத் தயாரிக்கும் பணியில் டாக்டர் ஷாஹிஸ்தாவுக்கு அபிலாஷ் உதவிக் கொண்டிருந்தார்.

“நீங்கள் சுசேனனிலிருந்து துவக்குங்கள்,” என்று அபிலாஷ் பரிந்துரைத்தார்.

“எதற்காக அந்தப் பெயரிலிருந்து துவக்கச் சொல்கிறீர்கள்?” என்று டாக்டர் ஷாஹிஸ்தா திகைப்புடன் கேட்டார்.

“ஏனெனில், ஓம் சாஸ்திரி கூறியிருந்தவற்றிலேயே அதுதான் மிகவும் பழமையானது. நாம் தேடிக் கொண்டிருக்கின்ற சிக்கலான நூல்கண்டின் ஒரு முனையாக அதை நான் பார்க்கிறேன். மறுமுனையில் ஓம் சாஸ்திரி இருக்கிறார்.”

“யார் இந்த சுசேனன்?” என்று டாக்டர் ஷாஹிஸ்தா கேட்டார். அவருடைய குரலில் அதிகாரத் தொனி இருந்தது.

“இராமாயணக் காலகட்டத்தில் இராமருக்கும் இராவணனுக்கும் இடையே நடைபெற்றப் போரில், இராவணனின் மகன் இந்திரஜித் எய்த ஒரு பயங்கரமான அம்பு இலட்சுமணனைத் தாக்கியது. இலட்சுமணனை

உயிர்பிழைக்க வைக்கின்ற சக்தி சஞ்சீவினி என்ற ஒரே ஒரு மூலிகைக்குத்தான் உண்டு என்றும், அந்த மூலிகை இமயமலையிலுள்ள துனாகிரி என்ற மலையில் மட்டுமே கிடைக்கும் என்றும் பரிந்துரைத்த வைத்தியனின் பெயர்தான் சுசேனன். இமயமலைக்கு அனுமன் அனுப்பி வைக்கப்பட்டான். அந்த மலையை அடைந்த அனுமனால் அந்த மூலிகையைக் கண்டுபிடிக்க முடியவில்லை. அதனால், அவன் அந்த மலையையே பெயர்த்தெடுத்துக் கொண்டு வந்துவிட்டான். அதனால், இலட்சுமணன் காப்பாற்றப்பட்டான். அவனைக் காப்பாற்றிய தலைசிறந்த வைத்தியன்தான் சுசேனன்."

"நாம் ஆரம்பத்திலிருந்து தொடங்க வேண்டும் என்பதற்காகத்தான் சுசேனனிடமிருந்து ஆரம்பிக்கச் சொல்கிறீர்கள், அப்படித்தானே?" என்று டாக்டர் ஷாஹிஸ்தா தெளிவுபடுத்திக் கொண்டார்.

அப்போது அவர்கள் பக்கம் வந்த லிசா, அபிலாஷிடம், "நீங்கள் என்னிடம் கேட்டிருந்த சில விஷயங்களை நான் ஆராய்ந்தேன். அவற்றின் முடிவுகளை நீங்கள் தெரிந்து கொள்ள விரும்புகிறீர்களா?" என்று கேட்டாள்.

"சொல்லுங்கள்," என்றார் அபிலாஷ்.

"விதுரர் திருதராஷ்டிரரின் சகோதரர். அக்காலகட்டத்தின் தலைசிறந்த புத்திமானாகக் கருதப்பட்டவர் அவர்."

"சஞ்சயன்?"

"சஞ்சயன் திருதராஷ்டிரரின் ஆலோசகராக இருந்தான். அதோடு, பார்வையற்ற திருதராஷ்டிரரின் கண்களாகவும் அவன் செயல்பட்டான். சஞ்சனின் தந்தையின் பெயர் காவல்கனர்."

"அப்படியானால், நான் கூறியது சரிதான்," என்று அபிலாஷ் பெருமை பொங்கக் கூறினார். அதற்குத் தூபம் போடும் விதமாக, "ஆம், அது உண்மைதான்," என்று லிசா கூறினாள்.

"நான் இப்படிக் கூறுவது உங்களுக்கு விநோதமாகப் படலாம். ஆனால், ஓம் சாஸ்திரிக்கும் விதுரருக்கும் ஏதோ தொடர்பு இருக்கிறது. அதனால், நாம் அங்கிருந்துதான் தொடங்க வேண்டும்."

டாக்டர் பத்ரா ஓம் சாஸ்திரியைப் பொய்யுணர் கருவியோடு பிணைத்தப் பிறகு, தன்னுடைய கணினியில் மூழ்கிவிட்டார். அதைப் பார்த்த டாக்டர் ஷாஹிஸ்தா, நேராக அவரருகே சென்றார். அப்போது டாக்டர் சீனிவாசன் அந்த அறைக்குள் நுழைந்ததைப் பார்த்த டாக்டர் பத்ரா, "சார், நாங்கள் தயார்," என்று அவரை நோக்கிக் கூறினார்.

"அப்படியானால், தொடங்குங்கள்," என்று டாக்டர் சீனிவாசன் உணர்ச்சியற்ற ஒரு பார்வையுடன் கூறினார்.

டாக்டர் ஷாஹிஸ்தா ஓம் சாஸ்திரியிடம், "தயவு செய்து எங்களுடன் ஒத்துழையுங்கள். நீங்கள் காயப்பட மாட்டீர்கள் என்று நான் உறுதியளிக்கிறேன்," என்றார்.

ஓம் சாஸ்திரி அரைகுறை மனத்துடன் தலையாட்டினார். டாக்டர் பத்ராவும் லிசாவும் தேவையான சில நடவடிக்கைகளை மேற்கொண்டனர். அவர்கள் ஓம் சாஸ்திரியைப் பல ஒயர்களோடு பிணைத்தனர்.

ஒரு சில நிமிடங்களுக்குள், ஓம் சாஸ்திரி, தான் பல ஒயர்களால் பிணைக்கப்பட்டிருந்ததைக் கண்டார். அவருடைய தலையில் பிணைக்கப்பட்டிருந்த ஒயர்கள் ஒரு கணினியோடும் வேறோர் இயந்திரத்தோடும் பிணைக்கப்பட்டிருந்தன. அந்த இயந்திரம் ஒரு புரொஜெக்டர் திரையுடன் பிணைக்கப்பட்டிருந்தது. மார்பு, கைகள் மற்றும் கால்களில் பிணைக்கப்பட்டிருந்த ஒயர்கள் நேராகப் பொய்யுணர் கருவியோடு பிணைக்கப்பட்டிருந்தன.

அடுத்து அந்த அறையில் விளக்குகள் அணைக்கப்பட்டு, அறை இருட்டாக்கப்பட்டது. கணினித் திரைகளின் வெளிச்சம் மட்டுமே அங்கு இருந்தது. லிசா தன் கணினியில் சில வார்த்தைகளைத் தட்டச்சு செய்தாள். உடனே, பொய்யுணர் கருவியோடு பிணைக்கப்பட்டிருந்த அச்சு இயந்திரத்திலிருந்த ஒரு காகிதத்தில் ஒரு வரைபடத்தில் சில கோடுகள் அச்சிடப்படத் தொடங்கின. புரொஜெக்டர் திரையில் சில பிம்பங்கள் ஒரு கணம் தோன்றி மறைந்தன. ஓம் சாஸ்திரி தன் கண்களைத் திறந்தார்.

ஓம் சாஸ்திரி தன் கண்களைத் திறந்து வைத்திருந்தபோது அத்திரையில் எந்தக் காட்சியும் தோன்றவில்லை. அவர் தன் கண்களைச் சிமிட்டியபோது, அத்திரையில் சில காட்சிகள் தோன்றி மறைந்தன. காட்சிகள் தோன்றியபோது, அவை நடைபெற்றிருந்த நேரம், இடம், பருவகாலம் மற்றும் அதில் இடம் பெற்றிருந்தவர்கள் அணிந்திருந்த ஆடை போன்றவை அதில் தெரிந்தன. ஆனால், அவை அனைத்தும் படுவேகமாக அத்திரையில் தோன்றி மறைந்ததால், அங்கிருந்தவர்களால் அவற்றைப் புரிந்து கொள்ள முடியவில்லை.

அந்த அறையிலிருந்த பாதுகாவலர்கள், தங்கள் துப்பாக்கிகள் சகிதம் தயார் நிலையில் இருந்தனர். ஓம் சாஸ்திரியின் எண்ணங்கள் படுவேகமாக மாறிக் கொண்டிருந்ததால், அந்த அறையிலிருந்தவர்களின் முகங்களும் அதில் தோன்றின. ஓம் சாஸ்திரியின் எண்ணங்கள் கட்டுப்பாட்டிற்குள் கொண்டுவரப்பட வேண்டும் என்பதை டாக்டர் ஷாஹிஸ்தா புரிந்து கொண்டார். அதற்கு, ஓம் சாஸ்திரி பாதுகாப்பையும் அமைதியையும் உணர்வதை அவர் உறுதி செய்ய வேண்டியிருந்தது.

டாக்டர் ஷாஹிஸ்தா ஓம் சாஸ்திரியின் தோளைத் தொட்டு, ஓர் ஆறுதலான குரலில், “ஓம் சாஸ்திரி, நீங்கள் பயப்பட வேண்டாம். அமைதியாக இருங்கள். நீங்கள் தனியாக இல்லை. உங்களுடைய கண்களைத் திறந்து என்னைப் பாருங்கள். ஆழமாக சுவாசியுங்கள். உங்கள் உடல் ஆசுவாசமடையட்டும்,” என்று கூறினார்.

டாக்டர் ஷாஹிஸ்தா பேசப் பேச, அத்திரை படிப்படியாக மாறியது. பின்னர் அதில் காட்சிகள் தெளிவடையத் துவங்கின. அதில் தோன்றிய பிம்பங்கள் ஒரு சில கணங்கள் நிலைத்திருந்தன. பின்னர் அடுத்தப் பிம்பம் தோன்றியது.

டாக்டர் சீனிவாசன், எச்சரிக்கையுடன் இருக்கும்படி பாதுகாவலர்களைக் கேட்டுக் கொண்டார்.

அவருடைய வார்த்தைகள் ஓம் சாஸ்திரியின் காதுகளில் விழுந்தபோது, டாக்டர் சீனிவாசனின்

உருவம் திரையில் தோன்றியது. அதைத் தொடர்ந்து ஒரு கிராமம் அதில் தோன்றியது. எல்லா இடங்களும் பச்சைப் பசேலென்று இருந்தன. அதைப் பார்த்ததும் டாக்டர் சீனிவாசன் தீவிரமடைந்தார். அதையடுத்து, ஓர் அரசுப் பள்ளியின் படம் தோன்றியது. பழைய, உளுத்துப் போன பெஞ்சுகளில் சில குழந்தைகள் அமர்ந்திருந்தனர். கிழக்கிந்திய நிறுவனத்தின் சீருடையில் இருந்த சில ஆங்கிலேயர்களும் தோன்றினர். அக்காட்சி, இந்தியா சுதந்திரம் அடைவதற்கு முந்தைய காலத்தைச் சேர்ந்ததைப்போலத் தோன்றியது. அக்காட்சியைப் பார்த்து டாக்டர் சீனிவாசன் அதிர்ந்து போனார். அது அவரைக் கடுமையாக உலுக்கியது.

டாக்டர் ஷாஹிஸ்தா தவிர அங்கிருந்தவர்கள் அனைவரும் டாக்டர் சீனிவாசனின் மாறியிருந்த முகபாவனையையும், அவருடைய அசௌகரியமான உடல்மொழியையும் தெளிவாகக் கண்டனர்.

டாக்டர் ஷாஹிஸ்தா ஓம் சாஸ்திரியிடம், "நீங்கள் இதற்குத் தயாரா?" என்று கேட்டார். உடனே அத்திரை வெறுமையாயிற்று.

"உம்," என்ற பதில் ஓம் சாஸ்திரியிடமிருந்து வந்தது. உடனே பொய்யுணர் கருவியிலிருந்து 'பீப்' என்ற சத்தம் வந்தது. ஓம் சாஸ்திரி தயாராக இல்லை என்பது அதன் பொருள்.

ஓம் சாஸ்திரி உட்பட எல்லோருடைய பார்வையும் அந்த பீப் சத்தம் வந்தத் திசையை நோக்கிச் சென்றது. உடனே அவர் டாக்டர் ஷாஹிஸ்தாவை நோக்கினார். டாக்டர் ஷாஹிஸ்தாவின் உதடுகளில் ஒரு புன்னகைக் கீற்று உதயமாகியிருந்தது. டாக்டர் ஷாஹிஸ்தா ஓம் சாஸ்திரியிடம் பேசத் தொடங்கினார்: "அந்தச் சத்தத்தைப் பற்றிக் கவலைப்படாதீர்கள். நீங்கள் கண்களைத் திறந்திருக்கும்போது காட்சிகள் தோன்றுவதில்லை என்பதால், என்னிடம் பேசுகின்றபோது உங்கள் கண்களை மூடியே வைத்திருக்கும்படி நான் உங்களைக் கேட்டுக் கொள்கிறேன்."

ஓம் சாஸ்திரி எதுவும் பேசாமல் தன் கண்களை மூடிக் கொண்டார். டாக்டர் ஷாஹிஸ்தா முதலில் டாக்டர்

சீனிவாசனின் பக்கமும், அடுத்து டாக்டர் பத்ராவின் பக்கமும் தன் பார்வையை ஓடவிட்டார். அவர்கள் இருவரும் 'மேலே தொடருங்கள்' என்பதுபோலத் தலையசைத்தனர். டாக்டர் ஷாஹிஸ்தா ஆழமாக ஒரு முறை சுவாசித்துவிட்டு ஒரு கணம் தன் கண்களை மூடினார். பின் அவர் முதல் கேள்வியைக் கேட்டார். "சுசேனன் யார்?"

ஓம் சாஸ்திரி சில கணங்கள் வாய் திறக்காமல் இருந்தார். ஆனால், தன் நினைவுகள் எல்லா விஷயங்களையும் வெளிப்படுத்திவிடும் என்பதை அவர் அறிந்திருந்ததால், அவர் பேசத் தீர்மானித்தார்.

"அது நான்தான்."

அவர் அதைச் சொன்னபோது, ஒரு கிராமமும் ஒரு காடும் திரையில் தோன்றின. அதில் சில பழங்குடியினர் தோன்றினர். அவர்கள் மிகக் குறைவான ஆடைகளையே அணிந்திருந்தனர். ஆனால், அவை சுத்தமாக இருந்தன. வெறுங்கால்களுடன் இருந்த அவர்களிடம் வில்லும் அம்பும் இருந்தன. எண்ணற்ற மரங்களையும் மலர்களையும் திரையில் பார்க்க முடிந்தது. மலைகளால் சூழப்பட்டிருந்த அந்த இடம் செழிப்பான நிலத்தைக் கொண்டிருந்தது. அதில் பலவிதமான தாவரங்களும் மலர்களும் இருந்தன. அந்த அடர்ந்த காட்டில் நீர்வீழ்ச்சிகளும் இருந்தன.

"இது என்ன இடம்?" என்று டாக்டர் ஷாஹிஸ்தா கேட்டார்.

"தென்னிந்தியாவிலுள்ள ஒரு கிராமம்."

"அங்கு நீங்கள் யாராக இருந்தீர்கள்?"

"அங்கு நான் ஒரு வைத்தியனாக இருந்தேன். மக்கள் பல்வேறு சிகிச்சைகளுக்காக என்னிடம் வந்தனர். அந்த மலையில் முளைத்திருந்த தாவரங்கள், மலர்கள், வேர்கள், இலைகள், பட்டைகள் ஆகிய அனைத்தைப் பற்றியும் நான் அறிந்திருந்தேன். அதோடு, அனைத்து நோய்களைப் பற்றியும், அவற்றை எவ்வாறு குணப்படுத்துவது என்பதைப் பற்றியும் நான் அறிந்திருந்தேன்."

"இந்த இடம் துல்லியமாக எங்கே இருக்கிறது?" என்று டாக்டர் ஷாஹிஸ்தா மேலும் துருவினார்.

“அதன் பெயர் சுசீந்திரம். அது தற்போதைய தமிழ்நாட்டிலுள்ள கன்னியாகுமரி மாவட்டத்தில் இருக்கிறது.”

“நீங்கள் யாருடைய உயிர்களைக் காப்பாற்றினீர்கள்?”

“நான் எண்ணற்றோரின் உயிர்களைக் காப்பாற்றினேன். அவர்களில் ஒருவர் இலட்சுமணர். போரின்போது நான் ஏராளமான மக்களுக்கும் குரங்குகளுக்கும் சிகிச்சையளித்தேன்.”

“நீங்கள் குறிப்பிட்ட இலட்சுமணர், இராமாயணத்தில் வருகின்ற நபரா?” என்று டாக்டர் ஷாஹிஸ்தா உறுதி செய்து கொள்வதற்காகக் கேட்டார்.

“ஆமாம்.”

ஓம் சாஸ்திரி சிந்திக்கத் துவங்கினார். உடனே திரையில் ஒரு நபர் தோன்றினார். அவருக்கு ஒரு நீண்ட தாடி இருந்தது. அவர் ஒரு லுங்கியும் காவி உடையும் அணிந்திருந்தார். அவர் மரத்தாலான பாதுகைகளை அணிந்திருந்தார். அவருடைய தலையில் ஒரு தலைப்பாகை இருந்தது. அவரைச் சுற்றிப் பல தாவரங்களும் மூலிகைச் செடிகளும் இருந்தன. அவருக்கு அருகே, அசாதாரணமான வடிவங்களில் பல பாத்திரங்களும், சில களிம்புகளும், நீரில் போடப்பட்டிருந்த மூலிகைகளும் இருந்தன. தோற்றத்தில் அந்நபர் அப்படியே ஓம் சாஸ்திரியை உரித்து வைத்திருந்தார். இன்று ஓம் சாஸ்திரி எப்படி இருந்தாரோ, அந்நபர் கச்சிதமாக அப்படியே இருந்தார். பிரக்ஞை இல்லாத நிலையில் கிடத்தப்பட்டிருந்த ஓர் உடலின் முன்னால் அவர் அமர்ந்திருந்தார். அவருக்கு அருகே நின்று கொண்டிருந்த மற்றொரு நபர், கிடத்தப்பட்டிருந்த அந்த நபரின் கையைப் பிடித்திருந்தார். அவருடைய கண்களிலிருந்து தாரை தாரையாகக் கண்ணீர் வடிந்து கொண்டிருந்தது. அங்கு, குரங்கு முகத்தைக் கொண்டிருந்த சிலரும் கவலையோடு நின்று கொண்டிருந்தனர். அக்காட்சியில் இடம்பெற்றிருந்தவர்கள், சுசேனன், இராமர், இலட்சுமணர், மற்றும் அனுமன் என்பதில் சந்தேகமிருக்கவில்லை.

தன் அதிர்ச்சியைக் கஷ்டப்பட்டு மறைத்துக்

கொண்ட டாக்டர் ஷாஹிஸ்தா, ஓம் சாஸ்திரியிடம், “இது எப்படிச் சாத்தியம்? இன்றும் எப்படி உங்களால் உயிரோடு இருக்க முடிகிறது?” என்று கேட்டார்.

“அப்போதிருந்து எனக்கு வயது கூடவேயில்லை. சில நேரங்களில் நான் களைப்படைவேன். ஆனால், உணவோ அல்லது ஓய்வோ இல்லாமல் நானாகவே மீண்டும் ஆற்றல் பெற்றுவிடுவேன். எனக்குக் காயங்கள் ஏற்படும், நான் நோய்வாய்ப்படுவேன். ஆனால், மரணம் என்னைத் தழுவிக் கொள்வதற்கு முன் நான் குணமடையத் தொடங்கிவிடுவேன். நான் ஒருபோதும் இறப்பதில்லை.”

அந்த அறையை ஓர் அசௌகரியமான மௌனம் சூழ்ந்தது.

டாக்டர் ஷாஹிஸ்தாவுக்கு இது எதையும் நம்ப முடியவில்லை. ஆனாலும் அவர் தன் கேள்விகளைத் தொடர்ந்தார். “அப்போது நீங்கள் எப்படிக் காட்சியளித்தீர்கள்?”

திடீரென்று டாக்டர் பத்ரா தன் இருக்கையைவிட்டு எழுந்தார். “இது அபத்தம்! இதை ஏற்றுக் கொள்ள முடியாது,” என்று அவர் கூச்சல் போட்டார்.

பின் அவர் கடும் சீற்றத்துடன் அந்த அறையின் கதவை நோக்கி நடந்தார்.

ஓம் சாஸ்திரி தன் கண்களைத் திறந்தார். உடனே அந்த அறை இருட்டில் மூழ்கியது. அங்கிருந்த காவலர்களில் ஒருவன் விளக்கைப் போட்டான்.

டாக்டர் ஷாஹிஸ்தாவும் டாக்டர் சீனிவாசனும் ஓடிச் சென்று டாக்டர் பத்ராவின் வழியை மறித்தனர்.

டாக்டர் பத்ரா கோபத்துடன், “நாம் இங்கு ஒரு மனநோயாளியைக் கையாண்டு கொண்டிருக்கிறோம். இதற்கு மேல் இதை என்னால் பொறுத்துக் கொள்ள முடியாது. அவர் இங்குக் கற்பனைக் கதைகளை அவிழ்த்துவிட்டுக் கொண்டிருக்கிறார்,” என்று வெடித்தார்.

“அப்படியானால், பொய்யுணர் கருவி ஏன் பீப் சத்தம் போடாமல் இருக்கிறது?” என்று டாக்டர் சீனிவாசன் அவரை மடக்கினார்.

"ஏனெனில், அவருடைய நாடித்துடிப்பு இயல்பான நிலையில் இருக்கிறது. ஒருவர் பொய் சொல்லும்போது, அவருடைய இரத்தவோட்டம் கூடிக் குறையும், அவருடைய இதயத்துடிப்பு அதிகரிக்கும். இங்கிருக்கின்ற பொய்யுணர் கருவி அதை உணர்ந்து நம்மை எச்சரிக்கும் விதமாக பீப் என்ற ஒலியை எழுப்புகிறது," என்று டாக்டர் பத்ரா அதற்கு ஏற்றுக் கொள்ளத்தக்க விதத்தில் ஒரு விளக்கமளித்தார்.

"நாம் இங்குப் பார்த்துக் கொண்டிருக்கின்ற காட்சிகள்?" என்று டாக்டர் சீனிவாசன் கேட்டார்.

"நாம் இங்குப் பார்த்துக் கொண்டிருக்கின்ற காட்சிகள் அவருடைய நினைவுகள் அல்ல. அவை அவருடைய கற்பனையால் உருவாக்கப்பட்டவை. அவை உண்மையென்று அவர் நினைக்கிறார். தான் கூறிக் கொண்டிருக்கின்ற கதைகள் குறித்தும், அவை தொடர்பான தன்னுடைய எண்ணங்கள் குறித்தும் அவர் தீவிர வேட்கையுடன் இருக்கிறார். அவரை ஆட்டிப்படைத்துக் கொண்டிருக்கும் அந்தத் தீவிர வேட்கை, தான் கூறிக் கொண்டிருப்பவற்றில் தானும் ஒரு பகுதி என்று அவரை நம்ப வைக்கிறது. தன் கற்பனைகளைத் தானே வாழ்ந்திருப்பதுபோல அவர் நினைத்துக் கொண்டிருக்கிறார்."

டாக்டர் பத்ராவின் விளக்கத்தால் விரக்தியடைந்த டாக்டர் சீனிவாசன், "டாக்டர் பத்ரா, கற்பனைகள் பொதுவாக ஓரளவு மங்கலாகத்தான் இருக்கும். ஆனால், இங்கே நாம் பார்த்துக் கொண்டிருக்கின்ற அளவு தெளிவாக அவை இருக்காது. உண்மைச் சம்பவங்களையும் நிஜ மனிதர்களையும் மட்டுமே நம் எண்ணங்களில் தெளிவாகக் கண்டறிய முடியும்," என்றார்.

"இந்த நபர், இவை அனைத்தும் நிஜம் என்று ஆணித்தரமாக நம்புகிறார். அவர் அவற்றைக் கதைகளாகப் பார்ப்பதில்லை. அதனால், அப்போது தான் அங்கு இருந்திருந்ததாகவும், அந்த வாழ்க்கையைத் தான் வாழ்ந்திருந்ததாகவும் அவர் நம்புகிறார்," என்று டாக்டர் பத்ரா முன்பைவிட விடாப்பிடியாகப்

பேசினார்.

“சார், இராமாயணம் போன்ற இந்து மதத் தொன்மக் கதைகளில் இவை விலாவாரியாக விவரிக்கப்பட்டுள்ளன. தான் உண்மையாகவே அந்தக் காலத்திலும் வாழ்ந்திருந்ததாக நம்பும் அளவுக்கு அவற்றை அவர் மிகவும் ஆழமாகப் படித்திருக்கிறார். தான் பொய் சொல்லிக் கொண்டிருக்கிறோம் என்பதை அவர் உணர்வதேயில்லை. அவருக்கு ஏதோ நோய் இருக்கிறது, சார். இது ஒரு மனக்கோளாறு. இவரைப் போன்ற நோயாளிகள் உலகெங்கும் ஆயிரக்கணக்கில் இருக்கின்றனர்,” என்று டாக்டர் பத்ரா வலியுறுத்தினார்.

டாக்டர் சீனிவாசன் தன் கைக்கடிகாரத்தைப் பார்த்துவிட்டு, “இந்த அமர்வு இத்துடன் முடிந்தது!” என்று அறிவித்தார்.

“இதை நாம் நாளை தொடரலாம். இப்போது நாம் சாப்பிடப் போகலாம்,” என்று கூறிவிட்டு டாக்டர் சீனிவாசன் வெளியே சென்றுவிட்டார்.

அடுத்தச் சில கணங்களுக்குள் அந்த விசாரணை அறை காலியாகிவிட்டது. ஓம் சாஸ்திரி, பாதுகாவலர் குழுவால் ஒரு இரகசிய இடத்திற்கு அழைத்துச் செல்லப்பட்டார். அவருடைய கைகளில் விலங்கு மாட்டப்பட்டிருந்தது. அவரைப் பல பாதுகாவலர்கள் சூழ்ந்திருந்தனர்.

பின்னர், மற்றவர்கள் அன்றைய நாளைப் பற்றி விவாதிக்கத் தொடங்கினர். அவர்கள் தங்களுடைய இரவு உணவை உண்டு முடித்ததும், டாக்டர் பத்ரா திடீரென்று, அபிலாஷையும் பரிமலையும் பார்த்து, “இந்த விவகாரத்தைப் பற்றி உங்களுடைய எண்ணங்களையும் கண்ணோட்டங்களையும் சொல்லுங்கள்,” என்று கேட்டார்.

அபிலாஷ்தான் முதலில் பேசினார். “நீங்கள் அசுவத்தாமனைப் பற்றியும் பரசுராமரைப் பற்றியும் கேள்விப்பட்டிருக்கிறீர்களா?” உடனே பரிமல், “ஆமாம்,” என்றான். “பெரிதாகத் தெரியாது. ஆனால் கேள்விப்பட்டிருக்கிறேன்,” என்றார் டாக்டர் பத்ரா. “நான் கேள்விப்பட்டதே இல்லை,” என்றார் டாக்டர்

ஷாஹிஸ்தா. “நீங்கள் சொன்ன பிறகு நான் கூகுளில் தேடினேன். அதனால், இப்போது எனக்கு ஓரளவு தெரியும்,” என்றாள் லிசா.

“சரி, நான் அதைப் பற்றிச் சொல்கிறேன்,” என்று அபிலாஷ் ஆரம்பித்தார். “பரசு என்றால் கோடரி என்று பொருள். பரசுராமர் என்றால் கோடரியுடைய இராமர் என்று பொருள். இந்து மதப் புராணக் கதைகளின்படி, அவர் விஷ்ணுவின் ஆறாவது அவதாரம். அவருடைய தந்தையின் பெயர் ஜமதக்கினி, தாயாரின் பெயர் ரேணுகா. பரசுராமரின் இயற்பெயர் பார்கவ் ராம். சாகாவரம் பெற்ற ஏழு சிரஞ்சீவிகளில் ஒருவர் அவர். அவருடைய தந்தையை ஒரு சத்திரியன் கொன்றதால், அவர் இருபத்தொரு தலைமுறை சத்திரிய மன்னர்களின் குலத்தைக் கொன்றழித்தார். பரசுராமர் பிறந்த இடம் குறித்துச் சர்ச்சை நிலவுகிறது என்றாலும், இந்தூருக்கு அருகேயுள்ள மகேஷ்வர் என்ற ஊரில் அவர் பிறந்தார் என்று பொதுவாக ஏற்றுக் கொள்ளப்பட்டுள்ளது.

“அவர் சிவனை நோக்கிக் கடுந்தவம் புரிந்து, வெல்லப்பட முடியாத, அழிக்கப்பட முடியாத ஒரு கோடரியையும் வேறு சில ஆயுதங்களையும் பெற்றார். அதோடு, சிவன் அவருக்குத் தற்காப்புக் கலையையும் கற்றுக் கொடுத்தாராம். குற்றவாளிகள், அரக்கர்கள் மற்றும் அகங்காரம் மிக்கவர்களிடமிருந்து இந்த உலகைக் காப்பாற்றுமாறு சிவன் அவரைப் பணித்தாராம். விஷ்ணுவின் அடுத்த இரண்டு அவதாரங்களான இராமரும் கிருஷ்ணரும் தோன்றும்வரை பரசுராமர் நீண்டகாலம் உயிரோடு இருந்துள்ளார். அவர் இந்திரனிடமிருந்து பெற்ற விஜய தனுசு என்ற வில்லை, இராமாயண சீதையின் சுயம்வரத்தின்போது பயன்படுத்துவதற்காக, அவளுடைய தந்தை ஜனகருக்கு அவர் கொடுத்தார். இராமாயணக் கதையின்படி, சீதையின் சுயம்வரத்திற்கு வந்திருந்த எந்தவொரு மன்னனாலும் அந்த வில்லை நாணேற்ற முடியவில்லை. இராமர் அதை இழுத்ததில் அது ஒடிந்துவிட்டது. அது ஒடிந்த சத்தம் தொலைதூரத்திலிருந்த மகேந்திர மலையில் தியானத்தில் இருந்த பரசுராமரின் காதுக்குக்

கேட்டுவிட்டது. கோபமடைந்த பரசுராமர், இராமருடன் மோதுவதற்காக நேராக அவரைச் சந்திக்கச் சென்றார். ஆனால், அங்குச் சென்ற பிறகு, அவரும் விஷ்ணுவின் அவதாரம் என்பதை அவர் அறிந்து கொண்டார்.

“பரசுராமர், மகாபாரதத்தில் பீஷ்மர், துரோணாச்சாரியார் மற்றும் கர்ணனின் ஆசானாக இருந்து முக்கியப் பங்காற்றினார்.”

“இப்போது நாம் ஏன் திசை மாறிச் சென்று கொண்டிருக்கிறோம்? அபிலாஷ், நீங்கள் இங்கு எதைக் கூற முனைந்து கொண்டிருக்கிறீர்கள்?” என்று டாக்டர் ஷாஹிஸ்தா வினவினார். இந்து மதத்தைப் பற்றிய ஒரு நீண்ட விரிவுரையைக் கேட்கும் மனநிலையில் டாக்டர் ஷாஹிஸ்தா இருக்கவில்லை.

“பரசுராமர் ஒவ்வொரு யுகத்திலும் தோன்றியிருக்கிறார், அவர் ஒரு சிரஞ்சீவி என்பதைச் சொல்லத்தான் நான் முனைந்து கொண்டிருந்தேன்,” என்றார் அபிலாஷ்.

“அபிலாஷ், இக்கதைகளைக் கேட்டறிந்து கொண்டது குறித்து எனக்கு மிகவும் மகிழ்ச்சி. நீங்கள் சுவாரசியமாகக் கதை சொல்கிறீர்கள். இவை என் அறிவை விசாலப்படுத்துகின்றன. இவை விசாரணையிலும் உதவக்கூடும்,” என்று டாக்டர் பத்ரா கூறினார்.

“நன்றி, சார். இதற்காகத்தான் நான் இங்கு வரவழைக்கப்பட்டிருப்பதாக நான் நம்புகிறேன்,” என்று அபிலாஷ் கூறினார்.

“அபிலாஷ், அசுவத்தாமனைப் பற்றிக் கூறுங்கள்,” என்று டாக்டர் பத்ரா கேட்டார்.

அபிலாஷ் விவரிக்கத் தொடங்கினார். “துரோணாச்சாரியார் போர்க்கலையில் வல்லவர், தெய்விக அஸ்திரங்களைப் பற்றி அறிந்தவர். அவர் கௌரவர்களுக்கும் பாண்டவர்களுக்கும் போர்க்கலையைக் கற்றுக் கொடுத்தவர். அர்ச்சுனன் அவருக்கு மிகவும் பிடித்த மாணவன்.

“பரசுராமர் தன்னுடைய உடைமைகள் அனைத்தையும் பார்ப்பனர்களுக்குக் கொடுத்துக் கொண்டிருந்ததைக் கேள்விப்பட்டு, துரோணாச்சாரியார்

அவரை அணுகினார். அப்போது பரசுராமரிடம் வெறும் ஆயுதங்கள் மட்டுமே இருந்தன. அதனால், அவற்றை அவர் துரோணாச்சாரியாருக்குக் கொடுக்க முன்வந்தார். அதோடு, அவற்றை எப்படிப் பயன்படுத்துவது என்பதையும் அவர் துரோணாச்சாரியாருக்குக் கற்றுக் கொடுத்தார்."

டாக்டர் பத்ரா குறுக்கிட்டு, "அபிலாஷ், நான் உங்களிடம் அசுவத்தாமனைப் பற்றித்தான் கேட்டேனே அன்றி, துரோணாச்சாரியாரைப் பற்றி அல்ல," என்றார்.

அதற்கு அபிலாஷ், "சார், அசுவத்தாமனைப் பற்றித் தெரிந்து கொள்வதற்கு நீங்கள் துரோணாச்சாரியாரைப் பற்றித் தெரிந்திருப்பது அவசியம். அவர் சிவனைப் போன்ற ஆற்றல் கொண்ட ஒரு மகனைப் பெறுவதற்காக, சிவனை நோக்கிக் கடும் தவம் புரிந்தார். அப்படி அவர் பெற்றெடுத்த மகன்தான் அசுவத்தாமன்.

"அசுவத்தாமன் சிவன் அளவுக்கு வீரம் படைத்தவராக இருந்தார். அவர் கௌரவர்களின் பக்கம் நின்று, பாண்டவர்களை எதிர்த்துப் போரிட்டார். அவர் ஆயுதக் கலையில் ஈடு இணையற்றவராகத் திகழ்ந்தார். மகாபாரதப் போரில் இருவர் மட்டுமே பிழைத்திருந்தனர். அவர்களில் ஒருவர் அசுவத்தாமன். மற்றொருவர், அவருடைய மாமாவான கிருபாச்சாரியார்.

"அசுவத்தாமன் ஆய கலைகள் அறுபத்து நான்கிலும் சிறந்து விளங்கினார். ஏழு சிரஞ்சீவிகளில் ஒருவரான அவர் இன்னும் உயிருடன் இருப்பதாகக் கருதப்படுகிறார்."

"அசுவத்தாமன் பிறக்கும்போதே, நெற்றியில் ஒரு இரத்தினக் கல்லுடன் பிறந்தார். மனிதர்களுக்குக் கீழ்நிலையிலுள்ள அனைத்து உயிர்களையும் கட்டுப்படுத்தும் ஆற்றலை அது அவருக்கு வழங்கியது.

"மனவலிமையில் அவர் ஒரு மலையைப் போன்றவர், ஆற்றலில் நெருப்பைப் போன்றவர், ஈர்ப்பு விசையில் ஆழ்கடலைப் போன்றவர், சீற்றத்தில் பாம்பின் விஷத்தைப் போன்றவர்.

"அவருடைய நெற்றியிலிருந்த கல், அவரை அரக்கர்கள், பேய்கள், பிசாசுகள், விஷப் பூச்சிகள்

மற்றும் விலங்குகளிடமிருந்து அவரைப் பாதுகாத்தது. துரோணாச்சாரியார் தன் மகனை மிகவும் நேசித்தார்.

“துரோணாச்சாரியாரும் அசுவத்தாமனும் திருதராஷ்டிரருக்கு விசுவாசமாக இருந்தனர். அதனால், மகாபாரதப் போரில் அவர்கள் இருவரும் கௌரவர்கள் பக்கம் இருந்தனர். கையில் வில்லுடன் இருக்கின்றவரை துரோணாச்சாரியாரை வீழ்த்த முடியாது என்பதையும், அவர் தன் மகன் அசுவத்தாமன்மீது அளவு கடந்த பாசம் வைத்திருந்தார் என்பதையும் கிருஷ்ணர் அறிந்திருந்தார். அதனால், துரோணாச்சாரியாரை வீழ்த்துவதற்கு, போர்க்களத்தில் அசுவத்தாமன் இறந்துவிட்டார் என்று அவரை நம்ப வைக்க வேண்டும் என்று பாண்டவர்களுக்குக் கிருஷ்ணர் அறிவுறுத்தினார். மகனைப் பறி கொடுத்தக் கவலையில் துரோணாச்சாரியார் ஆயுதம் தரிக்காமல் இருப்பார் என்பதால், அவரை எளிதாக வீழ்த்திவிடலாம் என்ற வாதத்தைக் கிருஷ்ணர் முன்வைத்தார்.

“கிருஷ்ணரின் ஆலோசனையின் பெயரில் பாண்டவர்களில் ஒருவனான பீமன், அசுவத்தாமன் என்ற பெயருடைய ஒரு யானையைக் கொன்றுவிட்டு, தான் அசுவத்தாமனைக் கொன்றுவிட்டதாக துரோணாச்சாரியாரிடம் கூறினான். பீமனின் வார்த்தைகளை நம்பாத துரோணாச்சாரியார், உண்மையைத் தவிர வேறு எதையும் கூறாதவன் என்று பெயரெடுத்திருந்த தர்மனிடம் சென்று, தன் மகன் இறந்துவிட்டச் செய்தி உண்மைதானா என்று கேட்டார். தர்மன் அவரிடம், “அசுவத்தாமன் இறந்துவிட்டான்; ஆனால் அது ஒரு யானையே அன்றி, உங்களுடைய மகன் அல்லன்,” என்று கூறினான். ஆனால், இதை எதிர்பார்த்திருந்த கிருஷ்ணர், முன்கூட்டியே ஓர் ஏற்பாட்டைச் செய்திருந்தார். அதன்படி, ‘அசுவத்தாமன் இறந்துவிட்டான்,’ என்று தர்மன் கூறியவுடனேயே, அடுத்து அவன் கூறிய மற்ற வார்த்தைகள் துரோணாச்சாரியாரின் காதுகளில் விழாதபடி சங்குகளையும் கொம்புகளையும் பிற வாத்தியங்களையும் தர்மனைச் சுற்றியிருந்த போர்வீரர்கள் முழங்கினர். அதனால், அதைத்

தொடர்ந்து தர்மன் கூறிய வார்த்தைகள் எதுவும் துரோணாச்சாரியாரின் காதுகளில் விழவில்லை.

"துக்கத்திலிருந்த துரோணாச்சாரியார் தன் தேரிலிருந்து கீழே இறங்கி, தன் வில்லைக் கீழே வைத்துவிட்டு தியானத்தில் அமர்ந்தார். அவருடைய ஆத்மா, இறந்து போயிருந்ததாகச் சொல்லப்பட்ட அசுவமத்தாமனின் ஆத்மாவைத் தேடி விண்ணகத்தில் அலைந்தது.

"அப்படி அவர் நிராயுதபாணியாக அமர்ந்திருந்தபோது, பாண்டவர்கள் அவரைக் கொன்றுவிட்டனர். பதினெட்டு நாட்கள் நடந்த மகாபாரதப் போரின் பதினைந்தாம் நாளில், இப்படியாக, கிருஷ்ணர் மற்றும் பாண்டவர்களின் நயவஞ்சகத்தால் துரோணாச்சாரியார் கொல்லப்பட்டார். இது அசுவத்தாமனைப் பெரிதும் பாதித்ததால், அவர் பாண்டவர்களின் கதையை எப்படியாவது முடித்துவிடத் தீர்மானித்தார்.

"போரின் கடைசி இரவன்று துரியோதனன் கொல்லப்பட்டப் பிறகு, மிகவும் மனம் தளர்ந்திருந்த அசுவத்தாமன் ஒரு பெரிய மரத்தடியில் அமர்ந்திருந்தார்.

"அந்த மரத்திலிருந்த ஓர் ஆந்தை ஒரு காக்கைக் கூட்டத்தை வேட்டையாடிய காட்சியைப் பார்த்த அசுவத்தாமனுக்கு ஒரு யோசனை பிறந்தது. அவர், தங்கள் பக்கம் தப்பிப் பிழைத்திருந்த சில வீரர்களைத் தன்னுடன் சேர்த்துக் கொண்டு, பாண்டவர்களை இரவில் வேட்டையாடச் சென்றார்.

"அவர் பாண்டவர்களின் முகாம் முழுவதற்கும் நெருப்பு வைத்தார். முக்கியமான படைத்தலைவர்கள் சிலரையும் அவர் கொன்றார்.

"பாண்டவர்கள் ஐவரின் புதல்வர்கள் தூங்கிக் கொண்டிருந்தபோது, அவர்களைப் பாண்டவர்கள் என்று நினைத்துக் கொண்டு அவர்களை அசுவத்தாமன் கொன்றார். வேறு சில கதைகளில், பாண்டவர்கள் அவரிடம் சிக்காததால் அவர்களுடைய புதல்வர்களை அவர் கொன்றார் என்று கூறப்பட்டுள்ளது. தன் தந்தை அநியாயமான முறையில் கொல்லப்பட்டதால்

பாண்டவர்களைத் தான் போர் தர்மத்தை மீறிக் கொன்றது ஏற்றுக் கொள்ளத்தக்கதுதான் என்று அசுவத்தாமன் நம்பினார். அவர் பக்கம் இருந்தவர்களே அதைப் பற்றி அவரிடம் எடுத்துக் கூறியிருந்தனர்.

"பாண்டவர்களும் கிருஷ்ணரும் திரும்பி வந்தபோது, அசுவத்தாமனின் செயலைக் கண்டு அவர்கள் கடும் சீற்றமடைந்தனர். அவர் கலி யுகத்தின் இறுதிவரை நோய்வாய்ப்பட்டு வாடுவார் என்றும், ஆனால் அவரால் சாக முடியாது என்றும் கிருஷ்ணர் அவரைச் சபித்தார். அதோடு, அசுவத்தாமனின் நெற்றியிலிருந்த இரத்தினத்தைப் பிடுங்கி எடுத்துவிட்டு, அந்தக் காயம் ஒருக்காலும் ஆறாது என்றும் கிருஷ்ணர் சபித்தார். இதுதான் அசுவத்தாமனின் கதை.

"இக்கதை சுத்தமாக நம்ப முடியாததாக இருந்தாலும், இந்து மத நம்பிக்கையாளர்கள் இதை நம்பி வந்தனர். 5,000 ஆண்டு வயதுடைய ஒருவர், உத்தரப் பிரதேசத்திலுள்ள ஏதோ ஒரு கோவிலில் வாழ்ந்து கொண்டிருந்தது கண்டுபிடிக்கப்பட்டது. இது உண்மையா என்று தெரிந்து கொள்வதற்காக, ஜீ செய்தித் தொலைக்காட்சி நிறுவனத்தைச் சேர்ந்த ஒரு குழு, லிலோட்டி நாத் கோவில், சிவ்ராஜ்பூர் கோவில், கைரேஷ்வர் கோவில் ஆகிய மூன்று இடங்களுக்கு விரைந்தது. அவர்கள் சென்ற இடங்களில் எல்லாம் அந்தக் கதை உறுதி செய்யப்பட்டது. அதிகாலையில் யார் வந்து அந்தக் கோவிலில் இருந்த சிலைகளுக்கு அபிஷேகம் செய்து பூச்சூட்டினார்கள் என்பதைக் கண்டுபிடிப்பதற்காக, அக்குழுவினர் தங்களுடைய கேமராக்களுடன் இரவு முழுவதும் அக்கோவில்களின் வாசலில் காத்திருந்தனர். எவரும் வரவில்லை. ஆனால், காலையில் கோவில் நடை திறந்ததும் உள்ளே சென்று பார்த்தபோது, அச்சிலைகளுக்கு அபிஷேகம் செய்யப்பட்டு, அவை மலர்களால் அலங்கரிக்கப்பட்டிருந்ததை அவர்கள் கண்டனர்.

"5,000 ஆண்டு வயதுடைய அந்த நபர் அசுவத்தாமன் என்று உள்ளூர் மக்கள் நம்புகின்றனர். அந்த மூன்று கோவில்களிலும் அவர் தினந்தோறும் அதிகாலையில்

பூஜை செய்து வருகிறார். அந்த ஊடகவியலாளர்கள், அவ்வூரிலிருந்த மருத்துவர்களிடமும், அர்ச்சகர்களிடமும், உள்ளூர் மக்களிடம் இக்கதையின் நம்பகத்தன்மை குறித்துப் பேட்டி கண்டனர்.

“இந்திய இரயில்வேயில் விடுப்பில் இருந்த ஊழியர் ஒருவரைப் பற்றிய செய்தி ஒன்று, பத்து ஆண்டுகளுக்கு முன்பு ஒரு பத்திரிகையில் வெளிவந்திருந்தது. குஜராத்திலுள்ள நவ்சாரி என்ற இடத்திலுள்ள ஒரு காட்டில் அவர் அலைந்து கொண்டிருந்தபோது, நெற்றியில் ஒரு பெரும் காயத்துடன் இருந்த, 12 அடி உயர நபர் ஒருவரைத் தான் கண்டதாக அவர் தெரிவித்திருந்தார். தான் அந்த நபருடன் பேச்சுக் கொடுத்ததாகவும் அவர் தெரிவித்திருந்தார்,” என்று கூறி அபிலாஷ் அக்கதையை முடித்தார்.

டாக்டர் பத்ரா அபிலாஷிடம், “இவை வெறும் கதைகளாக இருக்க முடியாது. நீங்கள் பரசுராமரைப் பற்றிக் கூறியபோதும் துரோணாச்சாரியாரைப் பற்றிக் குறிப்பிட்டீர்கள், அசுவத்தாமனைப் பற்றிக் கூறியபோதும் துரோணாச்சாரியாரைப் பற்றிக் குறிப்பிட்டீர்கள். அது எதனால்?” என்று கேட்டார்.

“அசுவத்தாமனின் கதையில், அவருடைய தந்தை என்ற முறையில் நான் துரோணாச்சாரியாரின் பெயரைக் குறிப்பிட்டேன். பரசுராமரின் கதையில், துரோணாச்சாரியார் அவருடைய சீடர் என்பதால் நான் துரோணாச்சாரியாரின் பெயரைக் குறிப்பிட்டேன். பரசுராமரும் அசுவத்தாமனும் ஆயிரக்கணக்கான ஆண்டுகால இடைவெளியில் இருந்த இருவேறு யுகங்களில் வாழ்ந்திருந்ததாக நம்பப்படுகிறது. மத்தியப் பிரதேசத்திலுள்ள பர்காம்பூர் என்ற இடத்திற்கு அருகேயுள்ள அசிர்கார் கோட்டையிலுள்ள சிவலிங்கத்திற்கு அசுவத்தாமன் தினமும் வந்து பூஜை செய்வதாக உள்ளூர் மக்கள் நம்புகிறார்கள். அதேபோல, இமயமலையின் அடிவாரத்தில், அங்குள்ள மலைவாழ் மக்களிடையே அசுவத்தாமன் வாழ்ந்து வருவதாகச் சிலர் கூறுகின்றனர்.”

“இப்போது நாம் தூங்குவதற்கான நேரம்

வந்துவிட்டதென்று நான் நினைக்கிறேன்," என்று கூறிவிட்டு லிசா தன் இருக்கையிலிருந்து எழுந்தாள்.

மற்றவர்களும் எழுந்து அந்த இடத்தைவிட்டு அகன்றனர். பாதுகாவலர்கள் அவர்களுக்குப் பாதுகாப்பாக உடன் நடந்து சென்றனர்.

அத்தியாயம் 8

இரகசியப் பெட்டகம்

அன்று இரவு காற்று பலமாக வீசிக் கொண்டிருந்தது. அந்த வளாகத்தின் வரவேற்புக்கூடப் பகுதி இருட்டாக இருந்தது. அதன் தாழ்வாரத்தின் ஒரு முனையில் இருந்த விளக்கிலிருந்து வந்து கொண்டிருந்த இலேசான வெளிச்சம் மட்டுமே அங்கு இருந்தது.

லிசா டாக்டர் ஷாஹிஸ்தாவிடமிருந்து விடைபெற்றுக் கொண்டு தன்னுடைய அறைக்குச் சென்றாள். அந்த அறை பெரிதாக இருந்தது. ஆனால், அதில் ஒரு புழுங்கல் வாசனை வீசியது. அந்த அறை, பழங்கால விளக்குகள் மற்றும் அறைகலன்களால் அலங்கரிக்கப்பட்டிருந்தபோதிலும், அது நீண்டகாலமாகப் பயன்படுத்தப்படாமல் இருந்ததைப்போலத் தோன்றியது.

அதற்கு அடுத்த அறையில் இருந்த டாக்டர் ஷாஹிஸ்தா, தன் குழந்தைகளைப் பற்றிக் கவலைப்பட்டுக் கொண்டிருந்தார். அவர் அங்கிருந்த ஒரு சாய்வு நாற்காலியில் அமர்ந்து, பின்னால் நன்றாகச் சாய்ந்து கொண்டு உத்திரத்தைப் பார்த்துக் கொண்டிருந்தார். மற்றவர்கள் தங்களுக்கு ஒதுக்கப்பட்டிருந்த அறைகளில் இருந்தனர்.

சிறிது நேரத்தில் டாக்டர் ஷாஹிஸ்தாவின் கண்கள் செருகின. அவர் அப்படியே தூங்கிவிட்டார். இரவு வெகுநேரம் கழித்து அவர் திடீரென்று திடுக்கிட்டுக் கண்விழித்தார். தன் அறையின் கதவுக்கு வெளியே ஏதோ நிழலாடியதை அவர் கண்டார். அவர் வேகமாக எழுந்து சென்று தன் அறைக் கதவைத் திறந்து வெளியே வந்தார். தாழ்வாரம் இருண்டு கிடந்தது. அவர் அதன் முனைவரை சென்று பார்த்தார். அங்கு யாரும் இருக்கவில்லை. அலைகளின் ஓசையைத் தவிர அங்கு

வேறு எந்தச் சத்தமும் கேட்கவில்லை. பின்னர் அவர் திரும்பியபோது, அருகே லிசா நின்று கொண்டிருந்ததைக் கண்டு அவர் பயத்தில் அலறினார். “லிசா, நீங்கள் என்ன செய்து கொண்டிருக்கிறீர்கள்?” என்று அவர் பதற்றத்தோடு கேட்டார்.

லிசா பெருமூச்செறிந்துவிட்டு, “எனக்குத் தனியாக இருக்க பயமாக இருக்கிறது. நான் உங்களுடன் தங்கிக் கொள்ள விரும்புகிறேன். நான் உங்களுடைய அறையில் படுத்துக் கொள்ளலாமா?” என்று கேட்டாள்.

டாக்டர் ஷாஹிஸ்தா தன் நெற்றியில் வழிந்த வியர்வையைத் துடைத்தபடி சரியென்று தலையாட்டிவிட்டு லிசாவுடன் தன்னுடைய அறைக்குச் சென்றார். லிசா தன் பையை அங்கிருந்த சோபாவில் வைத்துவிட்டு, அதிலிருந்தவற்றை வெளியே எடுக்கலானாள்.

“இங்கு யாரோ நடந்து கொண்டிருந்த சத்தம் உனக்குக் கேட்டதா?” என்று டாக்டர் ஷாஹிஸ்தா கேட்டார்.

லிசா பயத்துடன் பதிலளித்தாள். “என் சன்னலுக்கு அருகே யாரோ ஒருவருடைய நிழலை நான் பார்த்தேன். நான் என் காதில் ஹெட்போன் மாட்டியிருந்ததால், எனக்கு எந்தச் சத்தமும் கேட்கவில்லை. சத்தம் எதுவும் எனக்குக் கேட்காமல் போனது குறித்து எனக்கு சந்தோஷம்தான்.”

பின் லிசா ஒருவிதமான பதற்றத்துடன் சிரித்தவாறே, “நான் பேய் எதையும் பார்க்கவோ அல்லது அதன் சத்தத்தைக் கேட்கவோ விரும்பவில்லை. இதுபோன்ற பழைய இடங்களில் நான் சௌகரியமாக உணர்வதில்லை. அவற்றில் எப்போதும் அமானுஷ்யமான நிகழ்வுகள் நடைபெற்றுக் கொண்டிருக்கும்,” என்றாள்.

டாக்டர் ஷாஹிஸ்தா தான் குடித்துக் கொண்டிருந்த தண்ணீர் டம்ளரைக் கீழே வைத்துவிட்டு, “பேய் என்ற ஒன்று கிடையவே கிடையாது,” என்று லிசாவுக்கு முரணாகக் கூறி அவளைத் தேற்றினார்.

“அது போகட்டும், நீங்கள் தாழ்வாரத்தில் என்ன செய்து கொண்டிருந்தீர்கள்?” என்று லிசா கேட்டாள்.

லிசா ஏற்கனவே பயந்து போயிருந்ததால், டாக்டர் ஷாஹிஸ்தா தன் கதையை அவளிடமிருந்து மறைத்துவிட்டு, "நான் என் குடும்பத்தாரைப் பற்றிக் கவலைப்பட்டுக் கொண்டிருந்தேன். நான் அவர்களுடன் பேச விரும்புகிறேன், ஆனால் இரவு வெகுநேரம் ஆகிவிட்டது," என்று மட்டும் கூறினார்.

லிசா இப்போது டாக்டர் ஷாஹிஸ்தாவிற்கு ஆறுதல் கூறும் விதமாக, "ஆசுவாசமாக இருங்கள். உங்கள் குடும்பத்தார் நலமாக இருப்பர். நாம் வெகுவிரைவில் இங்கிருந்து கிளம்பிவிடுவோம்," என்று கூறினாள்.

டாக்டர் ஷாஹிஸ்தா தன் படுக்கைக்குச் சென்று படுத்துக் கொண்டார். லிசா தன் மூக்குக்கண்ணாடியை எடுத்து அணிந்து கொண்டு, தன் மடிக்கணினியை விரித்துத் தட்டச்சு செய்யத் துவங்கினாள். அந்த அறையின் அமைதியை அவளுடைய தட்டச்சுச் சத்தம் குலைத்துக் கொண்டிருந்தது. டாக்டர் ஷாஹிஸ்தா சில கணங்களில் தூங்கிவிட்டார்.

இதற்கிடையே, வீரபத்ரா, காவலர் இருவருடன், இருளில் ஒரு விரைவுப் படகில் போர்ட் பிளேரை நோக்கிச் சென்று கொண்டிருந்தார். ஓம் சாஸ்திரியின் லாக்கரிலிருந்து எடுக்கப்பட்டிருந்த ஒரு பெட்டகம் போர்ட் பிளேருக்கு அனுப்பி வைக்கப்பட்டிருந்தது. வீரபத்ரா அதைப் பெற்றுக் கொண்டிருந்தபோது, சற்றுத் தொலைவிலிருந்து அவரை ஒரு ஜோடி கண்கள் வேவு பார்த்துக் கொண்டிருந்தன. அந்தப் பெட்டகத்தைப் பெற்றுக் கொண்ட வீரபத்ரா, ராஸ் தீவுக்குத் திரும்பினார். அந்த ஜோடி கண்களுக்குச் சொந்தமான மர்ம நபரும் அவரைப் பின்தொடர்ந்தார்.

இரவு கடந்தது.

காலையில், தன் அறையின் கதவு தட்டப்பட்டச் சத்தம் கேட்டு டாக்டர் ஷாஹிஸ்தா கண்விழித்தார். கதவருகே ஒரு காகித உறை தன்னுடைய அறைக்குள் தள்ளப்பட்டிருந்ததை அவர் கவனித்தார். அதைத் திறந்தவாறே அவர் லிசாவை எழுப்பினார். அன்றைய தினத்தின் நிகழ்ச்சி நிரல் அதில் அச்சிடப்பட்டிருந்தது. வெளியே நல்ல வெளிச்சமாக இருந்தது.

காலை உணவுக்குப் பின்னர், டாக்டர் ஷாஹிஸ்தாவும் டாக்டர் பத்ராவும் டாக்டர் சீனிவாசனின் அறைக்குச் சென்றனர். மற்றவர்கள் விசாரணை அறைக்குச் சென்றனர்.

டாக்டர் ஷாஹிஸ்தாவையும் டாக்டர் பத்ராவையும் தொடர்ந்து வீரபத்ராவும் டாக்டர் சீனிவாசனின் அறைக்குள் நுழைந்தார். அவருடைய கைகளில் இரண்டு பெட்டிகள் இருந்தன. அவை ஓம் சாஸ்திரியின் லாக்கர்களில் இருந்து எடுக்கப்பட்டப் பொருட்கள் அடங்கிய பெட்டிகள்.

“இவற்றை இங்கேயே இப்போதே திறந்து காட்டுங்கள்!” என்று வீரபத்ராவுக்கு டாக்டர் சீனிவாசன் உத்தரவிட்டார்.

அந்தப் பெட்டிகள் திறக்கப்பட்டபோது, அவர்கள் அனைவரும் பெரும் வியப்புக்குள்ளாயினர். அந்தப் பெட்டிகளுக்குள் ஏகப்பட்ட ஆவணங்கள் இருந்தன. வரலாறு என்று நாம் அழைக்கின்ற காலத்திற்கு முந்தையவை அவை. அவற்றில் பெரும்பாலானவை சமஸ்கிருத மொழியில் எழுதப்பட்டிருந்தன. சில ஆவணங்கள் பிராகிருத மொழியிலும், சில ஆவணங்கள் இந்தியிலும் இருந்தன.

அவை தாமிரத் தகடுகளில் பொறிக்கப்பட்டிருந்தன. அந்தத் தகடுகள் ஒவ்வொன்றின் உச்சியிலும் ஒரு பெயர் எழுதப்பட்டிருந்தது. அப்பெயர்கள் அனைத்தும், ஓம் சாஸ்திரி தன்னுடையவை என்று கூறியிருந்த பெயர்கள்.

கல்லால் ஆன பழைய சிற்றுரல் (மூலிகைகளை இடித்து நசுக்குவதற்கானது) ஒன்றும் அந்தப் பெட்டிக்குள் இருந்தது. அதோடு, இப்போது பயன்பாட்டில் இல்லாத, சில பெரிய, கனமான மோதிரங்களும் இருந்தன.

பல அரசுகள் வெளியிட்டிருந்த பழைய அரிய நாணயங்களும் அதில் இருந்தன. தேவநாகரி மொழியிலும் உருது மொழியிலும் எழுதப்பட்டிருந்த சில தகடுகளும் அதில் இருந்தன.

வீரபத்ரா டாக்டர் சீனிவாசனிடம், “சார், அந்த லாக்கர்களில் நான் கண்டுபிடித்திருந்த சிலவற்றை நான் தனிப்பட்ட முறையில் உங்களிடம் கொடுப்பதற்காக

எடுத்து வந்துள்ளேன்," என்று கூறினார்.

தொடர்ந்து அவரே, "சார், அவை ஒரு வரைபடம், ஒரு புத்தகம் மற்றும் சில உலோகப் பொருட்கள்," என்று அறிவித்தார்.

அப்புத்தகம் இரத்தக்கறை படிந்திருந்த ஒரு வெள்ளைத் துணியாலும் இலைகளாலும் மூடப்பட்டிருந்தது. அப்புத்தகத்திற்கு ஓர் உலோக அட்டை இருந்தது. அந்த அட்டையில் ஏதோ செதுக்கப்பட்டிருந்தது.

டாக்டர் பத்ரா அப்புத்தகத்தைக் கையிலெடுத்து அதன் பக்கங்களைப் புரட்டினார். அதில் இடம்பெற்றிருந்த வரைபடங்களைப் பார்த்தபோது அவருடைய கண்கள் வியப்பால் விரிந்தன. அவர் ஏதோ ஒன்றைத் தேடுவதுபோல வேகவேகமாக அப்புத்தகத்தைப் புரட்டினார். அவர் நிமிர்ந்து டாக்டர் சீனிவாசனைப் பார்த்தபோது, அதைத் தன்னிடம் கொடுக்கும்படி அவர் தன் கைகளை நீட்டிக் கொண்டிருந்ததை டாக்டர் பத்ரா கவனித்தார். அதை இன்னும் சில நிமிடங்கள் புரட்டிப் பார்க்க அவர் விரும்பினாலும், உடனடியாக அதை அவர் டாக்டர் சீனிவாசனிடம் கொடுத்துவிட்டார்.

"நீங்கள் முடித்துவிட்டீர்கள் என்றால், நாம் நம்முடைய வேலையைத் தொடரலாமா?" என்று டாக்டர் சீனிவாசன் டாக்டர் பத்ராவிடம் கேட்டார்.

டாக்டர் பத்ரா, மேசைமீது இருந்த அந்த உலோகப் பொருளையும் அந்த வரைபடத்தையும் பார்த்தார்.

டாக்டர் சீனிவாசன் அவரிடம், "ஆமாம், இது ஒரு வரைபடம்தான். ஆனால், இது எதன் வரைபடம்? என்ன மாதிரியான வரைபடம்?" என்று கேட்டார்.

டாக்டர் ஷாஹிஸ்தா குறுக்கிட்டு, "இவற்றுக்கு எளிதாக விடையளிக்கக்கூடிய நபர் இங்கு நம் விசாரணை அறையில்தானே இருக்கிறார்? நாம் அவரிடமே நேரடியாகக் கேட்டுவிடலாம்," என்று பரிந்துரைத்தார்.

"வேண்டாம். இப்போது வேண்டாம். இவை நம் கைகளுக்கு வந்திருப்பதுகூட அவருக்குத் தெரியாமல் பார்த்துக் கொள்ளுங்கள். முதலில் நீங்கள் தயாரித்து வைத்திருக்கின்ற கேள்விகளை அவரிடம் கேட்டு

அவற்றுக்கான பதில்களைப் பெறுங்கள்," என்று டாக்டர் சீனிவாசன் அறிவுறுத்தினார்.

"சரி, சார்," என்றார் டாக்டர் ஷாஹிஸ்தா.

டாக்டர் சீனிவாசன் வீரபத்ராவைப் பார்த்து, "நீங்கள் லிசாவிடம் சென்று, என்னைப் பார்க்க வரும்படி அவரிடம் கூறுங்கள். நீங்கள் அங்கேயே இருந்து கொள்ளுங்கள்," என்று கூறிவிட்டு, டாக்டர் ஷாஹிஸ்தாவிடம் திரும்பி, "நான் அங்கு வரும்வரை விசாரணையைத் தொடங்க வேண்டாம்," என்று கேட்டுக் கொண்டார்.

அவர்கள் மூவரும் தலையாட்டிவிட்டு அங்கிருந்து நகர்ந்தனர். டாக்டர் சீனிவாசன் லிசாவுக்காகக் காத்திருந்தார்.

டாக்டர் பத்ரா விசாரணை அறையை நோக்கி ஓட்டமும் நடையுமாகச் சென்றார். உள்ளே நுழைந்ததும், அவர் ஓம் சாஸ்திரியைக் கோபத்துடனும் குழப்பத்துடனும் பார்த்துவிட்டுத் தன் இருக்கைக்குச் சென்று அமர்ந்தார். பிறகு அவர் தன் கணினியில் வேலை செய்யத் தொடங்கிவிட்டார். அவரை நோக்கி நடந்து வந்த டாக்டர் ஷாஹிஸ்தா, அவர் மிகுந்த மன உளைச்சலுடன் இருந்ததைப் பார்த்தார். அவர் தன் கணினியில் எதையோ தீவிரமாகத் தேடிக் கொண்டிருந்தார்.

டாக்டர் ஷாஹிஸ்தா அக்கறையுடன், "டாக்டர் பத்ரா, நீங்கள் என்ன செய்து கொண்டிருக்கிறீர்கள்?" என்று கேட்டார்.

ஆனால், டாக்டர் பத்ரா பதிலேதும் சொல்லவில்லை. அவர் தன் கணினியிலிருந்து நிமிரக்கூட இல்லை.

"நீங்கள் நன்றாகத்தானே இருக்கிறீர்கள்? இங்கு எல்லோருமே அதிர்ச்சியடைந்துள்ளோம்–"

டாக்டர் பத்ரா, "உஷ்!" என்று கூறி, தன் விரலை நீட்டி, டாக்டர் ஷாஹிஸ்தாவைப் பேசாமல் இருக்கும்படி சைகை செய்தார். பின் அவர் மீண்டும் தன் வேலையில் மூழ்கினார்.

டாக்டர் பத்ரா தன் மனத்தைப் புண்படுத்திவிட்டதுபோல உணர்ந்த டாக்டர் ஷாஹிஸ்தா,

ஒரு சில கணங்கள் அங்கு நின்றுவிட்டு, அங்கிருந்து செல்வதற்காகத் திரும்பினார். அப்போது டாக்டர் பத்ரா அவரைக் கூப்பிட்டார். டாக்டர் ஷாஹிஸ்தா டாக்டர் பத்ராவை நோக்கித் திரும்பியபோது, டாக்டர் பத்ரா தன் கணினித் திரையைச் சுட்டிக்காட்டி, "இதைப் பாருங்கள்," என்றார். டாக்டர் ஷாஹிஸ்தா நன்றாகப் பார்ப்பதற்கு வசதியாக டாக்டர் பத்ரா தன் கணினித் திரையை இலேசாக அவரை நோக்கித் திருப்பினார். அதைப் பார்த்த டாக்டர் ஷாஹிஸ்தா, அவரிடம், "இது என்ன?" என்று கேட்டார்.

டாக்டர் பத்ரா அதை அவரிடம் விவரிக்கத் தொடங்கினார்.

"நம் உடலிலுள்ள ஒவ்வோர் உயிரணுவுக்குள்ளும் மைட்டோகான்ட்ரியல்கள் என்ற குட்டி ஆற்றல் இயந்திரங்கள் இருக்கின்றன. நமக்கு வேண்டிய ஆற்றல்களை அவைதாம் நமக்கு அளிக்கின்றன. இந்த இயந்திரங்கள் செயலிழக்கும்போது, நம்முடைய உடல் முதுமையடைந்து சிதைவுறுகிறது."

"அது சரி. இப்போது எதற்கு இதைப் பற்றிச் சொல்கிறீர்கள்?"

"இந்த மைட்டோகான்ட்ரியல்களால் புத்துயிர் பெற முடிந்தால், மனிதனால் இப்போதைவிட அதிக காலம் வாழ முடியும்."

"இந்த மைட்டோகான்ட்ரியல்கள் ஓம் சாஸ்திரியின் உடலில் ஒருபோதும் வீழ்ச்சியடையவில்லை என்று நீங்கள் கூற வருகிறீர்களா?"

"ஆறு நாட்கள் மட்டுமே உயிரோடு இருக்கின்ற ஈஸ்ட் என்ற பூஞ்சையின் ஆயுட்காலத்தைப் பத்து வாரங்களுக்கு நீட்டிப்பதற்கான வழிமுறையை அறிவியலறிஞர்கள் இன்று கண்டுபிடித்துள்ளனர். அது சுமார் பத்து மடங்கு நீட்டிப்பாகும்."

"இதற்கும் நம் முன் உள்ள பிரச்சனைக்கும் என்ன தொடர்பு?" என்று டாக்டர் ஷாஹிஸ்தா திகைப்புடன் கேட்டார்.

"மனித வாழ்க்கையில் அதைப் பொருத்திப் பார்த்தால், பத்து மடங்கு என்பது 800 ஆண்டுகள்.

ஆர்ஏஎஸ்2, எஸ்சிஎச்9 ஆகிய இரண்டு மரபணுக்களும் டிஎன்ஏவிலிருந்து அகற்றப்பட்டபோது, ஈஸ்ட்டின் ஆயுட்காலம் நீண்டது. அதே பரிசோதனை எலியிடம் மேற்கொள்ளப்பட்டபோது, அதன் ஆயுட்காலம் இரட்டிப்பாயிற்று.”

“அதனால்?”

“மனித உடலில் மூப்பிற்கு காரணமாக இருக்கின்ற 60 மரபணுக்கள் ஏற்கனவே கண்டுபிடிக்கப்பட்டுவிட்டன. ஆனால், இதை நடைமுறையில் கொண்டுவருவதற்கு ஏகப்பட்டக் காலம் ஆகும். என்னுடைய யோசனை ஓம் சாஸ்திரியின் கூற்றோடு முரண்படுகிறது.”

“நீங்கள் இப்போதும், அவர் ஒரு பித்தலாட்டக்காரர் என்றுதான் நினைத்துக் கொண்டிருக்கிறீர்களா?” என்று டாக்டர் ஷாஹிஸ்தா கேட்டார். பிறகு சிறிது இடைவெளி விட்டுவிட்டு, “டாக்டர் பத்ரா, நான் அவரை நம்பாமல் இருப்பதற்கு எனக்கு ஏகப்பட்டக் காரணங்கள் இருக்கின்றன. ஆனால், அவருடைய நம்பகத்தன்மையைச் சந்தேகிக்காமல் இருப்பதற்கும் என்னிடம் ஏகப்பட்டக் காரணங்கள் இருக்கின்றன,” என்று அவர் கூறினார்.

“எனக்கு அவருடைய இரத்த சாம்பிள் வேண்டும்,” என்று டாக்டர் பத்ரா தீவிரத்துடன் கேட்டார்.

டாக்டர் ஷாஹிஸ்தா அதற்குத் தலையாட்டிவிட்டு, “ஆனால், டாக்டர் சீனிவாசன் அதற்கு ஒருக்காலும் அனுமதிக்க மாட்டார்,” என்றார்.

இதற்கிடையே, டாக்டர் சீனிவாசன் தன் அறையில் லிசாவிடம் பேசிக் கொண்டிருந்தார்.

அவர் அவளுக்கு முன்னால் ஒரு வரைபடத்தைப் பரப்பி வைத்து, “உங்கள் துறையில் நீங்கள்தான் தலைசிறந்தவர் என்பதை உங்களால் நிரூபிக்க முடியுமா? இந்தப் புதிரை விடுவிக்க நான் உங்களுக்கு ஆறு மணி நேரம் தருகிறேன். இந்த வரைபடத்திலுள்ள இடத்தைக் கண்டுபிடித்து, அந்த இடம் நம்மை எதற்கு இட்டுச் செல்லும் என்பதை நீங்கள் கண்டுபிடிக்க வேண்டும்,” என்று அவளிடம் கூறினார்.

சவால்கள் லிசாவுக்கு மிகவும் பிடிக்கும். அதனால்,

அவற்றை அவள் எப்போதும் இருகரம் கூப்பி வரவேற்றாள். ஏனெனில், அவை அவளுடைய வரம்பெல்லைகளை விரிவுபடுத்தின, அவளை மேம்படுத்திக் கொள்ள அவளுக்கு உதவின. அதோடு, அவள் தன்னைக் குறித்து இன்னும் அதிகமாகப் பெருமைப்பட்டுக் கொள்ளவும் அது வழி வகுத்தது. அவளுடைய கண்கள் பரவசத்தால் ஒளிர்ந்தன. அவள் அந்த வரைபடத்தை அவரிடமிருந்து வாங்கிக் கொண்டு அங்கிருந்து கிளம்ப முயன்றபோது, டாக்டர் சீனிவாசன் அவளிடம் ஒரு கிசுகிசுப்பான குரலில், “இது உங்களுக்கும் எனக்கும் மட்டுமே தெரிந்த இரகசியமாக இருக்கட்டும். இதைப் பற்றி வேறு யாரிடமும் மூச்சுவிட வேண்டாம். உங்களுடைய நேரம் இப்போது தொடங்குகிறது,” என்று கூறினார்.

சிறிது நேரம் கழித்து, டாக்டர் சீனிவாசன் விசாரணை அறைக்குள் மீண்டும் நுழைந்தார்.

அத்தியாயம் 9

பண்டைய நிகழ்காலத்தில்

அடுத்த அமர்வு தொடங்கவிருந்தது. எல்லோரும் அவரவர் இடத்தில் அமர்ந்தவுடன் டாக்டர் ஷாஹிஸ்தா தன் விசாரணையைத் தொடங்கினார்.

"இத்தனை ஆண்டுகளாக, சுசேனனைத் தவிர்த்து வேறு எந்தெந்தப் பாத்திரங்களை நீங்கள் வகித்துள்ளீர்கள்?"

பல்வேறுபட்ட நிகழ்வுகளைக் காட்டிய ஏகப்பட்ட இடங்களும் முகங்களும் படுவேகமாகத் திரையில் தோன்றின.

அதில் தோன்றிய நபர்கள் பல்வேறு பாரம்பரிய உடைகளை அணிந்திருந்தனர். அதில் இடம்பெற்றிருந்த இடங்கள் பல்வேறு நூற்றாண்டுகளைச் சித்தரித்தன. ஆனால், அதில் தோன்றிய நபரின் முகம் மட்டும் ஒருபோதும் மாறவில்லை.

இவற்றை நினைவுபடுத்திக் கொண்டபோது, ஓம் சாஸ்திரி, மூடியிருந்த தன் கண்களை அவ்வப்போது சுருக்கினார். பயம், நிச்சயமின்மை, மகிழ்ச்சி, அமைதி, பரவசம், வியப்பு, குற்றவுணர்வு போன்ற பலதரப்பட்ட உணர்ச்சிகளை அவருடைய முகம் வெளிப்படுத்தியது.

ஏதோ இனிமையற்ற விஷயம் அவருடைய நினைவுக்கு வந்தபோது, அவருடைய கண்களில் நீர் கோர்த்தது. அப்போது அவர் தன் கண்களைத் திறந்தார். அவை இரத்தச் சிவப்பு நிறத்தில் இருந்தன. அவர் அப்படிச் செய்தபோது, திரை வெறுமையாயிற்று. அப்போது அவர் வேதனை அடைந்திருந்ததுபோலவும், பயந்து போயிருந்ததுபோலவும் காணப்பட்டார். எல்லோரும் தன்னையே பார்த்துக் கொண்டிருந்ததை அவர் உணர்ந்தவுடன், அவர் தன்னைக் கட்டுப்படுத்திக் கொண்டு அமைதியானார்.

ஆனால், தன்னுடைய வாழ்க்கை ஒரு திரைப்படம்போலப் பிறரால் பார்க்கப்பட்டுக் கொண்டிருந்தது என்பதும், விரைவில் தன் இரகசியம் அம்பலமாகிவிடும் என்ற நினைப்பும் அவருக்கு மனக்கலக்கத்தைக் கொடுத்தன.

தங்களால் அடையாளம் காண முடியாத பல காட்சிகளை அந்த அறையிலிருந்தவர்கள் பார்த்தனர் என்றாலும், மூன்று முகங்களை அவர்களால் தெள்ளத் தெளிவாக அடையாளம் காண முடிந்தது. முதலாவது, ஒரு பெண்ணின் முகம். ஓம் சாஸ்திரி அனுபவித்தப் பல சங்கடங்களுக்கு அவள்தான் அடிப்படைக் காரணமாக இருந்ததுபோலத் தோன்றியது. பல நேரங்களில் அவள் தனித்துவமான ஆடைகளில் தோன்றினாள்.

அப்பெண்ணுக்கும் ஓம் சாஸ்திரிக்கும் இடையே ஒரு மிகப் பெரிய வித்தியாசம் இருந்தது. ஓம் சாஸ்திரி எல்லா காட்சிகளிலும் ஒரே வயதுடையவராகத் தோன்றினார். ஆனால், அப்பெண்ணோ, பதின்ம வயது, பருவ வயது, நடுத்தர வயது மற்றும் முதிய வயது உட்பட, பல வயதுகளில் தோன்றினாள். அப்பெண்ணின் உயிரற்ற உடல் மூன்று சந்தர்ப்பங்களில் தோன்றியது. அந்த மூன்றும் மூன்று வேறுபட்டக் காலங்களைச் சேர்ந்தவையாக இருந்தன. அவற்றில் ஓம் சாஸ்திரி வெவ்வேறு உடைகளில் இருந்தார். மூன்றாவது முறையாக அவளுடைய சடலம் தோன்றியபோது, ஓம் சாஸ்திரி தன் கண்களைத் திறந்தார்.

காட்சிகளில் அடிக்கடி இடம்பெற்றிருந்த இரண்டாவது முகம் ஒரு பலசாலியான ஆணுடையது. அவர் வசம் ஒரு வில்லும், பல அம்புகளைக் கொண்ட ஓர் அம்பறாத்தூணியும், ஒரு கோடரியும், பண்டைய வலுவான ஆயுதங்கள் சிலவும் இருந்தன.

மூன்றாவது முகமும் ஒரு வலுவான ஆணுடையதாக இருந்தது. அந்த நபர் எப்போதும் ஒரு குமுறலோடு தோன்றினார். எதுவொன்றையும் எந்தவிதமான பயமுமின்றி எதிர்த்துச் சண்டையிடுவதற்கு எப்போதும் தயாராக இருந்ததுபோல அவர் தோன்றினார்.

“அவர்கள் யார்?” என்று லிசா கேட்டாள்.

“அவர்கள் அசுவத்தாமனும் பரசுராமரும் ஆவர். இந்து மதத் தொன்மங்களின்படி அவர்கள் இருவரும் சிரஞ்சீவிகள்,” என்று அபிலாஷ் அவளுக்கு விளக்கினார்.

“இரண்டு சிரஞ்சீவிகளா?” என்று லிசா கேட்டாள்.

“இந்து மதத் தொன்மங்களில், இவர்கள் இருவரையும் சேர்த்து மொத்தம் ஏழு சிரஞ்சீவிகள் இடம்பெற்றுள்ளனர்,” என்று அபிலாஷ் திரையைப் பார்த்தவாறே கூறினார்.

“மீதி ஐவர் யார்?”

தொடர்பற்றப் பல காட்சிகள் அந்தத் திரையில் ஓடிக் கொண்டிருந்தன. அபிலாஷ் அவற்றைப் பார்த்துக் கொண்டே லிசாவிடம் தன் பேச்சைத் தொடர்ந்தார்.

“ஒருவர் மகாபலி சக்கரவர்த்தி. அவர் ஓர் அசுர அரசர். அவருடைய ஆணவத்தின் காரணமாக அவர் விஷ்ணுவால் தோற்கடிக்கப்பட்டுப் பாதாள உலகில் வசிக்குமாறு சபிக்கப்பட்டார். ஆண்டுக்கு ஒரு நாள் அவர் மேலுலகிற்கு வர அனுமதிக்கப்பட்டார். அந்த நாளைத்தான் மலையாளிகள் ஓணம் பண்டிகையாகக் கொண்டாடுகின்றனர்.

“மற்றொருவர் விபீசணர். அவர் இராவணனின் தம்பி. அவர் இராமருக்கு உதவியதால், இராமர் அவரை ஒரு சிரஞ்சீவியாக ஆக்கினார். இராஜஸ்தான் மாநிலத்திலுள்ள கோட்டா என்ற ஊரில் விபீசணருக்கு ஒரு கோவில் இருக்கிறது. இந்தியாவில் விபீசணருக்கு ஒரு கோவில் இருக்கின்ற ஒரே இடம் அதுதான்.

“மற்றொருவர் வியாசர். அவர் மகாபாரதத்தை எழுதியவர்.”

“இன்னொருவர் கிருபாச்சாரியார். இவர் மகாபாரதத்தில் கௌரவர்களுக்கும் பாண்டவர்களுக்கும் குருவாகத் திகழ்ந்தவர்.

“கடைசியாக அனுமன். கலி யுகத்தில் தன் பக்தர்களைப் பாதுகாப்பவன் அவன்.”

அந்த அறையில் இருந்தவர்கள் அனைவரும் திரையில் தோன்றிக் கொண்டிருந்த காட்சிகளை பிரமிப்புடன் பார்த்துக் கொண்டிருந்தனர். டாக்டர் ஷாஹிஸ்தா மட்டுமே அதற்கு விதிவிலக்காக இருந்தார். அவருடைய

மனோவசிய அனுபவத்தில், ஓம் சாஸ்திரியைவிட அதிகமான மனஅழுத்தத்திற்கு ஆளாகியிருந்த பலரை அவர் பார்த்திருந்தார். அதனால், திரையில் தோன்றிய காட்சிகள் எதுவும் அவருக்கு அதிர்ச்சியளிக்கவில்லை.

ஓம் சாஸ்திரியை அமைதிப்படுத்துவதற்காக டாக்டர் ஷாஹிஸ்தா அவருடைய கைமீது தன் கையை வைத்தார்.

"ஓம் சாஸ்திரி, இவ்வளவு ஆண்டுகளில், நீங்கள் சுசேனன் தவிர வேறு யாராகவெல்லாம் வாழ்ந்தீர்கள்? அவர்கள் ஒவ்வொருவரைப் பற்றியும் மெதுவாகக் கூறுங்கள். உங்களை ஆசுவாசப்படுத்திக் கொள்ளுங்கள், தேவையான நேரத்தை எடுத்துக் கொள்ளுங்கள்," என்று டாக்டர் ஷாஹிஸ்தா கூறினார்.

ஓம் சாஸ்திரி டாக்டர் ஷாஹிஸ்தாவை ஒரு கணம் உற்றுப் பார்த்துவிட்டுத் தன் கண்களை மூடிக் கொண்டார். பின் அவர் பேசத் தொடங்கினார்.

அந்த வளாகத்திற்கு வெளியேயிருந்த காட்டுப்பகுதியில், முகமூடி அணிந்திருந்த ஒருவர் எதையோ உற்றுப் பார்த்துக் கொண்டிருந்தார். தன் இரையைக் கவ்வுவதற்காகக் காத்துக் கொண்டிருக்கின்ற ஒரு கழுகைப்போல, அவர் ஏதோ ஒன்று நிகழ்வதற்காகக் காத்துக் கொண்டிருந்தார். அந்த நபரிடம் நவீனப் போர் ஆயுதங்களும் அதிநவீனத் தொழில்நுட்பக் கருவிகளும் இருந்தன.

தொலைவிலிருந்த வேறோர் அறையில், ஒரு முதியவர், தனக்கு முன்னாலிருந்த வெள்ளைத் திரையைப் பார்த்துக் கொண்டிருந்தார். அதில், ஓம் சாஸ்திரி விசாரிக்கப்பட்டுக் கொண்டிருந்த காட்சி ஓடிக் கொண்டிருந்தது. அந்த முதியவர் தன் கையில் ருத்திராட்ச மாலை ஒன்றை வைத்திருந்தார். அவர் தன் அலைபேசியை எடுத்து, சமீபத்தில் பேசியிருந்த அதே எண்ணை அழைக்கின்ற பொத்தானை அழுத்திவிட்டுச் சில கணங்கள் காத்திருந்தார். டாக்டர் சீனிவாசன் தன் அலைபேசியைக் கையில் எடுத்ததையும், தலையை இலேசாக ஆட்டியதையும், "சார்!" என்று விளித்ததையும் அந்த முதியவர் தன் முன் இருந்த திரையில் கண்டார்.

விசாரணை அறையிலிருந்த திரையில் ஒருவர் தோன்றினார். அவர் தன் தலையிலிருந்து கால்வரை பொன் ஆபரணங்களால் அலங்கரிக்கப்பட்டிருந்தார். அவர் ஓர் அரண்மனையில் இருந்தார். அவருக்குப் பணிவிடை செய்ய அவரைச் சுற்றிப் பலர் இருந்தனர். அவருக்கு ஓம் சாஸ்திரியின் முகம் இருந்தது. அந்த அரண்மனை நேர்த்தியாகவும் பிரம்மாண்டமாகவும் இருந்தது. திரையில் படுவேகமாகக் காட்சிகள் மாறிக் கொண்டிருந்தபோது, ஓம் சாஸ்திரி தொடர்ந்து பேசிக் கொண்டிருந்தார்.

“நான் வாழ்க்கையின் அனைத்து இரசங்களையும் அனுபவித்துள்ளேன். எனக்குப் பணிவிடை செய்வதற்கும் என்னைக் கௌரவப்படுத்துவதற்கும் துடித்துக் கொண்டிருந்தவர்கள் புடைசூழ நான் ஒரு பெரும் செல்வந்தனாகவும் பிரபலமானவனாகவும் வாழ்ந்துள்ளேன். மறுபுறம், நான் ஒரு பிச்சைக்காரனாகவும் இருந்துள்ளேன்.”

இப்போது திரையில் தோன்றிய காட்சியில், ஓம் சாஸ்திரி, உடலில் கிட்டத்தட்ட எந்தத் துணியும் இல்லாமல் குளிரில் நடுங்கிக் கொண்டிருந்தார். முந்தைய காட்சிக்கும் இந்தக் காட்சிக்கும் இடையேயிருந்த கால இடைவெளி ஒரு நூற்றாண்டாவது இருக்கும் என்பதை அதில் இடம்பெற்றிருந்த கட்டடங்களின் அமைப்பு காட்டியது.

“நான் ஒரு சக்கரவர்த்தியாகவும் இருந்துள்ளேன், ஓர் அடிமையாகவும் இருந்துள்ளேன்,” என்று ஓம் சாஸ்திரி கூறியபோது, அவற்றுக்கு ஏற்றக் காட்சிகள் திரையில் தோன்றின.

அதற்கு அடுத்தக் காட்சியில், ஓம் சாஸ்திரி ஒரு காட்டில் தன்னந்தனியாக மனம் கலங்கிய நிலையில் இருந்தார்.

“நான் தன்னந்தனியாக, அரண்டு போயிருந்த ஒருவனாக இருந்துள்ளேன்; பிறரால் நேசிக்கப்பட்ட ஒருவனாகவும் இருந்துள்ளேன்; துணிச்சலான, வீரதீரமிக்க ஒரு போராளியாகவும் இருந்துள்ளேன்.”

அடுத்தக் காட்சியில், ஓம் சாஸ்திரியின் மடியில் ஒரு

குழந்தை இருந்தது, அவருக்கு அருகே அதே பெண் நின்று கொண்டிருந்தாள். அந்தக் காட்சி மாறாமல் வெகுநேரம் அப்படியே இருந்தது. பின் அவர் தன் கண்களைத் திறந்தார். அவருடைய கண்கள் ஈரமாக இருந்தன. ஒரு கண்ணீர்த் துளி அவருடைய கன்னத்தின்மீது விழுந்தது. அவர் தனக்கு எதிரே அமர்ந்திருந்த டாக்டர் ஷாஹிஸ்தாவைப் பார்த்தார். டாக்டர் ஷாஹிஸ்தாவும் உருக்கமாக இருந்தார். ஆனால், அவர் எதுவும் பேசவில்லை.

ஓம் சாஸ்திரி தன்னைத் தேற்றிக் கொண்டு அமைதியடைந்து மீண்டும் பேசத் தொடங்கினார். இம்முறை அவர் அதிகமாக உணர்ச்சிவசப்படாமல் பேசினார்.

“கோவிந்த்லால் யாதவ், புரோத்திம் தாஸ், பன்கிம் சந்திர சக்கரவர்த்தி ஆகியோராக நான் இருந்துள்ளேன். முதலில் வெங்கட ரமண ராவாகவும், பின்னர் அவருடைய மகன் மதுக்கர் ராவாகவும் நான் இருந்துள்ளேன். நான் குர்ஷீல் சிங் குல்லராகவும் சுவர்ண பிரதாப் ரெட்டியாகவும் இருந்துள்ளேன். அதிரயன் என்பது என்னுடைய மற்றோர் அடையாளம்.” இதைச் சொல்லியபோது, திரை வெறுமையாக இருந்தது.

அபிலாஷ் டாக்டர் ஷாஹிஸ்தாவின் பக்கம் குனிந்து, “விஷ்ணு குப்தரைப் பற்றி அவரிடம் கேளுங்கள்,” என்று கூறினார். டாக்டர் ஷாஹிஸ்தா டாக்டர் சீனிவாசனைப் பார்த்தார். அவர் தலையசைத்து அதற்கு இசைவு தெரிவித்தார்.

“நீங்கள் பல பெயர்களில் நடமாடியுள்ளீர்கள். அவை குறித்தத் தகவல்கள் எங்களிடம் இருக்கின்றன. அவை அரசாங்க ஆவணங்களிலும் இடம்பெற்றுள்ளன. நீங்கள் விஷ்ணு குப்தரைப் பற்றி அதிகமாக எதுவும் பேசவில்லை. அவரைப் பற்றிக் கூறுங்கள்.”

திரையில் முதலில் மங்கலாகத் தோன்றிய காட்சி படிப்படியாகத் தெளிவடைந்தது.

அதில் தென்பட்ட ஓம் சாஸ்திரி, பார்ப்பனர்கள் வைத்துக் கொள்கின்ற ஒரு சிறு குடுமியை மட்டும் விட்டுவைத்துவிட்டு, தலையை முழுமையாக

மழித்திருந்தார். அவர் தன் நெற்றியில் 'U' வடிவில் ஒரு நாமம் போட்டிருந்தார். அவர் ஒரு வெள்ளை வேட்டியும் அங்கவஸ்திரமும் அணிந்திருந்தார்.

ஓம் சாஸ்திரி பேசத் தொடங்கினார். "அப்போது நான் சந்திர குப்த மௌரியரின் ஆலோசகராக இருந்தேன். அவருடைய அரசவையில் நான் முக்கியத்துவம் வாய்ந்த ஒருவனாக இருந்தேன். அதோடு, நான் அவருக்கு ஒரு நல்ல நண்பனாகவும் இருந்தேன். நான் போர்முறைகள் குறித்து அவருக்கு ஆலோசனைகள் வழங்கியதோடு, அவருடைய அரசியல் வாழ்க்கையிலும் தனிப்பட்ட வாழ்க்கையிலும் அறிவுரைகள் வழங்கி வந்தேன். சாணக்கியர் என்ற ஒரு பெயரும் எனக்கு இருந்தது."

ஓம் சாஸ்திரி இதைச் சொல்லி முடித்ததும், திரையில் தோன்றிய சாணக்கியரின் உருவம் மேலும் தெளிவடைந்தது. ஓம் சாஸ்திரி பேசிக் கொண்டிருந்தபோது, பரிமல் எதையோ கணக்குப் போட்டுக் கொண்டிருந்தான். பின் அவன் அதை ஒரு காகிதத்தில் எழுதி, அதை டாக்டர் பத்ராவிடம் எடுத்துச் சென்றான். அக்காகிதம் இப்படித் தலைப்பிடப்பட்டிருந்தது: 'சுசேனனுக்கும் சாணக்கியருக்கும் இடையேயான கால இடைவெளியும், சாணக்கியருக்கும் தற்போதைய காலத்திற்கும் இடையேயான கால இடைவெளியும்.'

டாக்டர் பத்ரா அதை நோட்டம் விட்டுவிட்டு, "இதைத்தான் நான் தொடர்ந்து சொல்லிக் கொண்டிருக்கிறேன்: இது சாத்தியமே இல்லை!" என்றார். பின் அவர் எழுந்து கொண்டு, அக்காகிதத்தை டாக்டர் சீனிவாசனிடம் கொண்டு சென்றார்.

டாக்டர் சீனிவாசன் அதை வாங்கிப் படித்தார். அதில் இவ்வாறு எழுதப்பட்டிருந்தது:

சுசேனனின் காலம் கி.மு. 7292; சாணக்கியரின் காலம் கி.மு. 321; வித்தியாசம்: 6971 ஆண்டுகள்.

சாணக்கியரின் காலம் கி.மு. 321; இப்போதைய ஆண்டு 2017; வித்தியாசம்: 2338 ஆண்டுகள்.

சுசேனனின் காலம் கி.மு. 7292; இப்போதைய ஆண்டு 2017; வித்தியாசம்: 9309 ஆண்டுகள்.

அதை உள்வாங்கிக் கொண்ட டாக்டர் சீனிவாசன் பெருமூச்செறிந்தார். பின் அவர் எழுந்து நின்று, டாக்டர் ஷாஹிஸ்தாவின் திசையை நோக்கி, “விசாரணையைத் தொடருங்கள். எனக்காகக் காத்துக் கொண்டிருக்க வேண்டாம்,” என்று கூறினார்.

இதற்கிடையே, லிசா அந்த வரைபடத்தின் புதிரை அவிழ்ப்பதில் தீவிரமாக மூழ்கியிருந்தாள். அவள் தன் வசமிருந்த அனைத்துத் தொழில்நுட்பக் கருவிகளையும் பயன்படுத்தி அந்த வரைபடத்தைப் பல கோணங்களிலும் மாற்றி மாற்றி வைத்துப் பார்த்தாள். பண்டைய குறியீடுகளுடன் அவள் அவற்றை ஒப்பிட்டாள். தான் வெற்றிக் கோட்டை நெருங்கிக் கொண்டிருந்ததாக அவள் நம்பினாள். தன்னால் அதைக் கண்டுபிடிக்க முடிந்தால், அது தன்னுடைய குழுவிற்கு ஒரு திருப்புமுனையாக அமையும் என்று அவள் நம்பினாள்.

வளாகத்திற்கு வெளியே காட்டுப்பகுதியில் இருந்த அந்த நபர், தன்னுடைய பையிலிருந்து ஒரு கருவியை வெளியே எடுத்து அதை நான்கு பாகங்களாகப் பிரித்தார். இப்போது அவை நான்கும் நான்கு தனித்தனிக் கருவிகளாக ஆயின. பின் அவர் அவற்றைத் தரையில் வைத்து உருட்டிவிட்டு, அந்த வளாகத்தின் நான்கு மூலைகளிலும் கொண்டு போய் நிறுத்தினார். பின் அவர் தன் கைக்கணினியில் ஒரு பொத்தானை அழுத்தினார். உடனே அதன் திரையில் அந்த வளாகத்தின் முப்பரிமாணப் படம் தோன்றியது. அந்த வளாகத்தில் இருந்த மனிதர்கள் அத்திரையில் சிவப்புப் புள்ளிகளாகத் தெரிந்தனர். அப்புள்ளிகள் அங்குமிங்கும் நகர்ந்து கொண்டிருந்தன. இப்போது அந்த நபரால், அந்த வளாகத்திற்குள் நுழைந்தவர்களையும் அதிலிருந்து வெளியேறியவர்களையும் கண்காணிக்க முடிந்தது.

டாக்டர் சீனிவாசன் தன் கையிலிருந்த காகிதத்தைப் பார்த்தவாறே தாழ்வாரத்தில் நடந்து கொண்டிருந்தார். அவர் சற்றுக் குழம்பிப் போயிருந்தார். இறுதியில் அவர்

ஒரு கனமான கண்ணாடிக் கதவின் அருகே வந்து நின்று தன் அடையாள அட்டையை அங்கிருந்த உணரியில் காட்டினார். கதவு தானாகவே திறந்து அவரை உள்ளே அனுமதித்தது.

அதில் சிறிது தூரம் சென்றதும் மற்றொரு கதவு தென்பட்டது. அதற்கு இருபுறமும் இரண்டு காவலாளிகள் நின்று கொண்டிருந்தனர். டாக்டர் சீனிவாசன் அங்கிருந்த உணரியில் தன் கண்ணின் விழித்திரையைக் காட்டிய பிறகு அக்கதவு திறந்து கொண்டது. அவர் உள்ளே நுழைந்தார்.

விசாரணை அறையில் டாக்டர் ஷாஹிஸ்தா ஓம் சாஸ்திரியிடம் இவ்வாறு கேட்டார்: "நீங்கள் இப்போது கூறியவற்றின் அர்த்தம் என்னவென்று உங்களால் புரிந்து கொள்ள முடிகிறதா? நீங்கள் எங்களை இப்படி நம்ப வைக்க முயல்கிறீர்கள்: பண்டைய காலமான–"

ஓம் சாஸ்திரி இங்கு அவரை இடைமறித்து, "திரேதா யுகத்தில் நான் உயிருடன் இருந்தேன்," என்று அந்த வாக்கியத்தை முடித்தார்.

"சந்திர குப்த மௌரியரின் காலத்திலும் நீங்கள் உயிருடன் இருந்துள்ளீர்கள் என்றும் நீங்கள் கூற வருகிறீர்கள்."

"ஆமாம். அது கலி யுகம். அது இன்னும் முடியவில்லை. இன்னும் நான் உயிருடன் இருந்து கொண்டிருக்கிறேன். ஆனால், நான் யாரிடமும் எதையும் நிரூபிக்க முயன்று கொண்டிருக்கவில்லை."

டாக்டர் ஷாஹிஸ்தா ஆழமாக ஒரு முறை சுவாசித்துவிட்டு, அமைதியாக அவரிடம் இவ்வாறு கேட்டார்: "இவற்றைக் கூட்டினால் ஆயிரக்கணக்கான ஆண்டுகள் வருகின்றன. இராமாயணம் மற்றும் மகாபாரதக் காலங்களில் நீங்கள் உயிருடன் இருந்தீர்கள் என்று நீங்கள் கூறுவதை எங்களை நம்பச் சொல்கிறீர்களா?"

ஓம் சாஸ்திரி ஒரு மந்தகாசப் புன்னகையுடன், "நான் சத்திய யுகத்திலிருந்தே உயிருடன் இருந்து வருகிறேன். திரேதா யுகம், துவாபர யுகம் ஆகிய இரண்டிலும் இருந்ததோடு, இப்போது நடைபெற்றுக் கொண்டிருக்கும்

கலி யுகத்திலும் நான் உங்கள் முன்னால் நின்று கொண்டிருக்கிறேன்," என்றார்.

ஓம் சாஸ்திரி கூறிக் கொண்டிருந்ததைக் கவனமாகக் கேட்டுக்கொண்டிருந்த அபிலாஷ், இடையில் குறுக்கிட்டு, "துவாபர யுகத்தில் நீங்கள் யாராக இருந்தீர்கள்?" என்று கேட்டார்.

ஓம் சாஸ்திரி முதலில் அபிலாஷை உற்றுப் பார்த்தார். பின்னர் அவருடைய பார்வை டாக்டர் ஷாஹிஸ்தாவின் பக்கம் திரும்பியது. அதற்குப் பிறகு அவர் தன் கண்களை மூடிக் கொண்டு பேசினார்: "வரலாற்றில் எனக்குப் பல பெயர்கள் இருந்துள்ளன. துவாபர யுகத்தில் அப்படிப்பட்டப் பெயர்களில் ஒன்று விதுரர்."

அவர் சொன்னதை ஆமோதிக்கின்ற வண்ணம் திரையில் ஒரு காட்சி தோன்றியது. அக்காட்சியில் ஓம் சாஸ்திரி ஆடம்பரமாக உடையணிந்திருந்தார். அவருடைய நெஞ்சைத் தங்க ஆபரணங்களும் அவருடைய தலையை ஒரு தங்க மணிமுடியும் அலங்கரித்திருந்தன.

பார்வையற்ற ஒரு நபருக்கு அருகே அவர் நின்று கொண்டிருந்தார். அந்த நபர் அரசனின் சிம்மாசனத்தில் அமர்ந்திருந்தார். அவருக்கு அருகே, தன் கண்களைச் சுற்றி ஒரு துணியைக் கட்டிக் கொண்டு ஒரு பெண்மணியும் அமர்ந்திருந்தார். அவர் அந்நாட்டின் அரசியாக இருக்க வேண்டும். அவர்கள் திருதராஷ்டிரரும் அவருடைய மனைவி காந்தாரியும்தாம்.

"விதுரர்! திருதராஷ்டிரரின் சகோதரர், மாற்றாந்தாயின் மகன்," என்று பரவசமாகக் கூச்சலிட்ட அபிலாஷ், ஓம் சாஸ்திரியை நோக்கித் தலை தாழ்த்தி, இரு கைகளையும் கூப்பி அவரை வணங்கினார். பின் அவரை நோக்கி, "அப்படியானால், நீங்கள் கிருஷ்ணரை நேரில் சந்தித்திருப்பீர்கள். அவர் உண்மையிலேயே உங்கள் வீட்டில் தங்கினாரா?" என்று கேட்டார்.

ஓம் சாஸ்திரி அதற்கு பதிலளிப்பதற்கு முன்னர் டாக்டர் ஷாஹிஸ்தா அடுத்தக் கேள்வியைக் கேட்டார்.

"எப்போதிருந்து நீங்கள் உயிருடன் இருக்கிறீர்கள்?

உங்கள் நினைவில் இருப்பவற்றை எங்களிடம் கூறுங்கள். நீங்கள் பட்டக் கஷ்டங்களையெல்லாம் எங்களிடம் பகிர்ந்து கொள்ளுங்கள்."

ஓம் சாஸ்திரி பெருமூச்செறிந்தார். அவருடைய ஆற்றாமையை டாக்டர் ஷாஹிஸ்தாவால் புரிந்து கொள்ள முடிந்தது. தான் மாட்டிக் கொண்டுவிட்டோம் என்பதையும், அது குறித்துத் தன்னால் எதுவும் செய்ய முடியாது என்பதையும் ஓம் சாஸ்திரி அறிந்திருந்தார். அதனால், அவர் தொடர்ந்து பேசலானார்.

அத்தியாயம் 10

புராதன இரகசியத்தின் திரைவிலக்கல்

இதற்கிடையே, டாக்டர் சீனிவாசன், திட்டமிட்ட முறையில் இரகசியமாக அமைக்கப்பட்டிருந்த அந்த இடத்திற்குள் நுழைந்தார். கண்ணாடிச் சுவர்களுடன் இருந்த அந்த அறை, வேறு விதமாகத் தோன்றும் விதத்தில் கவனமாக வடிவமைக்கப்பட்டிருந்தது. ஓம் சாஸ்திரியின் லாக்கரிலிருந்து கிடைத்திருந்த புத்தகத்தை டாக்டர் சீனிவாசன் கையோடு எடுத்து வந்திருந்தார். அதைக் கையில் வாங்கிப் புரட்டத் துவங்கியதும் அந்த முதியவரின் கண்கள் பிரகாசமடைந்தன. ஆனால், வெகுவிரைவிலேயே, அந்த மகிழ்ச்சி, கடும் சீற்றமாக மாறியது. ஒரு நீண்ட மௌனத்திற்குப் பிறகு, அவர் ஒரு நடுக்கமான குரலில், "இந்தப் புத்தகத்தின் மறுபாதி எங்கே?" என்று கேட்டார்.

டாக்டர் சீனிவாசன் குழப்பத்துடனும் பயத்துடனும் நின்று கொண்டிருந்தார். விநோதமான வரைபடங்கள் மற்றும் விளக்கப்படங்களுடன் புரியாத ஒரு மொழியில் அது எழுதப்பட்டிருந்தாலும், அது ஒரு முழுமையான புத்தகம் என்றுதான் அவர் நம்பிக் கொண்டிருந்தார். இதை அவர் அந்த முதியவருக்கு விளக்க முற்படுவதற்குள் அந்த நபர் மீண்டும் கூச்சலிட்டார்: "இப்புத்தகத்தின் மறுபாதி எங்கே என்று நான் கேட்டேன்!"

டாக்டர் சீனிவாசன் அவசர அவசரமாக பதிலளித்தார்: "எனக்குத் தெரியாது, சார். லாக்கர்களிலிருந்து எங்களுக்குக் கிடைத்தது இது மட்டும்தான்." அவர் மிகவும் அரண்டு போயிருந்தார்.

அந்த முதியவர் டாக்டர் சீனிவாசனைத் தன்னருகே நெருங்கி வரும்படி தன் கைவிரலால் சைகை செய்தார். டாக்டர் சீனிவாசன் அந்த முதியவரின் பழைய நாற்காலிக்கு அருகே சென்று தரையில் அவருக்கு

அருகே மண்டியிட்டார்.

அந்த மனிதர் டாக்டர் சீனிவாசனின் தலைமுடியைப் பிடித்துத் தன்னருகே இழுத்து, அவருடைய கண்களை நேராகப் பார்த்து, கோபத்தோடு இவ்வாறு கூறினார்: "இதைப் பாருங்கள். இதைப் படியுங்கள். இதில் ஒரு பக்கம் இருக்கிறது, அதற்கு அடுத்தப் பக்கம் இல்லை." பின் அந்தப் புத்தகத்தை டாக்டர் சீனிவாசனின் முகத்திற்கு நேராகத் தூக்கிக் காட்டி, "இப்புத்தகத்தில் இரட்டைப்படை எண்கள் உள்ள பக்கங்கள் இருக்கின்றன. ஆனால் ஒற்றைப்படை எண்கள் உள்ள பக்கங்கள் அனைத்தையும் காணவில்லை. அவை மற்றொரு புத்தகத்தில் இருக்க வேண்டும். இது ஒரு தந்திரோபாயம். ஒன்று இல்லாமல் மற்றொரு புத்தகத்தால் பயனில்லை. இப்போது சொல்லுங்கள், அந்த மற்றொரு புத்தகம் எங்கே?" என்று கேட்டார்.

டாக்டர் சீனிவாசனால் அதில் பக்க எண்களைப் பார்க்க முடியவில்லை. ஆனால், அவர் அதைப் பற்றிப் பேசாமல், "இது மட்டும்தான் எங்களுக்குக் கிடைத்தது. இதைப் பார்த்தக் கணத்திலேயே டாக்டர் பத்ரா இப்புத்தகத்தைப் புரிந்து கொண்டார்," என்றார்.

அந்த முதியவர் வெறுப்புடன் தன் பேச்சைத் தொடர்ந்தார். "டிஎன்ஏயின் வரைபடங்களையும், டிஎன்ஏயிலிருந்து மரபணுக்களை அகற்றுவது குறித்த வரைபடங்களையும் பார்த்தவுடன், டாக்டர் பத்ரா மேலோட்டமாக இதைப் பற்றிப் புரிந்து கொண்டுள்ளார். அவர் இந்தப் புத்தகத்தின் மொழியை அறிந்து கொண்டு இதைப் படித்தால்கூட, இவற்றிலிருந்து அவரால் எந்த முடிவுக்கும் வர முடியாது. எவராலுமே ஒரு தீர்மானமான முடிவுக்கு வர முடியாது. ஏனெனில், இது முழுமையற்ற ஒரு புத்தகம். லாக்கர்களிலிருந்து உங்களுக்கு வேறு என்ன கிடைத்தது?"

"சார், ஒரே ஒரு வரைபடத்தைத் தவிர, எங்களுக்குக் கிடைத்திருந்த அனைத்தையும் நான் உங்களுடைய தனிப்பட்டப் பரிசோதனைக்கூடத்திற்கு அனுப்பி வைத்துவிட்டேன். அதன் புதிரை அவிழ்ப்பதற்காக, அந்த வரைபடத்தை நான் லிசாவிடம் கொடுத்துள்ளேன்."

வரைபடம் என்று டாக்டர் சீனிவாசன் கூறியவுடனேயே அந்த முதியவரின் கண்கள் மீண்டும் பிரகாசமடைந்தன.

“வரைபடமா? மற்றொரு புத்தகம் எங்கே இருக்கிறது என்பதை விளக்குகின்ற வரைபடம்தான் அது. அதன் புதிரை அவிழ்க்க லிசாவுக்கு எவ்வளவு நேரமாகும்?”

“எனக்குத் தெரியாது, சார்.”

“அப்படியானால், அவளிடம் கேட்டு உடனடியாக என்னிடம் தெரிவியுங்கள்.”

“சரி, சார்.”

டாக்டர் சீனிவாசன் அந்த அறையைவிட்டு அவசர அவசரமாக வெளியேறினார். பய உணர்வும் அவமான உணர்வும் அவரை ஒன்றாகச் சூழ்ந்து கொண்டன.

அந்த வளாகத்திற்கு வெளியேயிருந்த காட்டுப்பகுதியில் காத்துக் கொண்டிருந்த நபருடன் இன்னொருவரும் சேர்ந்து கொண்டார். அவரும் ஒரு முகமூடி அணிந்திருந்தார். அவருடைய கையில் பண்டைய காலத் திறவுகோல் ஒன்று இருந்தது. அவர்கள் கவனமாக வேவு பார்த்துக் கொண்டிருந்த அந்த வளாகத்திற்குள், அவர்கள் சிறிது நேரத்தில் அத்துமீறி நுழையவிருந்தனர். அவர்கள் தங்கள் இருவருடைய கைக்கடிகாரங்களும் கச்சிதமாக ஒரே நேரத்தைக் காட்டும்படி அவற்றைத் திருத்தி வைத்துக் கொண்டனர். அவர்களில் ஒருவர் தன் கையிலிருந்த கைக்கணினியை மற்றவரிடம் காட்டி, அதன் உட்பகுதியையும், அதில் நகர்ந்து கொண்டிருந்த சிவப்புப் புள்ளிகளையும் சுட்டிக்காட்டினார். அவர்கள் அந்தக் கட்டடத்தின் முகப்பு வாயிலைத் தகர்த்து உள்ளே செல்வதென்று தீர்மானித்தனர். உள்ளே நுழைந்தவுடன் யார் யார் எந்த நபரைக் கொல்ல வேண்டும் என்பதையும், பின்னர் அந்தக் கட்டடத்திற்கு உள்ளேயிருந்த ஒரு குறிப்பிட்ட அறையின் வாசலின் முன் மீண்டும் சந்திக்க வேண்டும் என்பதையும் அவர்கள் தீர்மானித்துக் கொண்டனர். அவர்கள் இதைத் தங்களுக்கிடையே ஒரு வார்த்தைகூடப் பேசாமலேயே செய்து முடித்தனர்.

விசாரணை அறையில் ஓம் சாஸ்திரி டாக்டர்

ஷாஹிஸ்தா கேட்டக் கேள்விக்கு பதில் கூற வாயெடுத்தபோது, லிசா ஏதோ ஒரு பெரிய மராத்தான் போட்டியில் வென்றுவிட்டதைப்போலத் தன்னுடைய இரண்டு கைகளையும் தலைக்கு மேலே தூக்கி, "ஆகா!" என்று பெரும் கூச்சல் போட்டாள். அதைக் கேட்டுத் திடுக்கிட்டக் காவலர்கள் தங்கள் துப்பாக்கிகளை அவளை நோக்கித் திருப்பினர். அந்த அறையில் இருந்த அனைவரின் கண்களும் அவளை நோக்கித் திரும்பிய அதே கணத்தில், டாக்டர் சீனிவாசன் அந்த அறைக்குள் நுழைந்தார். அந்த அறையைச் சுற்றுமுற்றும் பார்த்தபோதுதான், தான் என்ன காரியம் செய்திருந்தோம் என்பது லிசாவுக்கு உறைத்தது. டாக்டர் சீனிவாசனைப் பார்த்தவுடன் அவளுடைய முகபாவம் மாறியது. திடீரென்று, அவளிடமிருந்த் வெற்றியாளர் உணர்வு மறைந்து, அம்மாவுக்குப் பிடித்தமான பூச்சாடியை உடைத்த ஒரு சிறு குழந்தையைப் போன்ற உணர்வு அவளைச் சூழ்ந்து கொண்டது. அவள் மன்னிப்புக் கேட்கும் விதமாக டாக்டர் சீனிவாசனை நோக்கினாள். அவளுடைய கண்கள் குளமாகிக் கொண்டிருந்தன.

லிசாவைத் தேற்றுவதற்காக டாக்டர் ஷாஹிஸ்தா எழுந்தார். ஆனால், டாக்டர் சீனிவாசன் அவரைத் தடுத்துவிட்டு லிசாவை நோக்கி நடந்தார்.

பின் அவர் அவளுடைய கையைப் பிடித்து, அவளை அந்த அறையிலிருந்து வெளியே அழைத்துச் சென்றார்.

அவர்கள் அந்த அறைக்கு வெளியே சென்றதும், டாக்டர் சீனிவாசன் அவளிடம், "நீங்கள் என் அப்படிக் கூச்சல் போட்டீர்கள்?" என்று கேட்டார்.

"ஏனெனில், நீங்கள் என்னிடம் கொடுத்திருந்த வரைபடத்தின் புதிரை நான் விடுவித்துவிட்டேன், சார்."

"அதற்காகத்தான் நான் உங்களைப் பார்க்க வந்து கொண்டிருந்தேன். அது என்ன?"

"சார், அவர்கள் வேண்டுமென்றே அந்த இடத்தின் தீர்க்கரேகை மற்றும் அட்சரேகையைக் குறிக்கின்ற எண்களை மாற்றிப் போட்டுள்ளனர். அதோடு, அந்த இடத்தின் நிலப்பகுதிகளை நீர்ப்பகுதிகளாகவும், நீர்ப்பகுதிகளை நிலப்பகுதிகளாகவும் காட்டியுள்ளனர்.

அதன் மூலம், அந்த இடத்தைக் கண்டுபிடிப்பதை அவர்கள் மிகவும் கடினமாக்கியுள்ளனர்."

"லிசா, எனக்கு இதிலெல்லாம் அக்கறையில்லை. அந்த இடம் எங்கே இருக்கிறது என்று மட்டும் சொல்லுங்கள்," என்று டாக்டர் சீனிவாசன் பொறுமையின்றிக் கேட்டார்.

லிசா மீண்டும் அந்த அறைக்குள் ஓடிச் சென்று, தன் கணினியைப் பார்த்து அதிலிருந்த ஏதோ ஒரு விஷயத்தை ஒரு காகிதத்தில் குறித்துக் கொண்டு, ஒரு நிமிடத்திற்குள் திரும்பி வந்தாள்.

அவள் அந்தக் காகிதத்தை டாக்டர் சீனிவாசனிடம் கொடுத்துவிட்டு, "இது இலங்கையில் இருக்கிறது. மலைகள், காடுகள் மற்றும் குகைகள் சூழ்ந்துள்ள ஓரிடம் இது. இது அந்த வரைபடத்தில் குறிக்கப்பட்டிருந்த இடம். பழங்காலக் குகை போன்ற ஓர் அமைப்பு இது," என்று விளக்கினாள்.

"சரி, லிசா. இப்போது நீங்கள் மீண்டும் உள்ளே சென்றுவிடுங்கள்."

அவள் செய்திருந்த வேலைக்கு அவரிடமிருந்து பாராட்டு எதுவும் கிடைக்கவில்லை. ஆனால், லிசா தன்னைத் தானே ஊக்குவித்துக் கொள்ளும் குணமுடையவள் என்பதால், அவள் அதைப் பெரிதுபடுத்தவில்லை.

"சரி, சார்," என்று கூறி வெறுமனே தலையாட்டிவிட்டு அவள் விசாரணை அறைக்குத் திரும்பினாள்.

டாக்டர் சீனிவாசன் ஆசுவாசப் பெருமூச்செறிந்துவிட்டு, அந்த முதியவர் இருந்த அறையை நோக்கி மீண்டும் சென்றார்.

சோதனைக்கூடத்தில் ஓம் சாஸ்திரி தொடர்ந்து பதிலளித்துக் கொண்டிருந்தார்.

"ஒரு நாள் நான் கண்விழித்தபோது, நான் ஒரு குடிலில் இருந்தேன். என்னைச் சுற்றி மூன்று முனிவர்கள் நின்று கொண்டிருந்தனர். அது ஒரு பெரிய குடில். அதில் அந்த முனிவர்களோடு இன்னும் பலரும் நின்று கொண்டிருந்தனர்.

"அவர்களில் ஒரு முனிவர் என்னருகே வந்து,

'மகனே, நீ எப்படி இருக்கிறாய்?' என்று கேட்டார்."

ஓம் சாஸ்திரி சொல்லச் சொல்ல, திரையில் காட்சிகள் அரங்கேறிக் கொண்டிருந்தன. அதில் வெள்ளை நிறத்தில், சுமார் ஐம்பது வயது மதிக்கத்தக்க ஒல்லியான நபர் ஒருவர் புன்னகைத்தபடி நின்று கொண்டிருந்தார். அவர் ஒரு வேட்டியும் ஒரு வெள்ளை குர்த்தாவும் அணிந்திருந்தார். அவர் மரப் பாதுகைகள் அணிந்திருந்தார். அவர் தன் மணிக்கட்டில் சிவப்பும் மஞ்சளும் கலந்த ஒரு கயிற்றைக் கட்டியிருந்தார். அவர் ஒரு பூணூல் அணிந்திருந்தார்.

"அவர்களை என்னால் எப்போதும் நினைவுகூர முடியும். ஏனெனில், அவர்கள்தாம் நான் முதன்முதலில் பார்த்த மனிதர்கள்.

"என்னிடம் கேள்வி கேட்ட முனிவரிடம், நான், 'ஐயா, எனக்குப் பசியாக இருக்கிறது. நான் எங்கே இருக்கிறேன்?' என்று கேட்டேன்.

"அதற்கு அந்த முனிவர் புன்னகைத்தவாறு, 'நீ எங்கே இருக்கிறாய் என்று கேட்பதற்கு முன், நீ யார் என்றுதான் நீ கேட்டிருக்க வேண்டும்,' என்றார்.

"நான் யார் என்பதை நான் அவர்களிடம் கூற விரும்பினேன். ஆனால், நான் யார் என்பது எனக்கே தெரியவில்லை என்பது அப்போதுதான் எனக்கு உறைத்தது.

"அதனால், நான் அவர்களிடமே, 'நான் யார்?' என்று கேட்டேன்."

இக்கட்டத்தில் அபிலாஷ் குறுக்கிட்டு, "ஓ, அதனால்தான், உங்களுடைய உண்மையான பெயர் உங்களுக்குத் தெரியாது என்று நீங்கள் கூறினீர்களா?" என்று கேட்டார். டாக்டர் பத்ராவும் டாக்டர் ஷாஹிஸ்தாவும் அவரை முறைத்துப் பார்த்தனர். உடனே, தான் இதுபோலத் தலையிடுவதை அவர்கள் விரும்பவில்லை என்பதை அவர் புரிந்து கொண்டார். ஓம் சாஸ்திரி தன் பேச்சைத் தொடர்ந்தார். காட்சிகளும் தொடர்ந்தன.

"அப்போது இன்னொரு வயதான முனிவர் அந்தக் குடிலுக்குள் நுழைந்தார். உடனே அங்கிருந்த மூன்று

முனிவர்களும் அவருடைய பாதங்களைத் தொட்டு பயபக்தியுடன் வணங்கினர். அந்த முதிய முனிவர் என்னருகே உட்கார்ந்து தன் கையை என் தலைமீது வைத்தார்.

"நான் அவரிடம், 'எனக்கு ஏன் எதுவுமே நினைவில்லை?' என்று கேட்டேன்.

"அதற்கு அவர், 'அது உனக்குத் தேவையே இல்லை. உனக்கு நாற்பது வயது ஆகிறது. இந்த உலகில் இதுதான் உன்னுடைய முதல் நாள் என்று வைத்துக் கொள். உன் உடலில் பல காயங்கள் இருப்பதால் உனக்கு இப்போது ஓய்வு தேவை. அவற்றில் சில காயங்கள் இப்போதுதான் தைக்கப்பட்டுள்ளன. அதனால், நீ அலட்டிக் கொள்ளக்கூடாது,' என்றார்.

"நான் ஒரு படுக்கையில் படுத்திருந்தேன். ஆனாலும் என் நெஞ்சிலும் கைகளிலும் இருந்த தழும்புகளை என்னால் பார்க்க முடிந்தது.

"நான் அந்த முனிவரிடம், 'எனக்குப் பசிக்கிறது,' என்றேன்.

"அதற்கு அவர், 'நான் அறிவேன், மகனே. ஆனால், நீ உணவு உண்ணக்கூடாது. நீ பசியோடுதான் இருக்க வேண்டும். நீ இப்போது தூங்க வேண்டும்,' என்று கூறினார்.

"பிறகு அவர் அங்கிருந்த மற்றொரு முனிவரை நோக்கிச் சைகை செய்தார். அவர் ஒரு மண் குவளையில் ஒரு பானத்தைக் கொண்டு வந்து அதை என் வாயில் ஊற்றினார். எனக்குத் தாகமாக இருந்ததால், நான் அதை மடமடவென்று குடித்துவிட்டேன். சிறிது நேரத்தில் நான் தூங்கிவிட்டேன்.

"நான் கண்விழித்தபோது வெளியே இருட்டாக இருந்தது. நான் ஒரு சில மணி நேரம் தூங்கியிருந்ததாகத்தான் முதலில் நான் நினைத்திருந்தேன். ஆனால், நான் தொடர்ந்து 150 நாட்கள் தூங்கியிருந்ததைப் பின்னர் நான் தெரிந்து கொண்டேன். நான் தூக்கத்தில் மூழ்குவதற்கு முன்பு வெளியே மழை பெய்து கொண்டிருந்தது. ஆனால், இப்போது குளிர் எலும்பை உறைய வைத்துக் கொண்டிருந்தது.

அப்போதும் நான் பசியாகத்தான் இருந்தேன். அந்தக் குடிலில் இருந்த எதுவும் மாறியிருக்கவில்லை. அந்தக் குடிலின் ஓர் ஓரமாக அந்த மூன்று முனிவர்களும் சில மூலிகைகளையும் களிம்புகளையும் வைத்துக் கொண்டு அங்கிருந்த நெருப்பின் அருகே அமர்ந்து எதையோ தயார் செய்து கொண்டிருந்தனர்.

"நான் தரையில் ஒரு பாயில் படுத்திருந்தேன். என் உடலில் இன்னும் தையல்களும் வெட்டுக்காயங்களும் இருந்தன. அந்த முதிய முனிவர் மீண்டும் அந்தக் குடிலுக்குள் வந்தார். அங்கிருந்தவர்கள் அவரை மரியாதையுடன் வணங்கினர்.

"அவர் என்னருகே வந்து அமர்ந்து என்னிடம் ஒரு பாத்திரத்தைக் கொடுத்தார். மற்றொரு முனிவர் என்னருகே வந்து, அந்தப் பாத்திரம் நிறையும்வரை அதில் நீரை ஊற்றினார். அதை வைத்துக் கொண்டு நான் என்ன செய்ய வேண்டும் என்பது எனக்குத் தெரியவில்லை.

"அப்போது அந்த முனிவர், என் முகம் அந்தப் பாத்திரத்தில் இருந்த நீரில் பிரதிபலிக்கும் விதத்தில் என் முகத்தை உயர்த்திப் பிடித்தார். நான் முதன்முறையாக என் முகத்தை அப்போதுதான் பார்த்தேன். என் முகம் முழுவதும் வெட்டுக் காயங்களும் தையல்களும் இருந்தன. கிட்டத்தட்ட மொட்டையாக இருந்த என் தலையிலும் ஏகப்பட்டக் காயங்கள் இருந்தன. நான் சமீபத்தில் ஒரு போரில் கலந்து கொண்டிருந்திருக்க வேண்டும் என்பதை அவை பறைசாற்றின. என்னுடைய ஒரு கண்ணின் குழி உருகிப் போயிருந்தது. மற்றொரு கண் எதையோ கொண்டு மறைக்கப்பட்டிருந்தது. என் வலது காது, மடல் இல்லாமல் இருந்ததைக் கண்டு நான் அதிர்ச்சியடைந்தேன். பார்ப்பதற்கு நான் ஓர் அரக்கனைப்போல பயங்கரமாக இருந்தேன்."

திரையில் கண்ட காட்சி மிகவும் கொடூரமாக இருந்ததால், டாக்டர் ஷாஹிஸ்தாவும் லிசாவும் தங்களுடைய முகங்களைத் திருப்பிக் கொண்டனர். திரையில் தெரிந்த முகம் மொத்தமாக உருக்குலைந்து போயிருந்தது.

ஓம் சாஸ்திரி தன் பேச்சைத் தொடர்ந்தார்.

“அந்த முனிவர் என்னிடம், ‘மகனே, நீ எப்படி இருக்கிறாய்?’ என்று கேட்டார்.

“நான் அவரிடம், ‘நீங்கள் யார்?’ என்று எதிர்க்கேள்வி கேட்டேன்.

“அவர் என்னிடம், ‘நான் தேவோதாஸ். எனக்கு தன்வந்திரி என்ற ஒரு பெயரும் உண்டு. என்னை நீ காசிராஜா என்று அழைக்கலாம். அப்படித்தான் இவர்கள் என்னை அழைத்துக் கொண்டிருக்கிறார்கள். சரி, இப்போது சொல். உனக்கு எப்படி இருக்கிறது?’ என்று கேட்டார்.

“நான் மீண்டும் அவரிடம், ‘எனக்குப் பசிக்கிறது,’ என்றேன்.

“அதற்கு அவர், ‘எனக்குத் தெரியும். ஆனால், இன்னும் இரண்டு பௌர்ணமிகளுக்குப் பிறகுதான் திட உணவு எதையும் உன்னால் உண்ண முடியும். அதுவரை நீ பசியைப் பொறுத்துக் கொண்டுதான் ஆக வேண்டும். அதுவரை, நாங்கள் கொடுக்கின்ற கஷாயத்தை மட்டுமே நீ குடித்து வர வேண்டும்,’ என்று கூறினார்.

“ ‘இந்தக் கஷாயத்தை மட்டும் குடித்து என்னால் எப்படி உயிர்வாழ முடியும்? நான் செத்துவிடுவேன்,’ என்று நான் அவருடன் வாதிட்டேன்.

“அதற்கு அவர், ‘கடந்த ஐந்து மாதங்களாக நீ எப்படி உயிர்பிழைத்திருந்தாயோ அதைப்போலவே இனியும் இருப்பாய். இன்னும் சொல்லப் போனால், நீ திட உணவைச் சாப்பிட்டால்தான் செத்துப் போவாய். இப்போது நீ கண்டிப்பாக ஓய்வெடுத்துக் கொள்ள வேண்டும்,’ என்று கூறினார்.

“காசிராஜா அந்தக் குடிலின் கதவருகே சென்றபோது, நான் அவரிடம், ‘நான் யார், என்னுடைய உண்மையான பெயர் என்ன என்று சொல்லுங்கள்,’ என்று கேட்டேன்.

“அவர் என் பக்கமாகத் திரும்பி, ‘கடந்தகாலத்தில் உனக்குப் பெயர் எதுவும் இருக்கவில்லை. இப்போதைக்கு நீ மிருத்யுஞ்சயன் என்று அழைக்கப்படுவாய். எதிர்காலத்தில் நீ பல பெயர்களைப் பெறுவாய்,’ என்றார்.

“அதன் பிறகு அவர் அக்குடிலைவிட்டு வெளியேறுவதற்கு முன், ‘சுஷ்ருதா!’ என்று கூப்பிட்டார்.”

சுஷ்ருதரின் பெயரை ஓம் சாஸ்திரியின் வாயிலிருந்து கேட்டவுடன், அந்த அறையிலிருந்தவர்கள் ஒருவரையொருவர் வியப்புடன் பார்த்தனர். சுஷ்ருதரைப் பற்றித் தாங்கள் பேசியிருந்த அனைத்தும் இப்போது அர்த்தப்பட்டிருந்தது குறித்து அவர்கள் பிரமிப்படைந்தனர். பத்து முனிவர்கள், தன்வந்திரி, மருத்துவ அறிவு போன்ற அனைத்தும் இப்போது அவர்கள் கண் முன்னால் அந்தத் திரையில் தோன்றியிருந்தன.

“அந்த மூன்று முனிவர்களில் ஒருவர்தான் சுஷ்ருதர். அவர், ‘வருகிறேன், குருதேவா,’ என்று கூறிவிட்டு அவருடன் குடிலைவிட்டு வெளியே சென்றார்.

“சிறிது நேரத்தில் சுஷ்ருதர் என் குடிலுக்குத் திரும்பி வந்தார். அவருடைய கையில் ஒரு குவளை இருந்தது. அதை அவர் என்னிடம் கொடுத்தார். அதிலிருந்த பானம் பச்சை நிறத்தில் புதினா வாசனையுடன் இருந்தது. பெரும் பசியில் இருந்த நான், அதை ஒரே மடக்கில் குடித்து முடித்தேன். சுஷ்ருதர், பச்சாதாபம் வெளிப்பட்டக் கண்களுடனும், முகத்தில் அரும்பிய ஒரு புன்னகையுடனும் என்னைப் பார்த்தார். வயதில் அவர் என்னைவிட மூத்தவர். ஒரு சில நாட்களுக்குப் பிறகு, தன்னுடைய வயது நாற்பத்தொன்பது என்றும், காசிராஜாவின் வயது கிட்டத்தட்ட எழுபது என்றும் அவர் கூறினார்.

“நான் அந்த பானத்தைக் குடித்து முடித்ததும், சுஷ்ருதர் என் கையிலிருந்த காலிக் குவளையை வாங்கிக் கொண்டு, ‘என் பெயர் சுஷ்ருதர். ஆயுர்வேதத்தைக் கற்றுக் கொடுப்பதற்கு தன்வந்திரி தேர்ந்தெடுத்துள்ள பத்து முனிவர்களில் நானும் ஒருவன். இந்தக் குடிலில் இப்போது இருக்கின்ற நாங்கள் மூன்று பேரும் காசிராஜாவின் முதல் மூன்று மாணவர்கள். இந்த இடம் இமயமலைப் பகுதி. என்னுடன் இருக்கின்ற இரண்டு முனிவர்களில் ஒருவருடைய பெயர் தேவவிரதர், மற்றொருவர் பெயர் நாகேந்திரர்,’ என்று கூறினார்.”

ஓம் சாஸ்திரி பேசப் பேச, திரையில் தோன்றிய உருவங்கள் மேன்மேலும் தெளிவடைந்து, அவர்களுடைய கண்களின் முன்னால் நடந்து கொண்டிருந்ததுபோலத் தோன்றின. தன்வந்திரி முதிர்ச்சியுடன் இருந்தாலும் அவருடைய முகத்தில் ஒரு தெய்விகக் களை இருந்தது. அமைதியான தோற்றம் கொண்டிருந்த சுஷ்ருதர் ஒரு நீண்ட தாடி வளர்த்திருந்தார். நாகேந்திரரும் தேவவிரதரும் மீசையும் தாடியும் இன்றி இருந்தனர். அவர்கள் பழைய, பாரம்பரிய உடைகளை அணிந்திருந்தனர், கால்களில் மரப் பாதுகைகளை அணிந்திருந்தனர்.

ஓம் சாஸ்திரி தன் பேச்சைத் தொடர்ந்தார். "சுஷ்ருதர் என்னிடம் பேசிக் கொண்டிருந்தபோது, தேவவிரதர் சில வாழை இலைகளைக் கொண்டுவந்தார்.

"பின் அவர் என்னிடம், 'மிருத்யுஞ்சயன், நான் இந்த வாழை இலைகளை உன் உடலில் படர்த்தி உன்னுடைய காயங்களை அளக்கப் போகிறேன். நாங்கள் உன் உடலில் சில அறுவை சிகிச்சைகளை மேற்கொள்ள வேண்டியிருக்கிறது,' என்று தெரிவித்தார்.

"அவர் என் காயங்களை அளந்துவிட்டு, சில ஆயுர்வேத மருந்துகளை என் காயங்களின்மீது தடவினார். எனக்கு வேறு சில சிகிச்சைகளும் அளிக்கப்பட்டன. காலப்போக்கில் நான் குணமடையத் தொடங்கினேன். நான் மாதக்கணக்கில் அவர்களுடன் அந்தக் குடிலில் இருந்து வந்ததால், அவர்களுடன் எனக்கு நல்ல பரிச்சயம் ஏற்பட்டிருந்தது.

"நாட்கள் செல்லச் செல்ல, அவர்களுடைய அன்றாடப் பணிகளில் நான் அவர்களுக்கு உதவினேன். அவர்களிடமிருந்து நான் நிறைய கற்றுக் கொண்டேன். எனக்கு என்னைப் பற்றியும் இந்த உலகத்தைப் பற்றியும் எதுவும் தெரியாது என்பதால், என்னால் முடிந்த அனைத்தையும் நான் கற்றுக் கொள்ளத் தொடங்கினேன். அவர்களுக்கு உதவியதன் மூலம், ஆயுர்வேத மருத்துவத்தையும் நான் மெதுவாகக் கற்றுக் கொள்ளலானேன்.

"சுஷ்ருதர் தன்வந்திரியின் முதல் மருத்துவ வாரிசாக விளங்கினார். மருத்துவத் தொழிலைப் பார்ப்பதுடன்

வேறு ஒரு முக்கியமான பணியையும் தன்வந்திரி அவருக்கு வழங்கினார். தன்னுடைய போதனைகளைத் தொகுப்பதுடன், சுஷ்ருதர் தன் சொந்த அனுபவத்தையும் கலந்து பல நூல்களை எழுதும் பணிதான் அது. அவை இன்று–"

திடீரென்று இடையில் புகுந்த டாக்டர் பத்ரா, " 'சுஷ்ருத சம்ஹிதை!' என்று அழைக்கப்படுகின்றன," என்று கூறினார். ஓம் சாஸ்திரி அதைக் காதில் வாங்கிக் கொள்ளாமல் தொடர்ந்து பேசினார்.

"சுஷ்ருத சம்ஹிதை என்பது அறுவை சிகிச்சை தொடர்பாக சமஸ்கிருத மொழியில் எழுதப்பட்டுள்ள மிகப் பழமையான மற்றும் முக்கியமான ஒரு நூலாகும். ஆயுர்வேத முறையின் மூன்று அடிப்படை நூல்களில் அதுவும் ஒன்று. அது இரண்டு பகுதிகளாகப் பிரிக்கப்பட்டுள்ளது. அதில் 184 அத்தியாயங்கள் இருக்கின்றன. அதில் 1,120 நோய்கள் பற்றி விவரிக்கப்பட்டுள்ளது. அதில் குறிப்பிடப்பட்டுள்ள 64 மருந்துகள் கனிம மூலங்களிலிருந்தும், 57 மருந்துகள் விலங்குகளின் மூலங்களிலிருந்தும் தயாரிக்கப்படுபவையாக இருந்தன."

டாக்டர் ஷாஹிஸ்தா லிசாவிடம், "சுஷ்ருதர் என்ற பெயரைப் பற்றிப் பரிமல் குறிப்பிட்டிருந்தார். அறிவியலைவிட இந்து மதத் தொன்மங்கள் மேம்பட்டவை என்பதை நிலைநாட்ட அபிலாஷ் முயன்று கொண்டிருந்தபோது, நீங்களும் அதைப் பற்றிச் சில விஷயங்களைத் தரவுகளிலிருந்து குறிப்பிட்டீர்கள். யார் இந்த சுஷ்ருதர்?" என்று கிசுகிசுப்பாகக் கேட்டார்.

ஆனால், இதற்கு டாக்டர் பத்ரா பதிலளித்தார். அவர் ஒரு மென்மையான குரலில் இவ்வாறு விளக்கினார்: "தென்னிந்தியாவைச் சேர்ந்த மருத்துவரான சுஷ்ருதர், வாரணாசியில் மருத்துவத் தொழில் புரிந்து வந்தார். கங்கையாற்றில் மிதந்து வந்த சடலங்களில், மற்றவர்கள் செய்யத் துணியாத அறுவை சிகிச்சைகளை அவர் மேற்கொண்டார். கி.பி. நான்காவது அல்லது ஐந்தாவது நூற்றாண்டைச் சேர்ந்த 'போவர் சுவடிகள்' என்ற நூல், இமயமலையில் வசித்தத் தலைசிறந்த பத்து

முனிவர்களில் சுஷ்ருதரும் ஒருவர் என்று குறிப்பிடுகிறது. சுஷ்ருத சம்ஹிதை நூல் முதலில் அரபி மொழியிலும் பின்னர் ஆங்கிலத்திலும் மொழிபெயர்க்கப்பட்டது. நவீன ஒட்டுறுப்பு அறுவை சிகிச்சை முறை இதை அடிப்படையாகக் கொண்டது என்று கூறப்படுகிறது. சுஷ்ருதர்தான் உலகின் முதல் ஒட்டுறுப்பு அறுவை சிகிச்சை நிபுணர் என்று கூறினால் அது மிகையாகாது.”

“யார் இந்த தன்வந்திரி?” என்று டாக்டர் ஷாஹிஸ்தா கேட்டார். அவருடைய குரலில் ஆர்வம் மேலோங்கியிருந்தது.

இப்போது அபிலாஷ் உள்ளே புகுந்தார். “ஆயுர்வேதச் சிகிச்சையின் கடவுள் என்று அழைக்கப்படுபவர்தான் தன்வந்திரி. அவருக்கு தேவோதாஸ், காசிராஜா ஆகிய பெயர்களும் உண்டு.”

அபிலாஷ் தொடர்ந்து பேசினார்: “நோய்கள், மூப்பு, இறப்பு ஆகியவற்றிலிருந்து விடுபட அவர் மற்றக் கடவுளருக்கு உதவினார். அதோடு, அவர் தன்னுடைய அறுவை சிகிச்சைக் கலையைப் பத்து முனிவர்களுக்கும் கற்றுக் கொடுத்தார். தன்வந்திரி சுஷ்ருதரைத் தன்னுடைய தலைசிறந்த மாணவராகக் கருதியதால், அவருக்குக் கூடுதலாக வேறு சில ஆயுர்வேதச் சிகிச்சை முறைகளையும் அவர் கற்றுக் கொடுத்தார்.

“மருத்துவத்தின் அனைத்துத் துறைகளிலும் ஒரு விற்பன்னராக தன்வந்திரி கருதப்படுகிறார். ‘தன்வந்திரி நிகண்டு’ என்ற சொற்களஞ்சியம் இத்துறையில் மிகப் பழமையானதொரு நூலாகக் கருதப்படுகிறது.

“நல்ல ஆரோக்கியம் வேண்டி இந்துக்கள் தன்வந்திரியைக் கும்பிடுகின்றனர். குறிப்பாக, தீபாவளிப் பண்டிகையின்போது வருகின்ற அவருடைய பிறந்த நாளின்போது அவர்கள் அவரை வழிபடுகின்றனர்,” என்று அபிலாஷ் தன் விளக்கத்தை நிறைவு செய்தார்.

இதற்கிடையே, அந்த முதியவரின் அறைக்கு மீண்டும் சென்ற டாக்டர் சீனிவாசன், அந்த வரைபடத்தையும், இரண்டாவது புத்தகம் இருந்த இடம் குறித்தத் தகவல்களையும் அவரிடம் கொடுத்தார். மிக விரைவாக அதைக் கண்டுபிடித்திருந்ததற்காக அந்த முதியவர்

டாக்டர் சீனிவாசனைப் பாராட்டியபோது, அவர் சிறிது ஆசுவாசமடைந்தார். அதற்கு முன்பு வந்தபோது அந்த முதியவர் அவரைக் காய்ச்சியெடுத்திருந்தது குறித்த நினைவுகளிலிருந்து டாக்டர் சீனிவாசன் இன்னும் மீண்டிருக்கவில்லை.

இரண்டாவது புத்தகம் இருந்த இடம் தெரிந்துவிட்டது குறித்த உற்சாகத்தில் இருந்த அந்த முதியவர், டாக்டர் சீனிவாசனின் கவலையான முகத்தைக் கவனிக்கவில்லை. உடனடியாக வீரபத்ராவை அந்த இடத்திற்கு அனுப்பி வைத்து, அங்குக் கிடைப்பவற்றைத் தன்னிடம் கொண்டுவந்து கொடுக்குமாறு அவர் டாக்டர் சீனிவாசனிடம் கூறினார். டாக்டர் சீனிவாசன் அந்த வரைபடத்தை அந்த முதியவரிடமிருந்து பெற்றுக் கொண்டு, எதுவும் பேசாமல் அந்த அறையைவிட்டு வெளியேறினார்.

வளாகத்திற்கு வெளியேயிருந்த காட்டுப்பகுதியில் காத்துக் கொண்டிருந்த நபர்கள், வீரபத்ரா அந்த வளாகத்தைவிட்டு வெளியேறிக் கொண்டிருந்ததைக் கவனித்தனர். அவர்கள் வைத்திருந்த கைக்கணினி, ஓம் சாஸ்திரி சிறை வைக்கப்பட்டிருந்த இடத்தைக் காட்டியது.

வீரபத்ரா இலங்கைக்கு விரைவாகச் செல்ல வேண்டியிருந்ததால், தன்னை அங்கு அழைத்துச் செல்வதற்கு அவர் ஒரு தனியார் ஹெலிகாப்டருக்கு ஏற்பாடு செய்தார்.

வீரபத்ராவின் கையிலிருந்த வரைபடத்தைப் பார்த்தவுடன், அங்கு நடந்திருந்த விஷயங்களை அவர்கள் உடனடியாக ஊகித்துவிட்டனர். அதனால், அவர்கள் தங்களுடைய திட்டத்தை உடனடியாக மாற்ற வேண்டிய கட்டாயத்திற்கு ஆளானார்கள். தங்களில் ஒருவர் வீரபத்ராவைப் பின்தொடர்ந்து செல்வது என்றும், மற்றவர் அந்த வளாகத்தில் நடப்பவற்றைத் தொடர்ந்து அவதானிப்பது என்றும் அவ்விருவரும் தீர்மானித்தனர்.

அவர்களில் ஒருவர், தான் வைத்திருந்த ஆயுதங்களில் சிலவற்றை மற்றவரிடம் கொடுத்துவிட்டு வீரபத்ராவைப்

பின்தொடர்ந்து சென்றார். சிறிது நேரத்தில், வானத்தில் பறந்து கொண்டிருந்த ஹெலிகாப்டரைப் பின்தொடர்ந்து, கடலில் ஒரு விரைவுப்படகு படுவேகமாகப் போய்க் கொண்டிருந்தது.

டாக்டர் சீனிவாசன் அந்த அறைக்குள் மீண்டும் நுழைந்ததால், பரிமலும் அபிலாஷும் தங்களுடைய உரையாடலை அப்படியே பாதியில் நிறுத்தினர். அவர் உள்ளே நுழைந்ததும், திரையில் அவருடைய படம் தோன்றியது. அப்படியெனில், ஓம் சாஸ்திரி, கண்களை மூடிய நிலையிலேயே அவருடைய இருத்தலை உணர்ந்திருந்தார் என்பதை அது நிரூபித்தது.

திரையில் தன் உருவத்தைப் பார்த்ததும், டாக்டர் சீனிவாசன் எரிச்சலுடன், "என் படம் ஏன் திரையில் தோன்றுகிறது? இங்கு என்ன நடந்து கொண்டிருக்கிறது? உங்களுக்குக் கொடுக்கப்பட்ட வேலையை முடித்துவிட்டுச் சீக்கிரமாக ஊருக்குத் திரும்புவதற்கான வழியைப் பாருங்கள்," என்று உறுமினார்.

அவருடைய இந்த நடத்தையை யாரும் எதிர்பார்த்திருக்காததால், அங்கிருந்த எல்லோரும் அதிர்ச்சியடைந்தனர். அவருக்கு என்ன ஆயிற்று என்று பார்ப்பதற்காக டாக்டர் ஷாஹிஸ்தாவும் டாக்டர் பத்ராவும் அவரை நோக்கி நகர்ந்தபோது, தத்தம் இடங்களுக்குச் செல்லுமாறு டாக்டர் சீனிவாசன் அவர்களுக்குச் சைகை செய்தார்.

ஓம் சாஸ்திரி வியப்புடன் டாக்டர் சீனிவாசனைப் பார்த்துக் கொண்டிருந்தார். டாக்டர் ஷாஹிஸ்தா தன்னுடைய இடத்திற்கு மீண்டும் திரும்பி வந்ததைப் பார்த்தவுடன் அவர் மீண்டும் தன் கண்களை மூடிக் கொண்டார். டாக்டர் ஷாஹிஸ்தா உட்கார்ந்துவிட்டு, பேச்சைத் தொடருமாறு ஓம் சாஸ்திரிக்குச் சைகை செய்தார்.

அத்தியாயம் 11

மிருத சஞ்சீவினி

ஓம் சாஸ்திரி தன் பேச்சைத் தொடர்ந்தார். “சுஷ்ருத சம்ஹிதை நூலைத் தொகுப்பதற்கு சுமார் ஓராண்டு ஆயிற்று. தினமும் அதிகாலையில் தொடங்கிப் பல மணி நேரம்வரை, சுஷ்ருதர் சொல்லச் சொல்ல நாகேந்திரர் அவற்றை எழுதிக் கொண்டார். தேவவிரதர் அவர்களுக்குத் தேவைப்பட்ட அனைத்தையும் செய்து கொடுத்து அவர்களுக்கு உதவினார். அதோடு, அவர் என்னையும் பார்த்துக் கொண்டார். இப்போது நீங்கள் ஒட்டுறுப்பு அறுவை சிகிச்சை என்று அழைக்கின்ற அறுவை சிகிச்சை எனக்கு மேற்கொள்ளப்பட்டிருந்ததால், என்னைக் கவனித்துக் கொள்ளவும் நிறைய நேரமும் அக்கறையும் தேவைப்பட்டன.

“நான் ஓரளவு தேறிய பிறகு, சுஷ்ருதர் கூறிக் கொண்டிருந்ததைக் கேட்டுக் கொண்டே நான் தேவவிரதருக்கு ஒத்தாசையாக இருந்தேன். நான் எப்படித் தேறி வந்து கொண்டிருந்தேன் என்பதைப் பார்க்கவும், புத்தகம் எப்படி வந்து கொண்டிருந்தது என்பதைத் தெரிந்து கொள்ளவும் காசிராஜா அடிக்கடி வந்தார்.

“காலம் செல்லச் செல்ல, நானும் அந்த இடத்தின் ஓர் அங்கமாக ஆனேன். அங்கு நான் ஓர் அமைதியான வாழ்க்கையை வாழ்ந்து கொண்டிருந்தேன். ஆனாலும் ஏதோ ஒன்று என்னைத் தொந்தரவு செய்து கொண்டிருந்தது. ஒவ்வோர் இரவும், சுஷ்ருதர் காசிராஜாவின் குடிலுக்குச் சென்று வந்தார். அவர்கள் இருவரும் தனியாக இருந்த நேரத்தில் வேறு எவரும் அங்கு நுழைய அனுமதிக்கப்படவில்லை.

“அதனால், ஒரு நாள், ‘ஒவ்வோர் இரவும் சுஷ்ருதர் ஏன் குருவின் குடிலுக்குச் சென்று வருகிறார்?’ என்று

நான் தேவவிரதரிடம் கேட்டேன்.

"அதற்கு அவர், 'நானும் அதைப் பற்றித்தான் யோசித்துக் கொண்டிருந்தேன். நான் ஒரு முறை அவரிடம் இது குறித்துக் கேட்டேன். அவர் அதற்கு பதிலளிக்க மறுத்துவிட்டார்,' என்று கூறினார்.

"எங்கள் பேச்சைக் கேட்டுக் கொண்டிருந்த நாகேந்திரர், 'மிருத சஞ்சீவினி நூலுக்குக் குறிப்புகள் எடுப்பதற்காக அவர் அங்கே போய் வந்து கொண்டிருக்கிறார்,' என்றார்.

"நாங்கள் இருவரும் அவரை உற்றுப் பார்த்தோம். பின் தேவவிரதர் அவரிடம், 'அது எப்படி உங்களுக்குத் தெரியும்?' என்று கேட்டார்.

"அதற்கு நாகேந்திரர், 'நான் அவரைப் பல முறை பின்தொடர்ந்து சென்றேன். அவர் மிருத சஞ்சீவினி செயல்முறைகளைப் பற்றி எழுதிக் கொண்டிருந்ததை நான் பார்த்தேன்,' என்று கூறினார்.

" 'மிருத சஞ்சீவினி என்றால் என்ன?' என்று நான் அவர்களிடம் கேட்டேன்.

" 'இறந்தவர்களுக்கு மீண்டும் உயிர் கொடுக்கின்ற ஒரு சிகிச்சைமுறை அது,' என்று தேவவிரதர் கூறினார்.

" 'உயிர் கொடுப்பதைக் கடவுளைத் தவிர வேறு எவராலும் செய்ய முடியாது என்று கூறப்படுகிறதே?' என்று நான் அப்பாவித்தனமாகக் கேட்டேன்.

" 'காசிராஜாவே ஒரு கடவுள்தான். அதோடு–' என்று தேவவிரதர் கூறிக் கொண்டிருந்தபோது, நாகேந்திரர் இடைமறித்து, 'அவரை அடுத்து நான் அந்த இடத்தில் இருப்பேன்,' என்றார்.

"அதற்கு தேவவிரதர், 'கனவுகள் இலவசம்,' என்று கிண்டலாகக் கூறினார்.

" 'மிருத சஞ்சீவினி நடைமுறையில் சோதிக்கப்பட்டுள்ளதா? அல்லது, அது வெறும் கோட்பாட்டுரீதியானது மட்டும்தானா?' என்று நான் கேட்டேன்.

"உடனே நாகேந்திரர், 'நீ இப்போது உயிருடன் இருப்பது எப்படி என்று நீ நினைக்கிறாய்? ஓராண்டுக்கு முன்பு நாங்கள் உன்னை ஒரு சடலமாகத்தான்

கண்டெடுத்தோம். மிருத சஞ்சீவினி வெறும் கோட்பாடாக மட்டுமே இருந்திருக்கும் பட்சத்தில், நீ என்றோ சாம்பலாகியிருந்திருப்பாய்,' என்று வெறுப்போடும் ஒரு கடுமையான தொனியிலும் கூறினார். நாகேந்திரருடன் இருந்த எந்தவொரு நேரத்திலும் நான் ஒருபோதும் சௌகரியமாக உணர்ந்ததில்லை. ஆனால், அற்ப விஷயங்களைப் பெரிதுபடுத்துவதற்கான நேரம் அதுவல்ல என்பதை நான் அறிந்திருந்தேன். அவர் தெரிவித்தத் தகவலைக் கேட்டு நான் அதிர்ந்து போனேன். நான் ஒரு பரிசோதனைக்கூட எலி என்பதையும், அப்பரிசோதனை வெற்றி பெற்றிருந்தது என்பதையும் நான் புரிந்து கொண்டேன். அக்கணத்திலிருந்து, நான் ஒரு சாதாரணமான மனிதன் என்ற உணர்வு என்னிடமிருந்து விடைபெற்றுக் கொண்டது. எனக்குள் ஒரு தாழ்வு மனப்பான்மை உருவாயிற்று.

" 'நான் எப்படி இறந்தேன்?' என்று நான் அவர்களிடம் கேட்டேன்.

"பிறகு நான் தேவவிரதரின் முகத்தை ஏறிட்டுப் பார்த்தேன். என் கேள்விக்கான பதில் அவரிடமிருந்து வராது என்பது எனக்குப் புரிந்துவிட்டது. தேவையில்லாமல் இந்த விஷயத்தைப் பற்றிய பேச்சை நாகேந்திரர் எடுத்திருந்தது குறித்து அவருடைய முகத்தில் கோபம் அரும்பியிருந்தது. ஆனால், அந்த மூன்று முனிவர்களில் அவர்தான் மிகவும் பலவீனமானவராக இருந்ததால், அவர் தன் கோபத்தை வார்த்தைகளில் வெளிப்படுத்தவில்லை. என் மனத்திற்குள் ஓராயிரம் கேள்விகள் தோன்றின. அவற்றுக்கான பதில்கள் தேவவிரதரிடம் இருந்தன.

"ஆனால் தேவவிரதர், 'எங்களுக்கு அதைப் பற்றி எதுவும் தெரியாது. நாங்கள் உன்னை முதன்முதலில் பார்த்தபோதே நீ இறந்து போயிருந்தாய்,' என்று கூறி என் எதிர்பார்ப்புகளைத் தகர்த்துவிட்டார்.

" 'நீங்கள் என்னை எங்குக் கண்டெடுத்தீர்கள்?' என்று நான் கேட்டேன்.

" 'நீ எங்கே இறந்தாய் என்பது எங்களுக்குத் தெரியாது. ஆனால், நீ எங்கே பிறந்தாய் என்பது எங்களுக்குத்

தெரியும்,' என்று அவர் நக்கலாகக் கூறினார்.

" 'அதை என்னிடம் சொல்லுங்கள். அதை வைத்து என்னால் சில விஷயங்களைக் கண்டுபிடிக்க முடியக்கூடும்,' என்று நான் கேட்டேன்.

" 'இங்கே, தன்வந்திரியின் இந்தக் குடிலில் நீ பிறந்தாய்,' என்று கூறி, நாங்கள் இருந்த இடத்தை அவர் சுட்டிக்காட்டினார். பிறகு அவர், 'இப்போது சுஷ்ருதர் இரண்டாவது மிருத்யுஞ்சயனை உருவாக்குவதற்கான சிகிச்சைமுறைகளை எழுதிக் கொண்டிருக்கிறார்,' என்று கூறிச் சத்தமாகச் சிரித்தார்.

"முதன்முறையாக என்னிடம் பல உணர்ச்சிகள் திரண்டெழுந்தன. அவற்றில் எதிர்மறை உணர்ச்சிகளும் அடங்கும்.

"தேவவிரதர் என் தோளைத் தட்டி, 'உன் கேள்விகளுக்கு எங்களிடம் பதில்கள் இல்லை. ஆனால், சுஷ்ருதருக்குத் தெரியும். நேரம் வரும்போது அவரே உன்னிடம் தெரிவிப்பார்,' என்று கூறினார்.

"நான் எப்போதும் அவர்களுக்குக் கீழ்ப்படிந்தே நடந்து வந்தேன். அவர்களுக்குக் கீழ்ப்படியாமல் இருக்க வேண்டும் என்ற எண்ணம் அக்கணம்வரை என்னிடம் தோன்றியிருக்கவில்லை.

"சிறிது நேரத்திற்குப் பிறகு சுஷ்ருதர் திரும்பி வந்தார். அப்போது தேவவிரதரும் நாகேந்திரரும் தூங்கிக் கொண்டிருந்தனர். என் கேள்விகள் என்னைக் குடைந்து கொண்டிருந்ததால் என்னால் தூங்க முடியவில்லை. நான் என்னைப் பற்றியும், என் வாழ்க்கையைப் பற்றியும், என் இறப்பைப் பற்றியும், பிற விஷயங்களைப் பற்றியும் அறிந்து கொள்ளத் துடித்தேன்.

"சுஷ்ருதர் என்னைப் பார்த்த உடனேயே ஏதோ சரியில்லை என்பதைக் கண்டுகொண்டார். அவர் என் அருகே வந்து என் தலையைக் கோதிவிட்டவாறு, 'மகனே, நீ ஏன் இன்னும் தூங்கவில்லை?' என்று கேட்டார்.

"நான் அவரிடம், 'நான் யார்?' என்று கேட்டேன்.

"தான் வெளியே சென்றிருந்தபோது இங்கு என்ன நடந்திருக்கும் என்பதை சுஷ்ருதர் உடனே ஊகித்துவிட்டார். அவர் அதை இங்கிதமாகக்

கையாள முயன்றார். 'நீ காசிராஜாவின் மகன். அவர் உன்னுடைய உயிரை ஒரு வெகுமதியாக உனக்குத் திருப்பிக் கொடுத்திருக்கிறார். நீ என்னுடைய தம்பி. இப்போதைக்கு இவற்றை மட்டும் நீ அறிந்திருந்தால் போதும். நாளை நம் எல்லோருக்கும் ஒரு மகத்தான நாளாக இருக்கப் போகிறது. அதனால், இன்று நீ நன்றாகத் தூங்க வேண்டும்.'

" 'மிருத சஞ்சீவினி என்றால் என்ன?' என்று நான் கேட்டேன்.

"அந்தப் பெயரைக் கேட்டவுடன் அவர் கோபத்துடன் நாகேந்திரரின் பக்கம் திரும்பிப் பார்த்தார். பின் ஒரு பெருமூச்சுடன் என்னிடம், 'அதன் உதவியுடன்தான் நாங்கள் உன்னைக் காப்பாற்றினோம். இனி நீ உயிர்பிழைத்திருப்பதற்கு ஊட்டச்சத்துகளோ அல்லது தண்ணீரோ உனக்குத் தேவைப்படாது. உன்னால் சாப்பிடவும் குடிக்கவும் முடியும். ஆனால், எங்களைப்போலவே அது உனக்கும் அவசியப்படாது. இதற்குப் பிறகு உனக்கு ஒருபோதும் வயது ஏறாது. அதனால்தான், தன்வந்திரி உனக்கு மிருத்யுஞ்சயன் என்று பெயரிட்டுள்ளார். மிருத் என்றால் மரணம். ஜெயம் என்றால் வெற்றி. நீ மரணத்தை வெற்றி கொண்டவன். நீ சாதாரண மனிதர்களைவிட மேம்பட்டவன். இந்த மனிதகுலத்தின் மேம்பட்டதொரு வடிவம் நீ,' என்று அவர் கூறினார்.

"அதைக் கேட்டு நான் பிரமித்ததைப் பார்த்த அவர், மேலும் விளக்கினார். 'காலம் எனும் சுழற்சிக்குள் நாம் மாட்டிக் கொண்டுள்ளோம். காலம் பின்னுக்கும் செல்வதுமில்லை, ஓய்வெடுத்துக் கொள்வதும் இல்லை. நாம் அனைவரும் பயணிக்கின்ற ஒரு கப்பல் அது. காலம்தான் அனைத்து உயிர்களையும் முடுக்கிவிடுகிறது. இந்த உலகில் தோன்றுகின்ற ஒவ்வோர் உயிருக்கும் ஒரு கால அளவு இருக்கிறது. ஆனால், நீ இந்தச் சுழற்சி வட்டத்திற்கு வெளியே சென்றுவிட்டாய். காலத்தால் உன்னைப் பார்க்க முடியாது. அதன் கண்களுக்கு நீ தெரிய மாட்டாய். உன்னைப் பொறுத்தவரை, காலம் நிறுத்தப்பட்டுவிட்டது. இக்கணத்தில் காலம்

என்னை உற்றுப் பார்த்துவிட்டு என் ஆயுளிலிருந்து ஒரு நொடியைக் கழித்துவிடுகிறது. காலம் எப்போதும் எனக்குள் ஊடுருவிச் சென்று கொண்டே இருக்கிறது. எனவே, தொடர்ந்து எனக்கு வயதாகிக் கொண்டே இருக்கும். ஒரு நாள் நான் இறந்துவிடுவேன். ஆனால், உன் விஷயம் அப்படி அல்ல. இதுதான் மிருத சஞ்சீவினியின் அற்புதம். நீ மிருத்யுஞ்சயனாக ஆனது உனக்குக் கிடைத்துள்ள ஆசிர்வாதம்.'

"பின் அவர் தொடர்ந்து பேசினார். 'இந்த பூமியில் என்றென்றைக்கும் யார் நடமாடிக் கொண்டிருக்க வேண்டும், யார் மரித்துப் போக வேண்டும் என்பதை வித்தியாசப்படுத்திப் பார்க்கத் தெரிந்த சரியான நபர்களின் கைகளில் இந்தப் புத்தகம் இருக்கும்போது, அது ஒரு வரமாக இருக்கும். அது தவறான நபர்களின் கைகளில் கிடைத்துவிட்டால், அது ஒரு கொடூரமான ஆயுதமாக மாறிவிடும். அதனால்தான், காசிராஜா இவ்வளவு காலமாக அதை இரகசியமாக உருவாக்கி வந்துள்ளார். இதை நான் உன்னிடம் இப்போது சொல்வதற்குக் காரணம், அந்த நூல் முழுமையாக எழுதி முடிக்கப்பட்டுவிட்டது என்பதுதான். இனி நாங்கள் எங்களுடைய சொந்த இடங்களுக்குத் திரும்பிச் சென்று, அவரிடமிருந்து எங்களுக்குக் கிடைத்துள்ள அறிவை மனிதகுலத்தின் நன்மைக்காகப் பயன்படுத்துவதற்கு எங்களை அர்ப்பணித்துக் கொள்ள அவர் விரைவில் எங்களை அனுமதிப்பார்.'

"நான் அவரிடம் அடுத்தடுத்தக் கேள்விக் கணைகளைத் தொடுத்தேன்: 'மிருத சஞ்சீவினி எங்கே வைக்கப்பட்டிருக்கும்? நான் எங்கே போவேன்? காசிராஜா அடுத்து என்ன செய்வார்?'

"அதற்கு அவர், 'குரு இவற்றைப் பற்றி இதுவரை என்னிடம் எதுவும் கூறவில்லை. நாங்கள் என்ன செய்ய வேண்டும் என்பதை அவர் சரியான நேரத்தில் எங்களிடம் கூறுவார். குரு உன்னைத் தன்னுடன் வைத்துக் கொள்வார் என்று நான் நினைக்கிறேன். ஏனெனில், நீ அவருடைய படைப்பு, அவருடைய மகன்,' என்று பதிலளித்தார்.

“நான் இன்னும் சில சந்தேகங்களைத் தீர்த்துக் கொள்ள விரும்பினேன். ஆனால், அதற்கு சுஷ்ருதர், ‘இரவு வெகுநேரம் ஆகிவிட்டது. நாம் இப்போது தூங்கியாக வேண்டும். நாளை முக்கியமான நாள். நீ கவலைப்படாதே. நாளை நமக்குப் போதுமான நேரம் இருக்கும். நீ பல மாதங்களாகக் காத்திருந்துவிட்டாய். இன்னும் ஒரே ஓர் இரவு காத்திருப்பதில் உனக்குப் பிரச்சனை எதுவும் இருக்காது என்று நான் நம்புகிறேன். இப்போது தூங்கு, மிருத்யுஞ்சயா,’ என்று கூறி எங்களுடைய உரையாடலை ஒரு முடிவுக்குக் கொண்டு வந்தார்.

“நான் தூங்கிக் கொண்டிருந்தபோது, அந்தக் குடிலில் ஏதோ சத்தம் கேட்டது. நான் என் கண்களைத் திறந்து பார்த்தபோது, தேவவிரதரும் நாகேந்திரரும் குடிலுக்கு வெளியே சென்று கொண்டிருந்தனர். பொழுது விடிந்திருந்தது. அன்று எல்லோருக்கும் ஒரு விருந்து தயாரிக்கும்படி காசிராஜா அவர்களிடம் கூறியதை நான் கேட்டேன். சிறிது நேரத்திற்குப் பிறகு நாகேந்திரர் திரும்பி வந்தார். தன்னுடைய கட்டிலுக்கு அடியில் வைத்திருந்த சில இலைகளை எடுத்துக் கொண்டு அவர் மீண்டும் வெளியே சென்றுவிட்டார். நான் மறுபடியும் தூங்கிவிட்டேன்.

“நான் கண்விழித்தப் பிறகு, குரு எங்கள் எல்லோரையும் குடிலுக்கு வெளியே வரச் சொன்னார். அவர் எங்களிடம், ‘முனிவர்களே, என் மகன்களே, என்னிடம் உள்ள அறிவு முழுவதையும் நான் உங்களுக்குக் கடத்திவிட்டுள்ளேன். இப்போது நீங்கள் உங்களுடைய சொந்த இடங்களுக்குச் சென்று, நம்மைப் போன்றவர்களுக்குச் சேவை புரிய வேண்டும். அறுவை சிகிச்சையாளர்களாகவும், பிறருடைய உயிர்களைக் காப்பாற்றுபவர்களாகவும் ஆகப் போகின்ற முதல் குழுவினர் நீங்கள். நீங்கள் என்னுடைய சிறந்த மாணவர்களாக இருந்துள்ளீர்கள். அதற்கு நன்றி தெரிவிக்கும் பொருட்டு நான் உங்களுக்கு ஒரு விருந்துக்கு ஏற்பாடு செய்துள்ளேன். நீங்கள் இங்கிருந்து கிளம்புவதற்கு முன் அதை உண்டுவிட்டுச் செல்ல வேண்டும். இன்றிலிருந்து ஓராண்டு கழித்து நான்

உங்களை இங்கு எதிர்பார்க்கிறேன். அப்போது, வரும் ஆண்டில் நான் சேகரிக்கவுள்ள புதிய அறிவை நான் உங்களுடன் பகிர்ந்து கொள்வேன்,' என்று அறிவித்தார்.

"தேவவிரதரும் நாகேந்திரரும் தயாரித்திருந்த விருந்தை அங்கிருந்த ஏழு முனிவர்களுக்கும் படைக்குமாறு குரு அவர்கள் இருவரையும் கேட்டுக் கொண்டார். அடுத்து அவர் தன்னுடைய குடிலை நோக்கிச் சென்றபோது, தன்னைப் பின்தொடர்ந்து வருமாறு அவர் எனக்கும் சுஷ்ருதருக்கும் சைகை காட்டினார்.

"நாங்கள் உள்ளே சென்றதும், அவர் சுஷ்ருதரிடம், 'சுஷ்ருதா, நீதான் என்னுடைய மாணவர்களிலேயே மிகவும் கீழ்ப்படிதலுடையவன், எனக்குப் பிடித்தமானவன். மற்றவர்களைப் பொறுத்தவரை, வேலை முடிந்துவிட்டது. ஆனால், உன்னைப் பொறுத்தவரை, அது இப்போதுதான் தொடங்குகிறது,' என்று கூறினார்.

"அதைக் கேட்ட சுஷ்ருதர், 'என் இடம் உங்களுடைய காலடிதான். உங்களுடைய அறிவுறுத்தல்களை நிறைவேற்றுவதற்கு நான் பாக்கியம் செய்திருக்க வேண்டும். சொல்லுங்கள், குருதேவா,' என்றார்.

"அதற்குக் காசிராஜா, 'நான் உனக்குப் பயிற்சியளித்தது நீ இங்கேயே இருந்து கொண்டு எனக்குச் சேவை செய்வதற்காக அல்ல. மக்களுக்குச் சேவை புரிவதும் அவர்களைக் காப்பாற்றுவதும்தான் உன் வேலை. மருத்துவத் துறையில் உன் பெயர் பொன்னெழுத்துகளால் பொறிக்கப்படும். தேவை இருப்பவர்களைக் கண்டறிந்து அவர்களுக்கு நீ உதவி செய்ய வேண்டும். அதோடு, நான் உனக்குக் கூடுதலாகச் சில பொறுப்புகளையும் கொடுக்கப் போகிறேன்,' என்று புன்னகைத்தபடி கூறினார்.

"அதற்கு சுஷ்ருதர், 'கட்டளையிடுங்கள், குருதேவா. முழு விசுவாசத்தோடும் அர்ப்பணிப்போடும் அதை நான் நிறைவேற்றுகிறேன்,' என்றார்.

"அதைக் கேட்டக் காசிராஜா, 'நீ மிருத சஞ்சீவினியை உன்னோடு எடுத்துக் கொள். மிருத்யுஞ்சயனையும் உன்னோடு கூட்டிச் செல். அவனுக்கு இந்த உலகின்

நடப்புகளைக் கற்றுக் கொடு. அதற்கு ஏற்ற நபர் நீதான். ஓராண்டு காலம் நீ அவனை உன்னுடன் வைத்துக் கொள். அடுத்த ஆண்டு மீண்டும் இங்கு அவனோடு திரும்பி வரும்வரை அவனை உன் மகனைப்போலப் பார்த்துக் கொள்,' என்று அறிவுறுத்தினார்.

"அதைக் கேட்டு சுஷ்ருதரின் கண்கள் பனித்துவிட்டன. அவர் தன் உணர்ச்சிகளைக் கட்டுப்படுத்திக் கொண்டு, 'குருவே, இதையே நானும் விரும்பினேன். ஆனால், அதை உங்களிடம் கேட்கின்ற துணிச்சல் எனக்கு வரவில்லை. ஆனால், எப்போதும் நான் கேட்காமலேயே என் விருப்பங்களைப் புரிந்து கொண்டு நீங்கள் அவற்றை நிறைவேற்றி வந்துள்ளீர்கள். இன்றிலிருந்து நான் மிருத்யுஞ்சயனுக்கு முழுப் பொறுப்பு ஏற்றுக் கொள்கிறேன்,' என்று கூறினார்.

" 'சுஷ்ருதா, மிருத சஞ்சீவினி இங்குப் பாதுகாப்பாக இருக்காது. இந்நூல் எழுதி முடிக்கப்பட்டுவிட்டது என்ற செய்தி எப்படியும் விரைவில் பரவிவிடும். இதைப் பறித்துச் செல்வதற்குத் தீய சக்திகள் கண்டிப்பாக முயலும்,' என்று காசிராஜா கவலையுடன் கூறினார்.

"அதற்கு சுஷ்ருதர், 'குருவே, இது இந்த உலகிற்கு நீங்கள் அளித்துள்ள பொக்கிஷம். இது உங்களுடைய தொடர்ச்சியான ஆராய்ச்சியாலும் அர்ப்பணிப்புடன்கூடிய பயிற்சியாலுமே சாத்தியப்பட்டது. இதை நான் எப்படி என்னோடு எடுத்துச் செல்வது? இது எனக்குச் சொந்தமானதல்லவே,' என்று பதற்றத்துடன் கூறினார்.

"அதற்குக் காசிராஜா, 'என் மகன் மிருத்யுஞ்சயுனும் உனக்குச் சொந்தமானவன் அல்லன். ஆனால், கடவுளே அனுப்பி வைத்துள்ள இந்த இரண்டின் பாதுகாவலன் நீ. இவை இரண்டும், மற்ற பல சிரஞ்சீவிகளின் கைகளில் இருப்பதைவிட உன்னிடம் மிகவும் பாதுகாப்பாக இருக்கும்,' என்றார்.

"நான் வெறுமனே அங்கு நின்று கொண்டு அவர்களுடைய உரையாடலைக் கேட்டுக் கொண்டிருந்தேன்.

" 'குருவே, நான் உங்கள் விருப்பப்படியே செய்கிறேன்.

நான் மிருத சஞ்சீவினியை என்ன செய்ய வேண்டும்?' என்று சுஷ்ருதர் கேட்டார்.

" 'அடுத்த ஆண்டு நீ அதை மீண்டும் என்னிடம் கொண்டுவந்து ஒப்படைக்கின்றவரை அதைப் பத்திரமாகப் பாதுகாப்பதாக எனக்கு சத்தியம் செய்து கொடு. மிருத்யுஞ்சயன் உனக்கு உதவுவான்,' என்று காசிராஜா கூறினார்.

"தன் உயிரே போனாலும் அதைக் காப்பதாக சுஷ்ருதரும் அவரிடம் சத்தியம் செய்தார்.

"அதையடுத்து, காசிராஜா மிருத சஞ்சீவினியை சுஷ்ருதரிடம் கொடுத்தார். பின் அவரிடம், 'இனி நீ கிளம்பலாம். போவதற்கு முன்பு உன் சகோதரர்களுடன் விருந்து உண்டுவிட்டுச் செல்,' என்றார்.

"அப்போது சுஷ்ருதர் அவரிடம், 'குருவே, நான் உங்களிடமிருந்து விடைபெறுவதற்கு முன், உங்களிடம் ஒரு கோரிக்கையை முன்வைக்க விரும்புகிறேன்,' என்று தாழ்மையுடன் கூறினார்.

"அதைக் கேட்டக் காசிராஜா, 'என்னவென்று சொல்!' என்றார்.

"சுஷ்ருதர் காசிராஜாவிடம், 'தன் கடந்தகாலத்தைத் தெரிந்து கொள்ள மிருத்யுஞ்சயன் மிகவும் ஆர்வமாக இருக்கிறான். இந்த ஒரு விஷயத்தில் என்னால் அவனுக்கு உதவ முடியாது. அதை அவனுக்குத் தெளிவுபடுத்திவிடுங்கள். இல்லையெனில், நீங்கள் அவனை யாராக மாற்ற நினைத்துள்ளீர்களோ, அவனை அந்த நபராக ஆக்க என்னால் முடியாமல் போய்விடும்,' என்று கேட்டுக் கொண்டார்.

"காசிராஜா ஒரு புன்னகையுடன் என்னை நோக்கித் திரும்பினார். பின் தன்னருகே அமரும்படி அவர் என்னிடம் கேட்டுக் கொண்டார். நானும் அவ்வாறே செய்தேன்.

"அவர் என்னிடம், 'உனக்கு என்ன தெரிய வேண்டும்?' என்று கேட்டார்.

" 'நான் யார்? நான் எங்கிருந்து வந்தேன்? நான் எப்படி இறந்தேன்? நீங்கள் என்னை எப்படிக் கண்டுபிடித்தீர்கள்?' என்று நான் கேட்டேன்.

"அப்போது நாகேந்திரர் உள்ளே நுழைந்தார். அவருடைய கையிலிருந்த ஒரு தாம்பாளத்தில் மூன்று கோப்பைகளில் பாயசம் இருந்தது.

"அவர் காசிராஜாவிடம், 'குருவே, நான் உங்களுடைய அனுமதி பெறாமல் உள்ளே நுழைந்ததற்காக என்னை மன்னித்துவிடுங்கள். நான் வெகுநேரம் காத்திருந்தேன். தேவவிரதர் உட்பட நாங்கள் அனைவரும் ஏற்கனவே விருந்துண்டு முடித்துவிட்டோம். இது ஆறிப் போய்விடும் என்பதால் உங்களுக்குக் கொண்டுவந்தேன்,' என்று கூறினார்.

"அவர் ஆளுக்கொரு கோப்பையை எங்களிடம் கொடுத்தார். நான் என் கேள்விகளுக்கான பதில்களைத் தெரிந்து கொள்ளும் ஆர்வத்தில் இருந்ததால், நாகேந்திரர் சீக்கிரமாக அங்கிருந்து வெளியேறினால் நன்றாக இருக்கும் என்று எண்ணி, என்னிடம் கொடுக்கப்பட்டக் கோப்பையிலிருந்த பாயசத்தை விரைவாகக் குடித்து முடிப்பதற்காக அதை என் வாயருகே கொண்டு சென்றேன். அப்போது காசிராஜா குறுக்கிட்டார்.

"அவர் என்னிடம், 'மிருத்யுஞ்சயா, அதைக் குடிக்காதே! நீ இன்னும் ஒன்பது நாட்கள் கழித்துத்தான் உணவருந்த வேண்டும்,' என்றார்.

"நான் அசௌகரியத்துடன் அந்தக் கோப்பையை அப்படியே அந்தத் தாம்பாளத்தில் வைத்துவிட்டேன். காசிராஜா தன் கோப்பையிலிருந்து ஒரு மடக்குக் குடித்தார். அதன் சுவையை உணர்ந்த உடனேயே, அதைக் குடிக்க வேண்டாம் என்று அவர் சுஷ்ருதரை எச்சரித்தார். அந்தப் பாயசத்தில் கடும் விஷம் கலக்கப்பட்டிருந்தது. அவர்கள் அதற்கு எதிர்வினையாற்றுவதற்கு முன்பே, நாகேந்திரர் சுஷ்ருதர்மீது பாய்ந்து அவரைத் தாக்கினார். நான் என் வாழ்க்கையில் அப்போதுதான் அதுபோன்ற ஒன்றைப் பார்த்தேன்.

"ஒரு நிமிடத்திற்குள் சுஷ்ருதரின் உடலிருந்து இரத்தம் கொட்டிக் கொண்டிருந்தது. நாகேந்திரர் அவரைக் கத்தியால் தாக்கினார். சுஷ்ருதர் தன் வெறுங்கைகளால் அவரைத் தடுத்துக் கொண்டிருந்தார். காசிராஜா நாகேந்திரரைத் தடுக்க முயன்றார். ஆனால்,

அது எடுபடவில்லை. களைத்துப் போய் விழுந்துவிட்ட சுஷ்ருதரை விட்டுவிட்டு, நாகேந்திரர் காசிராஜாமீது பாய்ந்தார். சுஷ்ருதர் ஒரு கணம்கூட வீணாக்காமல் ஓடிச் சென்று, மிருத சஞ்சீவினி புத்தகங்களை எடுத்து அவற்றை ஒரு வெள்ளைத் துணியால் மூடி என்னிடம் கொடுத்தார். அந்த வெள்ளைத் துணியின்மீது சுஷ்ருதரின் இரத்தம் கசிந்து படிந்தது. ஏற்கனவே நடந்து கொண்டிருந்த விஷயங்கள் என்னை வெலவெலக்கச் செய்திருந்தன. இந்த நிலையில் சுஷ்ருதர் அந்தப் புத்தகங்களை என் கையில் கொடுத்தபோது, நான் நிலை குலைந்து போனேன். சுஷ்ருதர் என்னை உலுக்கி எதார்த்த உலகிற்குக் கொண்டு வந்தார். பயத்தால் நடுங்கிப் போயிருந்த என் முகத்தை அவர் தன் கைகளில் தாங்கிப் பிடித்துக் கொண்டு என் காதில் முணுமுணுத்தார்.

"அவர் என்னிடம், 'மிருத்யுஞ்சயா, உடனே இங்கிருந்து ஓடிவிடு. உன்னால் எவ்வளவு வேகமாக முடியுமோ அவ்வளவு வேகமாக இந்த இடத்தைவிட்டு ஓடு. தெற்குத் திசை நோக்கிச் செல். மலையடிவாரத்தில் ஒரு நாள் எனக்காகக் காத்திரு. நான் வராவிட்டால், நீ தனியாகப் புறப்பட்டுச் செல். இப்புத்தகங்களை நீ உன் உயிரினும் மேலாகப் பாதுகாத்துக் கொள். இவை உன்னிடம் இருப்பதை எவரும் அறியாமல் பார்த்துக் கொள். இப்போது தாமதம் செய்யாமல் இங்கிருந்து ஓடிவிடு,' என்றார்.

"பின் அவர் வேகமாகத் திரும்பிச் சென்று, காசிராஜாவைத் தாக்கிக் கொண்டிருந்த நாகேந்திரர்மீது பாய்ந்தார். நான் கடைசியாகப் பார்த்தக் காட்சி அதுதான். அதற்குப் பிறகு நான் அங்கிருந்து ஓடிவிட்டேன். ஒரு குழந்தையைப்போல நான் பயந்து போயிருந்தேன். நான் தன்னந்தனியாக விடப்பட்டிருந்ததாக நான் உணர்ந்தேன். வழியில் ஆங்காங்கே நான் ஓய்வெடுத்தேன். சுஷ்ருதர் குறிப்பிட்டிருந்த இடத்தை அடைய எனக்கு இருபத்து நான்கு மணி நேரம் ஆயிற்று. அவர் கூறியபடி நான் ஒரு நாள் முழுவதும் காத்திருந்தேன். ஆனால், அவர் வரவே இல்லை. நம்பிக்கையிழப்பதற்குப் பதிலாக,

காசிராஜாவும் சுஷ்ருதரும் அந்த மலைச்சரிவிலிருந்து இறங்கி வந்து கொண்டிருந்ததாக நான் கற்பனை செய்தேன்.

“இந்தக் கற்பனையில் இலயித்து நான் மேலும் ஒரு நாள் அந்த இடத்தில் காத்திருந்தேன். அதை மேலும் ஒரு நாள் நீட்டித்தேன். மொத்தத்தில் ஒரு சில நாட்கள் நான் அங்குக் காத்திருந்தேன். நான் காசிராஜாவின் குடிலிலிருந்து கிளம்பியபோது, வெளியே மற்ற முனிவர்கள் அனைவரும் திறந்த வெளியில் தூங்கிக் கொண்டிருந்ததை நான் பார்த்தேன். நான் இமயமலைப் பகுதியில் சுமார் ஓராண்டு காலம் அலைந்து திரிந்தேன். என்னைக் கவனித்துக் கொள்ள எவரும் இல்லாத காரணத்தால், என் நிலை நாளுக்கு நாள் மோசமடைந்தது. நான் காட்டு விலங்குகளைப்போல நீர் அருந்தவும் இலைகளைச் சாப்பிடவும் கற்றுக் கொண்டேன். பல நோய்கள் என்னைத் தாக்கின. நான் பசியால் இறந்து போகின்ற நிலையை எட்டினேன். என் அறியாமையின் காரணமாக நான் சில நேரங்களில் விஷத் தாவரங்களையும் உண்டேன். சில சமயங்களில் நான் வன விலங்குகளால் தாக்கப்பட்டேன். ஆனால், நான் ஒருபோதும் சாகவில்லை.

“விலங்குகளின் பிறப்புகளையும் இறப்புகளையும் அவதானித்ததிலிருந்து வாழ்க்கை வட்டத்தை நான் கற்றுக் கொண்டேன். நான் தொடர்ந்து அலைந்து கொண்டிருந்தபோது, ஒரு நாள், மலைச்சரிவிலிருந்த ஒரு கிராமத்தை நான் கண்டேன். நாகேந்திரரின் வன்முறைத் தாக்குதலை நேரில் பார்த்ததிலிருந்து மனிதகுலத்தைக் கண்டு நான் மிகவும் பயந்தேன். அதனால், அந்தக் கிராமத்திற்கு அருகே செல்ல நான் விரும்பவில்லை. நான் எங்கிருந்து புறப்பட்டிருந்தேனோ, மீண்டும் அந்த இடத்திற்கே நான் திரும்பிச் சென்றேன்.

“இதற்கிடையே, ஓராண்டு கழிந்திருந்தது. குடில்கள் இருந்த இடத்தை நான் அடைந்தபோது, அங்குப் பல எலும்புக்கூடுகள் இறைந்து கிடந்தன. முந்தைய ஆண்டு நான் அங்கிருந்து ஓடியபோது, நான் நினைத்திருந்ததைப்போலன்றி, அந்த முனிவர்கள்

தூங்கிக் கொண்டிருக்கவில்லை; மாறாக, அவர்கள் இறந்து போயிருந்தனர். நான் அதற்கு முன்பு ஒருபோதும் அழுதிராத விதத்தில் அழுதேன். என்னுடைய நண்பர்களாகவும், என்னுடைய குடும்பத்தினராகவும், என்னுடைய உலகமாகவும் இருந்த அவர்களை நினைத்து நான் அழுதேன். நான் ஓர் அநாதைபோல உணர்ந்தேன். நான் ஓர் எலும்புக்கூட்டிலிருந்து அடுத்த எலும்புக்கூட்டிற்கு ஓடிக் கொண்டிருந்தேன். ஆனால், எது தன்வந்திரியின் எலும்புக்கூடு, எது சுஷ்ருதரின் எலும்புக்கூடு, எது தேவவிரதரின் எலும்புக்கூடு என்பதை என்னால் கண்டுபிடிக்க முடியவில்லை. அவர்கள் ஒருவேளை உயிருடன் தப்பித்திருக்கக்கூடும் என்று நான் நினைத்தேன். என் இதயம் என் மூளைக்கு ஒத்தடம் கொடுத்தது.

“நான் மண்டியிட்டு உட்கார்ந்து வானத்தைப் பார்த்து, என்னைப் படைத்தவர்கள் எங்கு இருந்தார்கள் என்று ஏங்கினேன். அவர்களுடைய நலனுக்காக நான் பிரார்த்தனை செய்தேன். . .”

அத்தியாயம் 12

முதல் பெரும் பரவல்

உத்தரவிடப்பட்டபடி வழிகாட்டுதல்களைப் பின்பற்றி வீரபத்ரா இலங்கையை அடைந்தார். அவர் சென்ற இடமெல்லாம், மாறுவேடத்திலிருந்த ஒரு நபரால் அவர் பின்தொடரப்பட்டுக் கொண்டிருந்தார். வீரபத்ரா பெரும் பணம் கொடுத்து உள்ளூர் வழிகாட்டி ஒருவரை அமர்த்திக்கொண்டு, தான் செல்லவேண்டிய இடத்திற்குப் புறப்பட்டார். தேவைப்படுமானால், வெடிமருந்துக்கும் ஏற்பாடு செய்து கொடுப்பதாக அந்த வழிகாட்டி ஒத்துக் கொண்டார். மொத்தத்தில் பன்னிரண்டு பேர் அடங்கிய ஒரு குழு கிளம்பியது. மாறுவேடத்திலிருந்த நபர் அக்குழுவைப் பின்தொடர்ந்தார். அவர் ராஸ் தீவிலிருந்த தன் சகாவை அழைத்துப் பேசினார்.

அந்த நபர் எந்நேரத்திலும் அந்த வளாகத்திற்குள் புகுந்து தாக்கத் தயாராக இருந்தார். தொலைபேசி அழைப்பை முடித்தவுடன் அவர் வானத்திலிருந்த சூரியனைப் பார்த்தார். பின் சரியான நேரத்திற்காக அவர் காத்திருந்தார்.

விசாரணை அறையில் ஓம் சாஸ்திரி பேசிக் கொண்டிருந்தபோது, திடீரென்று டாக்டர் சீனிவாசனின் அலைபேசி ஒலித்தது. அது மிகவும் சத்தமாக இருந்ததால், அது எல்லோருக்கும் தொந்தரவாக இருந்தது. அழைத்த நபர் யார் என்பதைப் பார்த்த டாக்டர் சீனிவாசன், அவர்களை விசாரணையைத் தொடரச் சொல்லிவிட்டு அந்த அறையைவிட்டு வெளியே சென்று அந்த அழைப்பை ஏற்றார்.

“சொல்லுங்கள், வீரபத்ரா!”

“சார், நீங்கள் குறிப்பிட்டிருந்த இடத்திலிருந்து ஒரு மைல் தூரத்தில் நாங்கள் இருக்கிறோம். இதற்கு மேல் வாகனங்கள் போகாது. நடந்துதான் செல்ல வேண்டும்.

அந்த இடத்தை அடைந்த பிறகு நான் உங்களை மீண்டும் தொடர்பு கொள்கிறேன்."

"வீரபத்ரா, நான் பார்த்துள்ளதிலேயே மிகவும் துணிச்சலானவர் நீங்கள்தான். அங்கு நீங்கள் கண்டுபிடிக்கின்ற பொருட்களைப் பாதுகாப்பாக இங்குக் கொண்டு வாருங்கள். இது ஒரு வாழ்வா-சாவா பிரச்சனை. என்னைக் கைவிட்டுவிடாதீர்கள்."

"என்னால் முடிந்த அளவு சிறப்பாகச் செயல்பட முயற்சிக்கிறேன், சார். ஆனால், நான் எதைத் தேடிக் கொண்டிருக்கிறேன் என்று தெரிந்தால் எனக்குக் கொஞ்சம் சிரமம் குறையும்."

டாக்டர் சீனிவாசன் சில கணங்கள் பேசவில்லை. பின்னர், அவர் வீரபத்ராவிடம், "சரியாகத் தெரியாது," என்று கூறிவிட்டுத் தன் அலைபேசி இணைப்பைத் துண்டித்தார்.

பின் அவர் அந்த முதியவரின் அறைக்குச் சென்றார்.

அந்த முதியவர் வழக்கம்போல நோய்வாய்ப்பட்டும் கோபமாகவும் இருந்தார். விசாரணை அறையில் நிகழ்ந்து கொண்டிருந்தவற்றை அவர் தன்னுடைய திரையில் பார்த்துக் கொண்டிருந்தார். சற்று முன் வீரபத்ராவிடம் பேசியிருந்த விஷயத்தை டாக்டர் சீனிவாசன் அந்த முதியவரிடம் பகிர்ந்து கொண்டார். வீரபத்ராவின் முன்னேற்றம் குறித்து அந்த முதியவருக்கு எந்த அக்கறையும் இருக்கவில்லை. அவர் அந்த இரண்டாவது புத்தகத்தைப் பெற விரும்பினார். அதனால், அவர் நேரடியாக விஷயத்திற்கு வந்தார். "அவருக்கு அந்தப் புத்தகம் கிடைத்ததா?"

"இல்லை, சார்."

"அப்படியானால், நீங்கள் எதற்காக இங்கு வந்தீர்கள்?"

அது இங்கிதமான பதிலாக இல்லை என்றாலும், அவர் கேட்டக் கேள்விக்கான பதில் டாக்டர் சீனிவாசனிடம் இருக்கவில்லை என்பதால் அவர் மௌனமாக நின்றார்.

இதற்கிடையே, விசாரணை அறையில் ஓம் சாஸ்திரி தன் பேச்சைத் தொடர்ந்து கொண்டிருந்தார்:

“நான் என் மக்களின் இழப்பு குறித்த வேதனையில் மூழ்கியிருந்தபோது, என்மீது சில நிழல்கள் படர்ந்ததை நான் கவனித்தேன். உடனே நான் எழுந்து நின்றேன். நான் வருவதற்கு முன்பே சிலர் அங்கு ஒளிந்து கொண்டிருந்திருக்க வேண்டும் என்பதை நான் தாமதமாகத்தான் உணர்ந்தேன். இப்போது அவர்கள் என்னை நோக்கி வந்தனர். ஆனால், அவர்கள் எனக்காகக் காத்துக் கொண்டிருக்கவில்லை என்பதை நான் அறிந்திருந்தேன். ”

டாக்டர் ஷாஹிஸ்தா முதன்முறையாக அவருடைய பேச்சில் குறுக்கிட்டார். “அந்த மலையில் அவர்கள் உங்களுக்காகக் காத்துக் கொண்டிருக்கவில்லை என்றால், பின் எதற்காகக் காத்துக் கொண்டிருந்தனர்?”

வளாகத்திற்கு வெளியே இருந்த காட்டுப்பகுதியில் ஒளிந்திருந்த நபருக்கு அவருடைய சகாவிடமிருந்து இன்னுமோர் அலைபேசி அழைப்பு வந்தது. இலங்கையில் ஒரு குகைக்கு அருகே தான் இருந்ததையும், உள்ளே சென்ற நபர்கள் வெளியே வருவதற்காகத் தான் காத்துக் கொண்டிருந்ததையும் அந்நபர் இங்கிருந்த நபரிடம் தெரிவித்தார். அலைபேசித் தொடர்பை அவர் துண்டிக்காமல் அப்படியே வைத்திருந்தார்.

வீரபத்ரா அந்தக் குகையிலிருந்து ஓர் உலோகப் பெட்டகத்தோடு வெளியே வந்தார். அவர் டாக்டர் சீனிவாசனைத் தொலைபேசியில் அழைத்து, அந்தப் பெட்டகத்தைப் பற்றிக் கூறினார். அதைத் திறந்து பார்க்குமாறு டாக்டர் சீனிவாசன் வீரபத்ராவுக்கு உத்தரவிட்டார். அவர் அலைபேசித் தொடர்பைத் துண்டிக்காமல் இருந்தார். வீரபத்ரா அதைத் திறப்பதற்கான முயற்சியில் இறங்கினார்.

“அதில் என்ன இருக்கிறது?” என்று காட்டுப்பகுதியில் ஒளிந்து கொண்டிருந்த நபர் கேட்டார். அவருடைய சகா அவருக்கு அளித்த பதிலும், வீரபத்ரா டாக்டர் சீனிவாசனுக்கு அளித்த பதிலும், ஓம் சாஸ்திரி டாக்டர் ஷாஹிஸ்தாவுக்கு அளித்த பதிலும் ஒரே மாதிரியாக இருந்தன.

“ஒரு புத்தகம்.”

வீரபத்ரா தன் கையில் மிருத சஞ்சீவினி நூலின் இரண்டாம் பகுதியைப் பிடித்துக் கொண்டிருந்தார்.

அதை அலைபேசியில் கேட்டுக் கொண்டிருந்தபோது, டாக்டர் சீனிவாசன் அந்த முதியவரின் அறையில் இருந்தார். அவர் அந்த முதியவரை நோக்கித் தன் பார்வையைத் திருப்பினார். அந்த முதியவர் தன்னுடைய காயங்களின் அளவுக்கு ஏற்ப ஒரு வாழையிலையை வெட்டிக் கொண்டிருந்தார். வீரபத்ராவின் கண்டுபிடிப்பைப் பற்றி டாக்டர் சீனிவாசன் அந்த முதியவரிடம் தெரிவித்தார்.

"இரண்டாவது புத்தகம்," என்று டாக்டர் சீனிவாசன் கூறினார். அதைக் கேட்ட அந்த முதியவருக்குத் தான் செய்து கொண்டிருந்த வேலையின்மீதான கவனம் சிதறியது. அவர் டாக்டர் சீனிவாசனை நோக்கிப் பெரும் பரவசத்துடன் திரும்பினார். அவருடைய முகத்தில் ஒரு புன்னகை அரும்பியிருந்தது.

ஆனால், அவர் பேசத் தொடங்கியதும், அவருடைய மனம் சமநிலையில் இருக்கவில்லை என்பது வெளிப்பட்டது. "அந்தப் புத்தகத்தை உடனே கொண்டு வாருங்கள். அதற்கு எவ்வளவு நேரமாகும்? அவரை எங்கும் நிற்காமல் உடனே கிளம்பி நேராக இங்கு வரச் சொல்லுங்கள்!" என்று அவர் இரைந்தார்.

அந்த முதியவர் அதே வார்த்தைகளை மீண்டும் மீண்டும் கூறிக் கொண்டே இருந்தார்.

அவருடைய அசாதாரணமான இந்த நடத்தையைக் கண்டு டாக்டர் சீனிவாசன் பயமும் வியப்பும் அடைந்தார். ஆனாலும் அந்த முதியவர் கூறியதை அவர் வீரபத்ராவிடம் தெரிவித்தார். அந்த முதியவர் ஒரு பைத்தியக்காரனைப்போல எதையோ முணுமுணுத்துக் கொண்டிருந்தார். அலைபேசி அழைப்பு துண்டிக்கப்பட்டது.

வளாகத்திற்கு வெளியே காட்டுப்பகுதியில் இருந்த நபர், அந்தப் புத்தகத்தைப் பற்றிக் கேள்விப்பட்டவுடன் மிகவும் இறுக்கமடைந்தார். அவருடைய குரல் கனமாக மாறியது. அவருடைய நெற்றியின்மீது சுருக்கங்கள் ஏற்பட்டன. அவர் தன் முஷ்டியை மடக்கிக் கொண்டு,

தன்னை எதற்கோ தயார்படுத்திக் கொள்வதைப்போல ஆழமாக ஒரு முறை மூச்சை உள்ளே இழுத்து வெளிவிட்டார். பின்னர் ஒரு கரகரப்பான குரலில் அலைபேசியில் அவர் தன் பேச்சைத் தொடர்ந்தார்.

"எப்படியாவது உன்னுடைய கையில் அந்தப் புத்தகம் கிடைத்தாக வேண்டும். அதற்காக நீ யாரையாவது கொல்ல வேண்டியிருந்தாலும் தயங்காதே! விரைவாகத் திரும்பி வா. நமக்குக் கால அவகாசம் மிகக் குறைவாகவே இருக்கிறது."

டாக்டர் சீனிவாசனின் அலைபேசி மீண்டும் ஒலித்தது. அது வீரபத்ரா.

"சொல்லுங்கள், வீரபத்ரா."

"சார், அந்தப் புத்தகத்தோடு, ஒரு பெரிய வில், ஓர் அம்பறாத்தூணியில் சில அம்புகள், ஒரு மணிமுடி, ஒரு தங்க ஒட்டியாணம், சில உலோக ஆயுதங்கள், சில அணிகலன்கள் மற்றும் சில தங்க நாணயங்கள் இருக்கின்றன. பரிசோதனைக்கூடத்தில் பயன்படுத்தப்படுவது போன்ற சில உபகரணங்களும் இருக்கின்றன."

"வீரபத்ரா, நீங்கள் கூறிய பொருட்களில் உங்களால் முடிந்தவற்றைக் கொண்டு வாருங்கள். ஆனால், அந்தப் புத்தகத்திற்குத்தான் நீங்கள் முன்னுரிமை கொடுக்க வேண்டும்."

விசாரணை அறையில் டாக்டர் ஷாஹிஸ்தா தன் பணியைத் தொடர்ந்து கொண்டிருந்தார்.

"பிறகு என்ன நடந்தது?"

"அவர்கள் என்னை நெருங்கிக் கொண்டிருந்தனர். அக்கட்டத்தில், வாழ்வதற்கான ஆசை என்னிடமிருந்து போய்விட்டிருந்தது. அந்த நபர்கள் ஆயுதம் தரித்திருந்தனர். நான் மரணத்தை முத்தமிடத் தயாராக இருந்தேன். நான் அவர்களைக் கண்டுகொள்ளாமல், பெற்றோரை இழந்து அநாதையாகிவிட்டிருந்த ஒருவனைப்போல, என் மனச்சுமை முழுவதையும் இறக்கி வைக்கின்றவரை ஒரு பெருங்குரலெடுத்து அழுதேன். என் நாட்கள் எண்ணப்பட்டிருந்தன என்பதையும், அவர்கள் என்னைக் கண்காணாத இடத்திற்குத்

தூக்கிச் சென்று கொல்லக்கூடும் என்பதையும் நான் அறிந்திருந்தேன். ஓராண்டு முழுவதும் நான் என் ஆடையை மாற்றியிருக்கவில்லை. தாடியை எப்படி ஒழுங்குபடுத்துவது என்பதும் அப்போது எனக்குத் தெரிந்திருக்கவில்லை.

"என் பாதங்கள் பாளம்பாளமாக வெடித்திருந்தன. என் முகத்தை மறைக்கும் அளவுக்கு என் தலைமுடி நீளமாக வளர்ந்திருந்தது. என் தோற்றத்தைப் பார்த்த எவரொருவரும் என்னை ஒரு பைத்தியக்காரன் என்று கருதியிருந்திருப்பார்கள். நான் சாகத் தயாராக இருந்தேன். ஆனால், அவர்கள் என்னைக் கொல்லத் தயாராக இருக்கவில்லை. அதற்குப் பதிலாக, அவர்கள் என் தலையில் பலமாகத் தாக்கினர். நான் மயங்கிக் கீழே விழுந்தேன். சில மணி நேரம் கழித்து நான் கண்விழித்தபோது, நான் சிறைபிடிக்கப்பட்டிருந்ததை நான் உணர்ந்தேன். என்னைச் சுற்றிப் பலர் நின்று கொண்டிருந்தனர். அவர்களுடைய அம்புகள் என்னைக் குறி பார்த்துக் கொண்டிருந்தன.

"என் எதிரில் இருந்த மனிதன் அந்த அம்புகள் என்மீது பாய்வதற்கான உத்தரவைக் கொடுக்கக்கூடிய நிலையில் இருந்ததை நான் புரிந்து கொண்டேன். எனக்கு சுயநினைவு திரும்புவதற்காக அவன் காத்துக் கொண்டிருந்ததைப்போலத் தோன்றியது.

"அத்தலைவன் என்னிடம், 'நான் இரண்டாவது முறையாகக் கேட்க மாட்டேன். அதனால், நான் கேட்கும் கேள்விக்கு ஒழுங்காக பதில் கூறிவிடு. நான் சொல்வது உனக்குப் புரிகிறதா?' என்று கேட்டான். நான் ஆமாமென்று தலையாட்டினேன்.

" 'நீ யார்? அந்த எலும்புக்கூடுகள் யாருடையவை? நீ அங்கு என்ன செய்து கொண்டிருந்தாய்?' என்று அவன் கேட்டான்.

"நான் அவனிடம் என்னுடைய பெயரை மட்டும் சொன்னேன், அவ்வளவுதான். அவனிடம் எதைச் சொல்ல வேண்டும், எதை மறைக்க வேண்டும் என்பது எனக்குத் தெரியவில்லை. அதனால், நான் எல்லாவற்றையும் மறைத்துவிட்டு, 'நான் அங்கு

எப்படி வந்தேன் என்பது எனக்குத் தெரியாது. அந்த எலும்புக்கூடுகள் யாருக்குச் சொந்தம் என்பதும் எனக்குத் தெரியாது,' என்று சொன்னேன்.

"என் நடத்தையில் அடிப்படை நாகரிகம்கூட இல்லாததால், நான் ஒரு பைத்தியக்காரனைப்போல அவர்களுக்குத் தோன்றினேன்போலும். என்னிடம் எந்த உடைமைகளும் இல்லாததால், அவர்கள் என்னைச் சந்தேகிக்கவில்லை. நான் அவர்களுக்கு வெறும் சுமை மட்டுமே என்பதை ஒரு சில நாட்களில் அவர்கள் புரிந்து கொண்டனர். என்னால் எந்தப் பயனும் இல்லாதிருந்தபோதிலும், அவர்கள் எனக்கு இரண்டு வேளை உணவு கொடுக்க வேண்டியிருந்தது. அதனால், ஒன்று, அவர்கள் என்னைக் கொல்ல வேண்டும் அல்லது என்னை விடுவிக்க வேண்டும் என்ற நிலைக்கு அவர்கள் தள்ளப்பட்டார்கள்."

அந்த விசாரணை அறையிலிருந்த அனைவரும் திரையில் ஓடிக் கொண்டிருந்தவற்றை ஒரு திரைப்படத்தைப்போலப் பார்த்துக் கொண்டிருந்தனர். ஓம் சாஸ்திரி கூறியதற்கும் அதற்கும் எந்த வித்தியாசமும் இருக்கவில்லை என்பதால், அவர் கூறிக் கொண்டிருந்தது உண்மைதான் என்ற முடிவுக்கு அவர்கள் வந்தனர்.

"ஒரு நாள், அவர்கள் என்னைத் தங்கள் நாட்டு அரசனிடம் அழைத்துச் செல்ல முடிவெடுத்தனர். அதனால், அரசனிடம் காட்டுவதற்கு ஏற்ற ஒருவனாக ஆக்குவதற்காக அவர்கள் என் தாடியை மழித்தனர், என்னைக் குளிப்பாட்டினர், நான் அணிந்து கொள்வதற்கு ஒரு புதிய ஆடையைக் கொடுத்தனர். என்னை விடுவிப்பதால் பெரிய பிரச்சனை எதுவும் வராது என்பதைப் புரிந்து கொண்ட அந்த அரசன் என்னை விடுதலை செய்தான். நான் என் வாழ்க்கையில் முதன்முறையாக என்னை ஒரு கண்ணாடியில் பார்த்தபோது, மிருத்யுஞ்சயன் எப்படி இருப்பான் என்பதை நான் தெரிந்து கொண்டேன். ஆனால் அது என்னை மகிழ்விக்கவில்லை. ஏனெனில், நான் ஒரு வளர்ந்த மனிதனாக இருந்தாலும், எதற்கும் பயன்படாதவனாக இருந்தேன். எனக்குள் அன்பு

இருக்கவில்லை, வெறுப்பு இருக்கவில்லை, பரபரப்பு இருக்கவில்லை, சத்தம் இருக்கவில்லை. மாறாக, வெறும் அமைதி மட்டுமே இருந்தது. என்னுடைய இருத்தலும் சரி, என் இல்லாமையும் சரி, யாரையும் பாதிக்கப் போவதில்லை. என்னைச் சுற்றி இளமையான, முதுமையான, மற்றும் மகிழ்ச்சியான முகங்கள் இருந்தன. உங்களைச் சுற்றி ஏராளமான மக்கள் இருந்தாலும் நீங்கள் தனியன் என்ற உணர்வுடன் இருப்பதைவிட மோசமானது வேறு எதுவும் இருக்க முடியாது. என் கண்களிலிருந்து கண்ணீர் அருவியாகக் கொட்டியது. என்னால் சாகவும் முடியாது. ஏனெனில், என் உயிரைக் கொடுத்தாவது அப்புத்தகங்களை நான் காப்பேன் என்று நான் சுஷ்ருதருக்கு வாக்குக் கொடுத்திருந்தேன். இல்லையெனில், வாழ்வதற்கு எனக்கு எந்தக் காரணமும் இருக்கவில்லை. அந்த வாக்கும் அந்தப் புத்தகங்களும்தாம் என் வாழ்க்கையை இயக்கிக் கொண்டிருந்தன. நான் மெதுவாகவும் படிப்படியாகவும் உலக விஷயங்களைக் கற்றுக் கொண்டேன். நான் சில முறை நோய்வாய்ப்பட்டேன். மருந்துகளே இல்லாத சில நோய்கள் என்னைத் தாக்கின. ஆனாலும், நான் சாகவில்லை."

அப்போது, மிகவும் பலவீனமான நிலையிலிருந்த ஓம் சாஸ்திரியின் உருவம் திரையில் தோன்றியது. ஆனால், அவருடைய சுவாசம் வலுவாகவும் ஆரோக்கியமாகவும் இருந்தது.

"ஒரு முறை நான் ஒரு நிலச்சுவான்தாரிடம் அவருடைய வேலைக்காரனாக வேலை பார்த்துக் கொண்டிருந்தேன். சம்பளமாக அவர் எனக்கு இருக்க இடமும் உண்ண உணவும் கொடுத்தார். அவர் அவ்வப்போது தன்னுடைய பழைய ஆடைகளையும் எனக்குக் கொடுத்தார். அவருடைய குழந்தைகளைக் கட்டி மேய்ப்பதுதான் என் வேலையாக இருந்தது. அதோடு, துணி துவைத்தல் மற்றும் சில எடுபிடி வேலைகளையும் நான் செய்து வந்தேன். நான் அவ்வீட்டிலிருந்த குழந்தைகளுடன் விளையாடியபோது நிறைய விஷயங்களைக் கற்றுக் கொண்டேன். நான்

எழுதப் படிக்கவும் கற்றுக் கொண்டேன்.

“காலப்போக்கில் நான் அவர்களுடைய குடும்ப உறுப்பினர்களில் ஒருவனாகவே ஆகிவிட்டேன். நான் நன்றாக நடத்தப்பட்டேன். ஆனால், அது நீண்ட நாள் நீடிக்கவில்லை.”

ஓம் சாஸ்திரி இங்கு ஒரு சிறிய இடைவெளி எடுத்துக் கொண்டார். அவர்கள் அனைவரும் அவரையே பார்த்துக் கொண்டிருந்தனர். அவர்களுடைய மனங்களில் ஒரே கேள்விதான் ஓடிக் கொண்டிருந்தது. அவர் ஏன் திடீரென்று தன் பேச்சை நிறுத்தினார் என்பதுதான் அது.

“என்னவாயிற்று?” என்று டாக்டர் ஷாஹிஸ்தா கேட்டார்.

“எனக்கு மட்டும்தான் வயதாகவில்லை. என்னைச் சுற்றியிருந்தவர்கள் அனைவருக்கும் வயதாகிக் கொண்டிருந்தது.”

அந்த அறையிலிருந்தவர்களால் அதைப் புரிந்து கொள்ள முடிந்தது. அவர் கவனித்துக் கொண்டிருந்த குழந்தைகள் வளர்ந்து பெரியவர்களாகின்றனர். அவருடைய முதலாளி முதுமையடைகிறார். ஆனால், ஓம் சாஸ்திரி மட்டும் மாறாமல் அப்படியே இருக்கிறார்.

வீரபத்ரா தன் கையிலிருந்த புத்தகத்தைப் பார்த்தார். அது மிகவும் பழையதாக இருந்தது. அதை யார் முக்கியத்துவம் வாய்ந்த ஒன்றாகக் கருதுவார்கள் என்பதை அவரால் புரிந்து கொள்ள முடியவில்லை. அதைப் பற்றி அவர் ஆழ்ந்த சிந்தனையில் மூழ்கியிருந்தபோது, ஒரு துப்பாக்கிக் குண்டின் சத்தம் அவருக்குக் கேட்டது. அதைத் தொடர்ந்து வரிசையாகப் பல துப்பாக்கிக் குண்டுகளின் சத்தம் கேட்டது. வீரபத்ரா திரும்பிப் பார்த்தார். அவருடைய ஆட்களில் ஐந்து பேர் தரையில் விழுந்து கிடந்தனர். எங்கிருந்து அந்தச் சத்தம் வந்தது என்பதை உணர்ந்து கொள்வதற்கு முன்பாக அவர்கள் பலியாகியிருந்தனர். துப்பாக்கிக் குண்டுகள் எங்கிருந்து வந்திருக்க வேண்டும் என்று வீரபத்ரா நினைத்தாரோ, அந்தத் திசை நோக்கி அவர் தன்னுடைய ஆட்களில் நான்கு பேரை அனுப்பி வைத்து, சுட்டவனை

உயிரோடு பிடித்துக் கொண்டுவரும்படி அவர்களுக்கு உத்தரவிட்டார். பிறகு, அவர் அந்தப் புத்தகத்தை எடுத்துக் கொண்டு, தன்னுடைய மற்ற ஆட்களுடன் எதிர்த் திசையில் அவர்களுடைய வாகனங்கள் நிறுத்தப்பட்டிருந்த இடத்தை நோக்கி ஓடினார்.

சுட்டுக் கொண்டிருந்தவரின் திசையை நோக்கி ஓடியவர்கள், அது யாராக இருக்கும், அவர் எங்கே இருந்து கொண்டு தங்களை நோக்கிச் சுட்டுக் கொண்டிருந்தார் என்பதைப் புரிந்து கொள்வதற்குள், ஒவ்வொருவராக அவருடைய குண்டுகளுக்குப் பலியாயினர். அவருடைய திறமை அபாரமாக இருந்தது. ஆனால், அவர்களின் சாவு வீணாகவில்லை. அதில் கிடைத்த நேரத்தைப் பயன்படுத்தி வீரபத்ரா அந்தப் புத்தகத்துடன் தப்பிவிட்டார்.

அவர்களை நோக்கிச் சுட்டவரின் திட்டம் தோல்வியுற்றது. ஆனால், அது முடிவுக்கு வந்திருக்கவில்லை. அத்தோல்வியை ஈடுகட்டுவதற்கு என்ன செய்ய வேண்டும் என்பதை அவர் அறிந்திருந்தார்.

அப்போது ராஸ் தீவிலிருந்த அவருடைய சகாவிடமிருந்து அவருக்கு ஓர் அலைபேசி அழைப்பு வந்தது. அவர் உடனே அதற்கு பதிலளித்தார்.

"என்ன? திட்டமிட்டபடி எல்லாம் முடிந்துவிட்டதா?"

"இல்லை. அவன் புத்தகத்தோடு தப்பிவிட்டான். நீங்கள் தயாராக இருங்கள்."

"நீ இங்கு வருவதற்கு எவ்வளவு நேரமாகும்?"

"அரை மணி நேரம் அல்லது அதைவிடக் குறைவாக. நான் அவன் பின்னாலேயே வந்து கொண்டிருக்கிறேன்."

"சரி. நான் அவர்களோடு மோதத் தயாராக இருக்கிறேன். அவர்கள் எத்தனைப் பேர் பாக்கியிருக்கிறார்கள்?"

"ஒன்பது பேர் காலி. மூன்று பேர் அங்கு வந்து கொண்டிருக்கிறார்கள்."

டாக்டர் சீனிவாசன் விசாரணை அறைக்குத் திரும்பிக் கொண்டிருந்த சமயத்தில் அவருடைய அலைபேசி ஒலித்தது. அந்த அழைப்பு வீரபத்ராவிடமிருந்து வந்திருந்ததைப் பார்த்ததும், அவர் அந்த அறைக்குள்

நுழையாமல் திரும்பித் தாழ்வாரத்தை நோக்கி நடந்தார்.

“சொல்லுங்கள், வீரபத்ரா.”

மறுமுனையில் வீரபத்ராவுக்கு மூச்சு வாங்கிக் கொண்டிருந்தது. நிகழ்ந்த சம்பவங்கள் அவரை உலுக்கியிருந்தன. அவருடைய உடலெல்லாம் இரத்தக் கறையாக இருந்தது. அவருடைய தொண்டை அடைத்திருந்தது. அவர் லேசாகச் செருமிவிட்டுப் பேசினார். “சார், என்மீதும் என் குழுவினர்மீதும் ஒரு தாக்குதல் நடத்தப்பட்டுள்ளது. என்னுடன் வந்தவர்களில் பெரும்பாலானோர் இறந்துவிட்டனர். நாம் நினைத்திருந்ததைவிட மோசமான ஏதோ ஒன்றுக்குள் நாம் மாட்டிக் கொண்டுள்ளதாக எனக்குத் தோன்றுகிறது.”

இதைக் கேட்டு டாக்டர் சீனிவாசனும் ஆடிப் போய்விட்டார். அவர் தன் வாழ்நாளில் எந்தக் கொலையையும் பார்த்ததில்லை. அதனால், இதை எப்படிக் கையாள்வதென்று அவருக்குத் தெரியவில்லை. அவர் வீரபத்ராவின் அழைப்பைத் துண்டிக்காமலேயே ஓட்டமும் நடையுமாக அந்த முதியவரின் அறைக்குச் சென்றார். அவர் அங்குச் சென்றடைந்தபோது, தான் வியர்வையில் குளித்திருந்ததை அவர் கவனித்தார்.

அந்த முதியவரைப் பார்த்ததும் அவர் சரமாரியாகக் கேள்விகளை எடுத்து வீசினார்: “இலங்கையில் நம்முடைய ஆட்கள் கொல்லப்பட்டுள்ளனர். வீரபத்ரா அலைபேசியில் இருக்கிறார். இங்கு என்ன நடந்து கொண்டிருக்கிறது? கொலை செய்யும் அளவுக்கு அந்தப் புத்தகத்தில் என்ன இருக்கிறது? நமக்கு யார் எதிரியாக இருக்க முடியும்? நீங்கள் எங்களை என்ன செய்ய வைத்துள்ளீர்கள்? எனக்கு பதில் சொல்லுங்கள்.”

அந்த முதியவர் எழுந்து வந்து டாக்டர் சீனிவாசனின் கையிலிருந்த அலைபேசியைப் பறித்தார்.

“அந்தப் புத்தகம் எங்கே?” என்று அவர் வீரபத்ராவிடம் கேட்டார்.

“அது என்னிடம்தான் இருக்கிறது.”

“நீங்கள் இங்கு வந்து சேர்வதற்கு எவ்வளவு நேரம் ஆகும்?”

"ஏறக்குறைய முப்பது நிமிடங்கள். நீங்கள் யார்? டாக்டர் சீனிவாசன் எங்கே?"

ஆனால், அந்த முதியவர் அதற்கு பதிலளிக்காமலும் வேறு கேள்விகள் எதுவும் கேட்காமலும் அந்த அழைப்பைத் துண்டித்துவிட்டார். செத்தவர்களைப் பற்றி அவர் துளிகூடக் கவலைப்படவில்லை.

டாக்டர் சீனிவாசன், தள்ளாடிக் கொண்டிருந்த அந்த முதியவரின் கால்களையே பார்த்தபடி நின்றார். தன் முன்னால் நின்று கொண்டிருந்த அந்த இரக்கமற்ற ஜந்துவை அவர் அளவெடுப்பதுபோலக் காலிலிருந்து தலைவரை தன் பார்வையை ஓடவிட்டார். அப்போதுதான், தான் இந்த வேலையை யாருக்காகச் செய்து வந்திருந்தோம் என்பதை அவர் உணர்ந்தார்.

அந்த முதியவர் இப்போது தன் இருக்கையில் அமர்ந்து கொண்டு, மேசையிலிருந்த ஒரு சில பொருட்களை ஒழுங்குபடுத்தினார்.

டாக்டர் சீனிவாசன் தன்னை ஒருவாறு கட்டுப்படுத்திக் கொண்டு அந்த முதியவரை நோக்கி மெதுவாக நடந்தார். பின் அவர் அந்த முதியவரின் நாற்காலியின் பிடியை வலுவாகப் பிடித்து இழுத்து, அவரைத் தன் பக்கமாக வேகமாகத் திருப்பினார்.

பின் அவரிடம் ஒரு கடுமையான குரலில், "நீங்கள் எங்களை எதில் சிக்க வைத்துள்ளீர்கள்? இலங்கைக்குச் சென்றவர்கள்மீது தாக்குதல் நடத்தப்பட்டுள்ளது என்றால், இங்கும் தாக்குதல் நடத்தப்படலாம். நான் கேட்டக் கேள்விக்கு பதில் கிடைக்கும்வரை விசாரணையையும் இதர வேலைகளையும் நான் தற்காலிகமாக நிறுத்தி வைக்கப் போகிறேன்," என்றார்.

டாக்டர் சீனிவாசனின் கண்கள் கோபத்தால் சிவந்திருந்தன. அந்த முதியவர் தன் இருக்கையிலிருந்து விருட்டென்று எழுந்து நின்று, டாக்டர் சீனிவாசனின் மேல்கையைப் பிடித்து பலமாக அவரைத் தள்ளினார். டாக்டர் சீனிவாசன் எட்டடி தள்ளியிருந்த சுவரில் போய் மோதினார். அவருக்கு பயங்கரமான வலி ஏற்பட்டது. அவருடைய வயதுக்கு அந்த முதியவர் இவ்வளவு பலசாலியாகவும் வேகமாக இயங்குபவராகவும்

இருந்ததைக் கண்ட டாக்டர் சீனிவாசன் ஆடிப் போய்விட்டார். பலவீனமானவர்போலக் காட்சியளித்த அந்த வயதான ஜீவனிடமிருந்து இப்படிப்பட்ட உடல்ரீதியான தாக்குதல் ஏற்படும் என்று அவர் எதிர்பார்க்கவே இல்லை. அந்த முதியவர் முதன்முறையாக, நேரான முதுகுடன், இரண்டு கால்களையும் விரித்துக் கொண்டு, டாக்டர் சீனிவாசனின் அருகே வந்து நின்று, அவருடைய கண்களை நேருக்கு நேர் பார்த்தார். அவருடைய கண்கள் மிகவும் பெரிதாக இருந்தன. அவர் இமைக்கவே இல்லை. ஆனால், அவருடைய கண்மணிகள் சுருங்கி விரிந்து கொண்டிருந்தன. டாக்டர் சீனிவாசன் மிகவும் அரண்டு போயிருந்தார். இப்போது அந்த முதியவர் அமைதியாகவும் நாகரிகமாகவும் அவரிடம் பேசினார்.

"அது உங்களுடைய குழு அல்ல. அது என்னுடைய குழு. நான்தான் உங்களுக்கும் அவர்கள் ஒவ்வொருவருக்கும் பணம் கொடுக்கிறேன். என் வாழ்க்கையில் என்னிடம் எண்ணற்றோர் வேலை பார்த்துள்ளனர். அவர்களில், 'எது?', 'ஏன்?' என்பன போன்ற கேள்விகளை என்னிடம் கேட்காமல் இருந்தவர்கள்தாம் இயற்கையான மரணத்தை அடைந்துள்ளனர். நான் கூறுவது உங்களுக்குப் புரிகிறதா?"

பிறகு அவர் டாக்டர் சீனிவாசனின் பதிலுக்குக் காத்திராமல், திரையில் ஓடிக் கொண்டிருந்த விசாரணை அறைக் காட்சியைச் சுட்டிக்காட்டிப் பேசினார்.

"அவர்களைப் பாருங்கள். அவர்களுடைய முகங்களில் எப்படி அமைதி ததும்பி வழிந்து கொண்டிருக்கிறது என்பதைப் பாருங்கள். அந்த அமைதிக்குக் காரணம் என்ன தெரியுமா? அவர்கள் எதைத் தெரிந்து கொள்ளாமல் இருக்க வேண்டுமோ அதைத் தெரிந்து கொள்ளாமல் இருப்பதுதான். அவர்களிடம் என்ன கூறப்பட்டனவோ அவற்றை மட்டுமே அவர்கள் செய்து கொண்டிருக்கின்றனர். அவர்கள் மீண்டும் தங்களுடைய குடும்பத்தாருடன் சென்று சேர்ந்துவிடுவோம் என்று நம்பிக் கொண்டிருக்கின்றனர். ஏனெனில், அவர்கள் உங்கள்மேல் நம்பிக்கை வைத்துள்ளனர். இப்போது

நீங்கள் தேர்ந்தெடுப்பதற்கு இரண்டு விஷயங்கள்தாம் இருக்கின்றன. ஒன்று, அவர்கள் தங்களுக்கு விடை கிடைக்காத கேள்விகளோடு இங்கிருந்து புறப்பட்டுச் சென்று தங்களுடைய குடும்பத்தாரோடு இணைந்து கொள்ளலாம். அல்லது, நீங்கள் அவர்களுடைய உயிர்களுக்குப் பதிலாக என்னிடமிருந்து பதில்களைப் பெற்றுக் கொள்ளலாம்.”

டாக்டர் சீனிவாசன் திரையில் தெரிந்த அவர்களுடைய முகங்களைப் பார்த்தார். அவர்களில் சிலர் தன்னுடைய குழந்தைகளைவிடச் சிறியவர்கள் என்பது அவருக்குப் புரிந்தது. அவருடைய கண்களிலிருந்து கண்ணீர் பெருக்கெடுத்தது. அந்த முதியவருக்கு பதில் கிடைத்துவிட்டிருந்தது. அவர் தன் இருக்கையை நோக்கி நடந்தார். சிறிது தூரம் சென்றவுடன் அவர் லேசாகத் திரும்பி, டாக்டர் சீனிவாசனிடம், “இனி எந்தக் கேள்வியும் கேட்கக்கூடாது, சரியா?” என்றார்.

டாக்டர் சீனிவாசன் வாயடைத்துப் போய் நின்றார். அவர் உடனடியாக அந்த அறையைவிட்டு வெளியேறினார். தாழ்வாரத்தை அடைந்தவுடன் அவர் தன் கண்ணீரைத் துடைத்துக் கொண்டு, ஒரு முறை ஆழமாக மூச்சை உள்ளே இழுத்து வெளியே விட்டார். தன்னை அமைதிப்படுத்திக் கொள்வதற்காக அவர் சிறிது நேரம் அப்படியே மௌனமாக நின்றார். திடீரென்று அவருக்கு ஏதோ பொறி தட்டியது. அவர் உடனே விசாரணை அறையை நோக்கி விரைந்தார்.

அவர் அங்குச் சென்றபோது ஓம் சாஸ்திரி பேசிக் கொண்டிருந்தார்.

“என்னைப் பற்றிய பேச்சு நான்கு பக்கங்களிலும் பரவியிருந்தது. அதனால், நான் நகரின் பேசுபொருளானேன். மக்கள் என்னை ஒரு வேற்றுக்கிரகவாசியைப் பார்ப்பதுபோலப் பார்த்தனர். அவர்களுடைய வம்புப்பேச்சுகளில் என் பெயர் சரளமாக அடிபட்டது. ஒரு நாள், படைவீரர்கள் என் முதலாளியின் வீட்டுக்கு வந்து, மறுநாள் காலையில் என்னை அரசனின் அவையில் கொண்டுவந்து நிறுத்தும்படி அவருக்கு உத்தரவிட்டுவிட்டுச் சென்றனர்.

அரசனின் அவை என்ற பேச்சைக் கேட்டதுமே நான் பயந்து போனேன். ஆனால், அங்கு என்னிடம் என்ன கேள்விகள் கேட்கப்படும் என்பதை நான் அறிந்திருந்தேன். அவை எதற்கும் நான் பதிலளிக்க விரும்பாததால், நான் இரவோடு இரவாக அந்த வீட்டிலிருந்து ஓடிவிட்டேன். அவர்களிடம் முறைப்படி விடைபெற்றுக் கொள்ளாமல் கிளம்பிய நான், அந்த நாட்டைவிட்டே வெளியேறிவிட்டேன்."

"அதற்குப் பிறகு நீங்கள் எங்கே சென்றீர்கள்?" என்று டாக்டர் ஷாஹிஸ்தா கேட்டார்.

"நான் தெற்கு நோக்கி நடந்தேன். நான் மாதக்கணக்கில் நடந்தேன். ஊர்சுற்றிகளை ஏற்றுக் கொண்ட இடம்வரை நான் நடந்தேன். என்னுடைய அந்தத் தனிமையான பயணத்தின்போது, நான் பல நாட்கள் பட்டினி கிடந்தேன். அதனால், நான் மிகவும் மெலிந்து போனேன். எனக்குப் பல காயங்கள் ஏற்பட்டபோதிலும் அவை தாமாகவே குணமாயின. கொடுநோய்கள், இயற்கைப் பேரழிவுகள், அதீத தட்பவெப்ப நிலைகள் போன்றவற்றை நான் எதிர்கொண்டேன். ஆனாலும், நான் சாகவில்லை. அவை அனைத்திலிருந்தும் நான் தப்பிப் பிழைத்தேன்."

அத்தியாயம் 13

இரகசிய உருமாற்றம்

அந்த வளாகத்திற்கு வெளியே இருந்த காட்டுப்பகுதியில் இருந்த நபர் தன் கைக்கடிகாரத்தைப் பொறுமையின்றி பார்த்துக் கொண்டிருந்தார். இனியும் தன்னால் தாமதிக்க முடியாது என்பதை அவர் உணர்ந்தார். திட்டம் விரைவில் அமல்படுத்தப்பட்டாக வேண்டியிருந்தது. 'நான் கடைசியாக ஒரு முறை அவனைத் தொடர்பு கொண்டாக வேண்டும்,' என்று நினைத்துக் கொண்டு அவர் தன் அலைபேசியை வெளியே எடுத்தார். தான் அந்த வளாகத்திற்குள் தனியாக அதிரடியாக நுழைவதற்கு முன், தன்னுடைய சகா எங்கே இருந்தான் என்பதை அவர் தெரிந்து கொள்ள விரும்பினார். ஆனால், அவருடைய சகா அவருடைய அழைப்பைத் துண்டித்தார். 'நான் இருக்கின்ற இடத்திற்கு மிகவும் அருகே அவன் வந்திருக்க வேண்டும்,' என்று அந்நபர் நினைத்துக் கொண்டார். அதனால், அவர் தன் சகாவுக்கு ஒரு குறுஞ்செய்தி அனுப்பத் தீர்மானித்தார்.

"நம் திட்டத்தின்படி நான் வளாகத்திற்குள் நுழைகிறேன். நீயும் நம் திட்டப்படியே நடந்து கொள்."

பின் அவர் தாக்குதலுக்குத் தயாரானார். தேவைப்பட்ட ஆயுதங்களை அவர் எடுத்துக் கொண்டார். அவருடைய முகத்தை மறைத்துக் கொண்டிருந்த முகமூடி அப்படியே இருந்தது. பின் அவர் அந்த வளாகத்திற்கு வெளியே எங்கெல்லாம் வேவுக் கேமராக்கள் இருந்தன என்று நோட்டம் விட்டார். வாசலில் ஒன்று இருந்ததைக் கண்டுபிடித்ததும், அந்த இடத்தில் ஆட்கள் யாருமில்லை என்பதை உறுதி செய்து கொண்டுவிட்டு, அந்தக் கேமராவைக் குறி வைத்து அவர் ஓர் அம்பு எய்தார். அது நேராக அந்தக் கேமராவின் கண்களைத் தாக்கி அதைச் செயலிழக்க வைத்தது. உடனே அவர்

அந்த வளாகத்திற்குள் பதுங்கியவாறு நுழைந்தார். அவரிடம் அதிநவீன தானியங்கி அம்பு இயக்கி ஒன்று இருந்தது. அவர் தன்னுடைய ஒரு கண்ணில், விசேஷமாகத் தயாரிக்கப்பட்டிருந்த கண்ணாடி ஒன்றை மாட்டியிருந்தார். அது அவருடைய நெற்றியைச் சுற்றி ஒரு வளையத்தால் பிணைக்கப்பட்டிருந்தது. அந்தக் கண்ணாடி, அந்த வளாகத்திற்குள் இருந்த ஆட்களைக் காட்சிப்படுத்திக் கொண்டிருந்தது. அதோடு, அந்த வளாகத்தின் அறைகள், தாழ்வாரங்கள் ஆகியவற்றின் முப்பரிமாணக் காட்சியையும் அது காட்டிக் கொண்டிருந்தது. ஓம் சாஸ்திரி சிறை வைக்கப்பட்டிருந்த அறைக்குச் செல்வதற்கான வழியையும் அது காட்டியது. அந்தக் கண்ணாடியும் அவருடைய அம்பு இயக்கியும் தானியங்கி முறையில் செயல்படும் விதத்தில் தொழில்நுட்பத்தால் பிணைக்கப்பட்டிருந்தன. அவர் தன் கண்ணாடியில் ஓர் இலக்கை நிர்ணயித்து அந்த அம்பு இயக்கியை அழுத்தினால், அது துல்லியமாக அந்த இலக்கைத் தாக்கும். அதோடு, அவர் தன்னுடைய இடுப்பைச் சுற்றி ஒரு பெல்ட் அணிந்திருந்தார். அதில் முன்னாலும் பின்னாலும் பக்கவாட்டிலும் பைகள் அமைக்கப்பட்டிருந்தன. அவருடைய வலது கையில் முழங்கையிலிருந்து மணிக்கட்டுவரை ஓர் உலோகத் தகடு பிணைக்கப்பட்டிருந்தது. அதன் முனையில் ஒரு சிறு அம்பு இடம்பெற்றிருந்தது.

அவருடைய முதுகில் ஒரு பை தொங்கிக் கொண்டிருந்தது. இரண்டு அதிநவீன துப்பாக்கிகளை அவர் தன் கைகளில் ஏந்தியிருந்தார். அவற்றில் ஒன்றின் பெயர் PDW19. அத்துப்பாக்கியால் 250 அடி தூரத்தில் இருக்கின்ற இலக்கைக்கூடத் தாக்க முடியும். அதன் ஒரு கிளிப்பில் 25 குண்டுகள் இருக்கும். மற்றொரு துப்பாக்கி P622. 150 அடி தூரத்தில் இருக்கின்ற இலக்கைக்கூட அதனால் தாக்க முடியும். அதன் ஒரு கிளிப்பில் 8 குண்டுகள் இருக்கும்.

அவர் எச்சரிக்கையுடன் சில அடிகள் எடுத்து வைத்தவுடன், தாழ்வாரத்தின் மற்றொரு முனையில், கையில் துப்பாக்கியுடன் ஒரு பாதுகாவலர் நின்று

கொண்டிருந்ததை அவர் பார்த்தார். அவர் மெதுவாக அந்த நபரை நோக்கி நகர்ந்தார். அவருடைய கண்ணில் பொருத்தப்பட்டிருந்த கண்ணாடி, அவர் அந்த நபரிடமிருந்து எத்தனை அடி தூரத்தில் இருந்தார் என்பதைக் காட்டியது. பின் அவர் அப்படியே நின்றார். அவருடைய கண்ணாடி, 'இலக்கு அடையப்படக்கூடியத் தூரத்தில் இருக்கிறது' என்று ஒரு பிரகாசமான பச்சை நிறத்தில் காட்டியது. அவர் முதல் அம்பை விடுவித்தார். அது அந்தப் பாதுகாவலரின் தலையைத் தாக்கியது. மறுகணம் அந்தக் காவலர் செத்துக் கீழே விழுந்தார். துப்பாக்கி ஏந்தியிருந்த நபர் சத்தமின்றி அந்தப் பாதுகாவலரை நோக்கி ஓடிச் சென்று, அவருடைய பெல்ட்டின் பையிலிருந்த 'ஃபைபர் ஆப்டிக் பிளேட்டை' வெளியே எடுத்து, அதில் நேரத்தை 'செட்' செய்து, அந்த இடத்திலிருந்த ஒரு மறைவான மூலையில் வைத்தார்.

பின் அவர் அடுத்த நபரை வீழ்த்துவதற்காக மெதுவாக முன்னேறினார்.

அதே நேரத்தில், ராஸ் தீவின் கரையில் ஒரு ஹெலிகாப்டர் வந்திறங்கியது. அதைத் தொடர்ந்து ஒரு விரைவுப்படகும் அதே இடத்தில் கரையில் வந்து நின்றது. அந்தப் படகில் வந்தவர், அந்த ஹெலிகாப்டர் மெதுவாக இறங்கிக் கொண்டிருந்ததைப் பார்த்தார். அவர் தன் பையை எடுத்துக் கொண்டு அதை நோக்கி ஓடினார். ஓடிக் கொண்டே அவர் தன் துப்பாக்கிகளில் குண்டுகளை நிரப்பினார். ஹெலிகாப்டரிலிருந்து இறங்கியவர்களை அவருடைய துப்பாக்கிக் குண்டுகள் வரவேற்றன. அவர்களில் சிலர் தங்களைச் சுட்டவனின் திசையை நோக்கித் திருப்பிச் சுட்டனர். ஹெலிகாப்டரிலிருந்து இறங்கிக் கொண்டிருந்த வீரபத்ரா, தன் கையிலிருந்த புத்தகம் ஒரு பொக்கிஷம் என்பதை உணர்ந்து கொண்டார். அதனால், அவர் ஒரு கணம்கூடத் தாமதிக்காமல், தன் ஜீப் எங்கே இருந்ததென்று பார்த்துவிட்டு அதை நோக்கி விரைந்தார். அதைத் தடுக்க நினைத்து அவர்களை நோக்கிச் சுட்டுக் கொண்டிருந்த நபர் அந்த ஜீப்பின் டயர்களைச் சுட்டு அவற்றைப் பஞ்சராக்கினார். பின்னர் அவர் அந்த

ஜீப்பின் ஓட்டுநரைச் சுட்டு வீழ்த்தினார். அப்போது அந்த ஜீப்பின் அருகே வந்த வீரபத்ரா, அதன் ஓட்டுநரின் இறந்த உடல் வெளியே விழுந்தபோது, அந்த ஜீப்பிற்குள் பாய்ந்து ஏறி, அந்த ஓட்டுநரின் இருக்கையில் அமர்ந்து, பஞ்சரான அந்த ஜீப்பை வளாகத்தை நோக்கிச் செலுத்தினார். வீரபத்ராவின் ஆட்கள், தங்களை நோக்கிச் சுட்டுக் கொண்டிருந்த நபருடன் துப்பாக்கிச் சண்டை நடத்தி வீரபத்ரா அங்கிருந்து செல்வதற்கு உதவ முயன்றனர். அதற்காக அவர்கள் தங்களுடைய உயிரையும் கொடுக்கத் துணிந்தனர்.

இதற்கிடையே, விசாரணை அறையில், திரையில் காட்சியளித்துக் கொண்டிருந்த ஓம் சாஸ்திரி தாடியுடன் இருந்தார். அவருடைய தலையைப் பழங்குடியினரின் மணிமுடி ஒன்று அலங்கரித்திருந்தது. அவர் ஒரு கடவுளின் அந்தஸ்தில் வைத்துப் போற்றப்பட்டுக் கொண்டிருந்தார். ஓம் சாஸ்திரி தொடர்ந்து பேசினார்: "எனக்கு மக்களை ஏய்க்கவோ, ஏமாற்றவோ அல்லது அவர்களிடம் பொய் சொல்லவோ தெரியாது. நான் எவரொருவரையும் என் சொந்த ஆதாயத்திற்காக ஒருபோதும் பயன்படுத்தியதில்லை. சில முதியவர்கள், கடவுளால் தங்களிடம் அனுப்பி வைக்கப்பட்டிருந்த அவதார புருஷன் நான் என்று என்னை வர்ணித்தனர். அதனால், எனக்குச் சேவை புரிவது என்பது கடவுளுக்கே சேவை புரிவதாகும் என்று அவர்கள் நம்பினர். இந்த மக்கள், நான் ஆட்கொல்லி நோயிலிருந்து மீண்டிருந்ததையும், இயற்கைப் பேரழிவுகளிலிருந்து காயப்படாமல் தப்பி வந்திருந்ததையும் பார்த்திருந்தனர். இந்த நம்பிக்கை தொடர்ந்தது. சிறிது காலத்திற்கு, குறிப்பிடத்தக்க எந்தச் சம்பவமும் நிகழாமல் இருந்தது. அந்தக் கூட்டத்திலிருந்த முதியவர்கள் இயற்கை மரணம் எய்தினர். அவர்களோடு சேர்ந்து, என்னைப் பற்றி அக்குழுவினர் வைத்திருந்த நம்பிக்கையும் மறைந்து போயிற்று. காலம் மாறிக் கொண்டிருந்தது. அதன் தலைவர்களும் மாறினர். திடீரென்று சில இளைஞர்கள், இனம் தெரியாத ஏதோ ஒரு நோயால் இறந்தனர். ஆனால், அவர்களுடைய கூட்டத்தில் சேர்ந்ததிலிருந்து, நான் மட்டும் ஒரு

நாள்கூட வயதாகாமல் அப்படியே இருந்ததைக் கண்ட அவர்கள், நான் அந்த இளைஞர்களின் உயிரை உறிஞ்சி வாழ்ந்து கொண்டிருந்தேன் என்ற முடிவுக்கு வந்தனர். அந்த இளைஞர்களின் சாவுக்கு நான்தான் காரணம் என்று அவர்கள் நினைத்தனர். அவர்கள் என்னை ஒரு சாபமாகக் கருதினர். என்மீது நம்பிக்கை வைத்திருந்த ஒரு சிலர் எனக்காக வாதாடினர். ஆனால் அது எடுபடவில்லை. அதனால், நான் அக்குழுவிலிருந்து விலக்கி வைக்கப்பட்டேன். அவர்கள் என்னைக் கொல்லாமல் விட்டதற்குக் காரணம், அது தங்களுக்கு இன்னும் பெரிய சாபத்தைக் கொண்டு வந்துவிடுமோ என்ற அவர்களுடைய பயம்தான்.

"நான் மீண்டும் தனியனானேன். எவரொருவரும் என்னைப் பற்றிய உண்மையை ஏற்றுக் கொள்ளத் தயாராக இல்லாததால், நான் அடிக்கடி என்னுடைய அடையாளத்தையும் இடத்தையும் மாற்றிக் கொள்ள வேண்டும் என்று நான் தீர்மானித்தேன்.

"அன்றிலிருந்து நான் மறைந்து வாழ்ந்து கொண்டிருந்தேன். ஆனால்–"

அப்போது திடீரென்று அந்த அறையின் கதவு தடாலென்று திறந்தது. டாக்டர் சீனிவாசன் உள்ளே நுழைந்தார். ஓம் சாஸ்திரி எச்சரிக்கையடைந்தார். எல்லோருமே டாக்டர் சீனிவாசனைத் திரும்பிப் பார்த்தனர். அவர் நேராக ஓம் சாஸ்திரியை நோக்கி வேகமாக நடந்தார்.

"சார், நீங்கள்–" என்று டாக்டர் பத்ரா துவக்கினார். ஆனால், பேசாமல் இருக்கும்படி டாக்டர் சீனிவாசன் அவருக்குத் தன் கையால் சைகை செய்தார்.

டாக்டர் சீனிவாசன் ஓம் சாஸ்திரியின் சட்டையைக் கொத்தாகப் பற்றி, அவருடைய கண்களை நேருக்கு நேர் உற்றுப் பார்த்தார். அவருடைய கண்கள் கோவைப் பழம்போலச் சிவந்திருந்தன.

"சார், உங்களுக்கு என்னவாயிற்று? நீங்கள் என்ன செய்து கொண்டு–" என்று கூறிக் கொண்டே டாக்டர் ஷாஹிஸ்தா எழுந்தார். டாக்டர் சீனிவாசன் அவரைப் பார்த்தப் பார்வையிலிருந்தே, தன் வாயை மூடிக்

கொண்டிருப்பதைத் தவிர தனக்கு வேறு வழியில்லை என்பது அவருக்குப் புரிந்துவிட்டது. டாக்டர் சீனிவாசன் மீண்டும் தன் பார்வையை ஓம் சாஸ்திரியின் பக்கம் திருப்பினார். ஆனால், ஓம் சாஸ்திரி வழக்கம்போல அமைதியாக, தன்னிடம் வீசப்படவிருந்த கேள்வியை எதிர்கொள்வதற்குத் தயாராக இருந்தார். இவை அனைத்தையும் தன் அறையிலிருந்து பார்த்துக் கொண்டிருந்த அந்த முதியவர், தன் முன் இருந்த அபாய எச்சரிக்கை மணியை அழுத்தினார்.

"சின்னா, என்னவாயிற்று?" என்று ஓம் சாஸ்திரி தெலுங்கில் கேட்டார்.

ஓம் சாஸ்திரி தன் தாய்மொழியில் கேள்வி கேட்டவுடன் ஒரு கணம் அது டாக்டர் சீனிவாசனுக்கு ஆறுதலளித்தது. ஆனால், மறுகணம் அவருடைய கோபம் மீண்டும் அவரிடம் திரும்பி வந்தது. டாக்டர் சீனிவாசனும் பதிலுக்குத் தெலுங்கிலேயே, "நான் ஒன்றும் சின்னா அல்லன். நான் இப்போது உங்களிடம் கேட்கப் போகின்ற கேள்விகளுக்கு நீங்கள் ஒளிவுமறைவின்றி பதில் கூறிவிடுவது உங்களுக்கு நல்லது," என்றார்.

அவர்களுடைய உரையாடல் தெலுங்கிலேயே தொடர்ந்தது. அதற்கு ஓம் சாஸ்திரி, "சரி, நான் உங்களைச் 'சின்னா' என்று கூப்பிடவில்லை. அப்படியானால், 'குஞ்சு' என்று கூப்பிடவா?" என்று கேட்டார்.

"இப்போது எவரும் என்னை அந்தப் பெயரில் அழைப்பதில்லை. அதை எப்படி நீங்கள் அறிந்திருக்க முடியும்? நீங்கள் உண்மையில் யார்?" என்று டாக்டர் சீனிவாசன் கேட்டார்.

ஓம் சாஸ்திரி தன் கண்களை மூடினார். உடனே திரை உயிர்பெற்றது. அதில், ஓர் அரசுப் பள்ளியின் வகுப்பறை ஒன்றில் சில மாணவர்கள், உளுத்துப் போயிருந்த பழைய பெஞ்சுகளில் அமர்ந்திருந்தனர். அவர்கள் ஒவ்வொருவரும் ஓர் அரை டிராயரும் ஒரு வெள்ளைச் சட்டையும் அணிந்திருந்தனர். அவர்களில் சிலர் சாதாரணமான செருப்புகளை அணிந்திருந்தனர். சிலர் எதுவும் அணியாமல் வெற்றுக் கால்களுடன் இருந்தனர். அந்த வகுப்பில் தேம்பிக் கொண்டிருந்த ஒரு

மாணவனைப் பிற மாணவர்கள் கிண்டலும் கேலியும் செய்து அவனைச் சீண்டிக் கொண்டிருந்தனர். அப்போது உள்ளே நுழைந்த வகுப்பாசிரியர், அந்தச் சிறுவனைச் சீண்டிக் கொண்டிருந்த மாணவர்களைத் திட்டினார். அந்த வகுப்பாசிரியர் வேறு யாருமல்லர், அவர் ஓம் சாஸ்திரிதான். அவர் அந்த மாணவர்களை அந்த வகுப்பறையிலிருந்து வெளியே துரத்திவிட்டு, தேம்பிக் கொண்டிருந்த மாணவனின் அருகே போய் அமர்ந்து, அவனுடன் பேசி அவனைச் சமாதானப்படுத்தினார்.

"இது உங்களுக்கு நினைவிருக்கிறதா?" என்று ஓம் சாஸ்திரி தெலுங்கில் அமைதியாகக் கேட்டார்.

டாக்டர் சீனிவாசனின் கண்கள் குளமாயின. அவர் ஒரு குழந்தையைப்போல அழத் தொடங்கினார். தன் சொந்தக் குழந்தைப்பருவத்தை அத்திரையில் காட்சியாகப் பார்த்தவுடன், எல்லாவற்றையும் நம்புவதைத் தவிர அவருக்கு வேறு வழி இருக்கவில்லை. ஓம் சாஸ்திரி கூறிய அனைத்தையும் அவர் இப்போது நம்பினார். அவர் ஓம் சாஸ்திரியைப் பரிவுடனும் மரியாதையுடனும் பார்த்தார்.

அந்த அறையிலிருந்த மற்ற எவருக்கும் தெலுங்கு தெரியாது என்பதால், என்ன நடந்து கொண்டிருந்தது என்பது தெரியாமல் அவர்கள் குழம்பினர்.

டாக்டர் ஷாஹிஸ்தா எழுந்து அவர்கள் இருவரையும் நோக்கி வந்தார். அப்போது, லிசாவின் கணினி 'பீப்' என்ற ஒலியை எழுப்பியது.

லிசா நிமிர்ந்து திரையைப் பார்த்தாள். அது ஒரு நிமிடம் வெறுமையாயிற்று. பின் அதில் அந்த முதியவரின் முகம் தோன்றியது. எச்சரிக்கை அடைந்த லிசா, தன் கணினியில் 'என்டர் கீயை' ஒரு முறை அழுத்தினாள். இப்போது அவளுடைய கணினியின் திரையில் ஒரு டிஜிட்டல் கடிகாரம் தோன்றியது. அது 8.43 என்ற நேரத்தைக் காட்டியது. ஒவ்வொரு நொடிக்கும், கால அவகாசம் குறைந்து கொண்டே வந்தது. லிசாவின் கண்கள் அகலமாக விரிந்தன. அவள் பரிமலைப் பார்த்தாள்.

பரிமல் ஏற்கனவே அவளைத்தான் பார்த்துக்

கொண்டிருந்தான். அவனுடைய கணினியில் அதே பீப் சத்தமும், அதே டிஜிட்டல் கடிகாரமும் தோன்றியிருந்தன. பின் அவன் எழுந்து அபிலாஷின் அருகே சென்று அவருடைய தோள்மீது கை வைத்தான். எப்போதும் ஒதுங்கியிருந்த அவன் திடீரென்று படுசுறுசுறுப்பானான்.

வெளியே வீரபத்ராவின் ஜீப்புக்கும் வளாகத்திற்கும் இடையேயிருந்த தூரம் இரண்டு கிலோமீட்டருக்கும் குறைவாக ஆனபோது, அவருடைய ஆட்கள் அனைவரையும் கொன்றிருந்த அந்த நபர், வீரபத்ராவின் ஜீப்பின் பின்னால் ஓடத் தொடங்கினார். வீரபத்ரா ஒருவழியாக அந்த வளாகத்தை அடைந்தார். அவருடைய உடலில் பல காயங்கள் இருந்தன. அவருடைய முகத்தில் இரத்தக் கறை படர்ந்திருந்தது. அவருக்குப் பெருமூச்சு வாங்கிக் கொண்டிருந்தது. கட்டடத்திற்குள் நுழைந்த அவர், டாக்டர் சீனிவாசனின் பெயரைச் சொல்லிக் கூப்பிட்டார். அங்கிருந்த காவலர்கள், பாதுகாப்புக்காக அவரைச் சுற்றி ஒரு வளையம்போல நின்றனர்.

டாக்டர் சீனிவாசன் ஓம் சாஸ்திரியிடம், “அந்தப் புத்தகங்களில் என்ன இருக்கிறது?” என்று கேட்டார்.

தான் ஒளித்து வைத்திருந்த இடத்தில் அப்புத்தகங்கள் பாதுகாப்பாக இருந்ததாக ஓம் சாஸ்திரி இன்னும் நம்பிக் கொண்டிருந்ததால், டாக்டர் சீனிவாசனைப் பார்த்து அவர் புன்னகைத்தார். அவரைப்போலவே அப்புத்தகங்களும் ராஸ் தீவை வந்தடைந்திருந்ததை அவர் அறியவில்லை.

“இந்த உலகின் மிகப் பெரிய சவாலான மரணத்தை வெல்வதற்கான இரகசியத்தை அப்புத்தகங்கள் கொண்டிருக்கின்றன. மனிதன் இன்னும் கண்டுபிடித்திருக்காத ஒன்று அது. இறப்பே அடையாமல் என்றென்றும் உயிர்வாழ்வதற்கான வழிமுறைகளை அவை உள்ளடக்கியுள்ளன. என்னைப் போன்ற ஒருவனை உருவாக்குவதற்கான செயல்முறைகள் அவற்றில் இடம்பெற்றுள்ளன.”

டாக்டர் சீனிவாசன் ஓம் சாஸ்திரி கூறியதைச் சீரணிக்க முயன்று கொண்டிருந்தபோது, அவருடைய அலைபேசி ஒலித்தது. மறுமுனையில் வீரபத்ரா

இருந்தார்.

"சார், அந்தப் புத்தகம் என்னிடம் இருக்கிறது. யாரோ ஒருவன் என்னை இந்தத் தீவிலும் துரத்தி வந்து கொண்டிருக்கிறான். நீங்கள் இப்போது எங்கே இருக்கிறீர்கள்?" அவருக்கு மூச்சு வாங்கிக் கொண்டிருந்தது.

ஓம் சாஸ்திரி டாக்டர் சீனிவாசனுக்கு அருகே இருந்ததால், வீரபத்ரா கூறிய எல்லாம் அவருக்குக் கேட்டது.

ஓம் சாஸ்திரிக்கு ஏற்பட்டிருந்த அதிர்ச்சி அவருடைய முகத்தில் அப்பட்டமாகத் தெரிந்தது. தான் ஏமாற்றப்பட்டிருந்ததை அவர் முதன்முறையாக உணர்ந்தார். தன்னுடைய பழைய மாணவன்மீது அவர் கொண்டிருந்த அன்பு முழுவதும் அக்கணத்தில் முற்றிலுமாக வற்றிப் போனது. டாக்டர் சீனிவாசன் வீரபத்ராவிடம், "நீங்கள் விசாரணை அறைக்கு வாருங்கள். நான் வெளியே வந்து அதை வாங்கிக் கொள்கின்றவரை அந்த அறைக்கு வெளியிலேயே காத்திருங்கள்," என்று கூறியதை ஓம் சாஸ்திரி உணர்ச்சிவசப்படாமல் கேட்டார். அலைபேசி அழைப்பைத் துண்டித்துவிட்டு டாக்டர் சீனிவாசன் நிமிர்ந்து பார்த்தபோது, அவருடைய கண்களில் குற்றவுணர்ச்சி நிரம்பியிருந்தது, அவருடைய முகம் மன்னிப்புக் கேட்கும் முகபாவத்தைக் கொண்டிருந்தது. அவர் ஓம் சாஸ்திரியிடம் உணர்ச்சிகரமாகப் பேசினார். "நான் ஒரு மாபெரும் தவறு செய்துவிட்டேன். ஆனால், அது நான் அறியாமல் செய்த தவறு. அதை நான் இப்போது சரி செய்யப் போகிறேன். நான் உங்களிடம் ஒன்றைச் சொல்லிக் கொள்ள விரும்புகிறேன். இந்தக் குழுவின் தலைவன் நான் அல்லன். அவர் வேறு ஒருவர். இத்தனை நாட்களும் நான் ஒரு மோசமானவனுக்குத் துணை போய்க் கொண்டிருந்தேன் என்பதை இன்றுவரை நான் அறியாமல் இருந்துவிட்டேன். இந்த இளையவர்கள் அனைவரும் அப்பாவிகள். இவர்களுக்கு எதுவும் தெரியாது."

ஓம் சாஸ்திரி தன் கண்களை மூடிக் கொண்டார்.

அவர் மிகவும் விரக்தியான ஒரு குரலில், "நீங்கள் என்ன செய்துள்ளீர்கள்? நீங்கள் அனைவரும் யாருக்காக வேலை பார்த்துக் கொண்டிருக்கிறீர்கள்?" என்று கேட்டார்.

டாக்டர் சீனிவாசன், "நான் பணத்திற்காக வேலை பார்த்துக் கொண்டிருந்ததாக நான் நினைத்துக் கொண்டிருந்ததால், இந்த வேலை குறித்த அதிகப்படியான விபரங்களை அறிந்து கொள்ள நான் முயற்சிக்கவில்லை. இங்கிருப்பவர்கள் அனைவரும், தாங்கள் எனக்காக வேலை செய்து கொண்டிருப்பதாக நினைத்துக் கொண்டிருந்ததால், அவர்கள் என்னை நம்பினர், என்னிடம் எந்தக் கேள்வியும் கேட்காமல் இருந்தனர். இப்போது, அந்த நபரின் கைகளில் இந்தப் புத்தகங்கள் சிக்கிவிடாமல் பார்த்துக் கொள்வதற்காக நான் உடனடியாக இங்கிருந்து கிளம்பியாக வேண்டும். மன்னிக்கப்பட முடியாத ஒரு குற்றத்தை நான் செய்துள்ளேன். ஒருவேளை என் முயற்சியில் நான் தோற்றுவிட்டால், அதற்காக என்னை நீங்கள் மன்னிக்க முயற்சி செய்யுங்கள்," என்று கூறினார். அவருடைய தலை அவமானத்தாலும் குற்றவுணர்வாலும் கவிழ்ந்திருந்தது. திடீரென்று, அவர் திரும்பி, அந்த முதியவர் பார்ப்பதற்காகச் சுவரில் அமைக்கப்பட்டிருந்த இரகசியக் கேமராவின் அருகே சென்று, அந்தக் கேமரா சுக்குநூறாக உடைந்து நொறுங்கும்வரை அதைத் தாக்கினார். இதைத் தன் திரையில் பார்த்துக் கொண்டிருந்த அந்த முதியவர், இறுதியில் அந்தத் திரை வெறுமையானதைக் கண்டார். அவருடைய முகத்தில் ஒரு புன்னகை படர்ந்தது.

டாக்டர் சீனிவாசன் ஓம் சாஸ்திரியின் கரத்தை ஒரு முறை பிடித்து அழுத்திவிட்டு அங்கிருந்து கிளம்ப முயன்றார். ஓம் சாஸ்திரி அவரிடம், "இதைச் செய்வதற்கு உங்களுக்குப் பணம் கொடுத்தது யார்?" என்று கேட்டார்.

"அவர் பெயர் நாகேந்திரர். அதைத் தவிர எனக்கு வேறு எதுவும் தெரியாது," என்று கூறிவிட்டு, டாக்டர் சீனிவாசன் அந்த அறையிலிருந்து வேகமாகச் சென்றுவிட்டார். அந்தப் பெயரைக் கேட்டதும் ஓம்

சாஸ்திரியின் முகம் வெளுத்துவிட்டது. அவருடைய இறவா நிலை கதையை மற்றவர்கள் கேட்டபோது அவர்கள் எந்த அளவு வியப்பும் திகைப்பும் அடைந்தார்களோ, அதே அளவு வியப்பையும் திகைப்பையும் அவர் அடைந்தார்.

டாக்டர் சீனிவாசன் வெளியேறியதும் பரிமல் கதவை நோக்கி நடந்தான். “பரிமல்?” என்று டாக்டர் பத்ரா அவனை அழைத்தார்.

பரிமல் திரும்பிப் பார்க்காமலேயே, “நான் ‘தம்’ அடிக்கப் போகிறேன்,” என்று கூறிவிட்டு வெளியே போய்விட்டான். டாக்டர் பத்ராவும் டாக்டர் ஷாஹிஸ்தாவும் ஒருவரையொருவர் பார்த்தனர். ஏனெனில், இம்முறை பரிமல் திக்காமல் தெளிவாகப் பேசினான். லிசா தன் கணினியில் எதையோ நோண்டிக் கொண்டிருந்தாள். அவள் நேரத்தோடு போட்டி போட்டுக் கொண்டிருந்ததைப்போல இருந்தது.

பரிமல் அந்த அறையைவிட்டு வெளியே வந்தவுடன் சமையலறையை நோக்கி வேகமாக ஓடினான். அது அந்த வளாகத்தின் பின்பக்கத்தில் இருந்தது. சமையலறையை அடைந்த அவன், அதற்கும் அந்த வளாகத்திற்கும் இடையேயிருந்த சுவரை ஒட்டி நின்று கொண்டான். ஏதோ ஒன்று நிகழ்வதற்காக அவன் அங்குப் பொறுமையின்றிக் காத்திருந்தான். அடிக்கடி அவன் தன் கைக்கடிகாரத்தைப் பார்த்துக் கொண்டிருந்தான். அந்த முதியவர் தன் இருக்கையில் அமர்ந்து கொண்டு, ஒவ்வொருவரின் நடவடிக்கைகளையும் உன்னிப்பாகக் கவனித்துக் கொண்டிருந்தார்.

டாக்டர் பத்ராவும் டாக்டர் ஷாஹிஸ்தாவும் தங்களைச் சுற்றி நடந்த விஷயங்களைக் கண்டு வியப்பும் திகைப்பும் அடைந்த நிலையில் அந்த அறையின் நடுவில் நின்று கொண்டிருந்தனர். டாக்டர் சீனிவாசன் தன் கண்களில் கண்ணீருடனும் மனத்தில் நன்றியுணர்வுடனும் மரியாதையுடனும் ஓம் சாஸ்திரியுடன் பேசியதை அவர்கள் பார்த்திருந்தனர். பரிமலையும் லிசாவையும்போல டாக்டர் சீனிவாசனும் நேரத்தோடு போட்டி போட்டுக் கொண்டிருந்ததை

அவருடைய உடல்மொழி வெளிப்படுத்தியதையும் அவர்கள் கண்டனர். அபிலாஷ் தன் மேசைமீது தலை சாய்த்துத் தூங்கிக் கொண்டிருந்தார்.

லிசா இன்னும் தன் கணினியில் மும்முரமாக இருந்தாள். அவளுடைய காலின் பெருவிரலில் பச்சை குத்தப்பட்டிருந்த '1கொரிந்தியர்15:51' என்ற சங்கேதச் சொற்களை அவள் அக்கணினியில் தட்டச்சு செய்து கொண்டிருந்தாள்.

'மரணத்தின்மீதான வெற்றி' என்பது அந்த பைபிள் வசனத்தின் பொருள். அவள் அந்த சங்கேதச் சொற்களைத் தட்டச்சு செய்து 'என்டர் கீயை' அழுத்தியதும், பரிமல் சாய்ந்து நின்று கொண்டிருந்த சுவர் ஒரு கதவாக உருமாற்றம் அடைந்தது. அங்கு ஒரு சில செங்கற்கள் கீழே விழுந்தன. அந்தக் கதவில் தொடு விசைப்பலகையுடன்கூடிய ஒரு திரை தோன்றியது. அது ஒரு குறியீட்டைக் கேட்டது. பரிமல் அதே '1கொரிந்தியர்15:51' என்ற சங்கேதச் சொற்களை அதில் தட்டச்சு செய்தான். உடனே அக்கதவு திறந்தது. இரண்டு சுவர்களுக்கு நடுவேயிருந்த ஒரு குறுகிய பாதையை அது வெளிப்படுத்தியது. அப்பாதை மூன்றடி அகலமும் பதினாறடி நீளமும் இருந்தது. அதன் முடிவில் ஒரு சிறிய இரகசிய அறை இருந்தது. அதற்குள் ஏகப்பட்ட ஆயுதங்கள், குண்டு துளைக்காத ஜாக்கெட்டுகள் போன்றவை இருந்தன. அந்த இடத்தில் வெள்ளை நிற வெளிச்சம் இருந்தது. அந்த ஆயுதங்கள் அனைத்தும் சுவரில் மாட்டப்பட்டிருந்தன. அந்த அறையின் கதவுக்கு நேர் எதிரே மற்றொரு கதவு இருந்தது. அதன் மறுபுறம் விசாரணை அறை இருந்தது. ஒரு நொடியைக்கூட வீணாக்காமல், பரிமல் அங்கிருந்த ஆயுதங்களை எடுக்கலானான்.

லிசா தனக்குத் தனியாக ஒரு கணம் கிடைக்குமா என்று எல்லோரையும் அவதானித்துக் கொண்டிருந்தாள். அக்கணம் கிடைத்தவுடன், அந்த விசாரணை அறையின் ஒரு மூலையிலிருந்த ஒப்பனை அறைக்குள் அவள் விரைந்து சென்றுவிட்டாள்.

முகமூடி அணிந்திருந்த நபர், தாழ்வாரத்தில்

இருந்த பாதுகாவலர்கள் அனைவரையும் ஓசையின்றிக் கொன்றிருந்தார். இதற்கிடையே, வளாகத்திற்குள் வந்திருந்த அவருடைய சகா, தன் கண்களில் பட்ட, சீருடை அணிந்திருந்த நபர்கள் அனைவரையும் வெளிப்படையாகத் தீர்த்துக் கட்டிக் கொண்டிருந்தார். அவருடைய துப்பாக்கிச் சத்தம், உள்ளே இருந்தவர்களின் காதுகளைச் செவிடாக்கும் அளவுக்கு அந்த வளாகமெங்கும் எதிரொலித்தது. அதைக் கேட்டு, மீதியிருந்த அனைத்துக் காவலர்களும் வாசலுக்கு ஓடி வந்ததால், முதலில் உள்ளே நுழைந்திருந்த முகமூடி நபர் எந்தவிதமான எதிர்ப்பும் இன்றி வேகமாக விசாரணை அறையை அடைந்தார்.

டாக்டர் பத்ரா மற்றும் டாக்டர் ஷாஹிஸ்தாவுடன் சேர்ந்து ஓம் சாஸ்திரியும் அந்தத் துப்பாக்கிச் சத்தத்தைக் கேட்டார். உடனே தன்னை விடுவிக்கும்படி அவர் அவர்களிடம் கேட்டார். தன்னை விடுவிக்காவிட்டால், அடுத்த நடக்கவிருந்த விளைவுகளைப் பார்க்க அவர்கள் உயிருடன் இருக்க மாட்டார்கள் என்று அவர் அவர்களை எச்சரித்தார்.

அபிலாஷ் நன்றாகத் தூங்கிக் கொண்டிருந்தார். டாக்டர் பத்ரா அவரை நோக்கிச் சென்றார். டாக்டர் ஷாஹிஸ்தா ஓம் சாஸ்திரியை நோக்கிச் சென்றார். தான் செய்யவிருந்தது சரியா அல்லது தவறா என்று அவர் குழம்பினார். டாக்டர் பத்ரா அபிலாஷை உலுக்கினார். ஆனால், அவர் அதற்கும் எழுந்திருக்கவில்லை. டாக்டர் சீனிவாசன் உடனே அவருடைய நாடித்துடிப்பைச் சோதித்தார். அபிலாஷ் ஏற்கனவே இறந்து போயிருந்தார். பீதியடைந்திருந்த டாக்டர் ஷாஹிஸ்தா, ஓம் சாஸ்திரியை விடுவிப்பதென்று தீர்மானித்தார். திரையில் அந்த முதியவரின் முகத்தைப் பார்த்த உடனேயே பரிமல் அபிலாஷைக் கொன்றிருந்தான். எப்படி, எதற்காக ஆகிய கேள்விகளுக்கான விடைகள் அந்த விசாரணை அறையிலிருந்தவர்களிடம் இருக்கவில்லை.

இதற்கிடையே, தாழ்வாரத்தில் வீரபத்ராவைச் சந்தித்த டாக்டர் சீனிவாசன், அப்புத்தகத்தைத் தன்னிடம் கொடுக்குமாறு அவரிடம் கேட்டார்.

நிலைமையின் விபரீதத்தை இன்னும் உணர்ந்திராத வீரபத்ரா, அதை அவரிடம் கொடுத்துவிட்டார். டாக்டர் சீனிவாசன் அதைத் தன் நெஞ்சோடு அணைத்துக் கொண்டு விசாரணை அறையை நோக்கித் திரும்பினார். இதைத் தன் திரையில் பார்த்துக் கொண்டிருந்த அந்த முதியவர், தன் காதில் மாட்டியிருந்த ஒயரில் ஒரு பட்டனை அழுத்தினார்.

"லிசா?"

ஒப்பனை அறையிலிருந்த லிசாவும் அதே போன்ற ஒரு கருவியைத் தன் காதில் மாட்டியிருந்தாள். அந்த முதியவரின் குரல் அவளுக்குத் தெளிவாகக் கேட்டது. "சொல்லுங்கள், சார்," என்றாள் அவள். பிறகு, அவள் அங்கிருந்த ஒரு குழாயின்மீது ஏறி, மேலே ஓரிடத்தில் ஒளித்து வைக்கப்பட்டிருந்த ஒரு பையை வெளியே எடுத்தாள்.

அந்த இரகசிய அறைக்குள் சென்ற பரிமலும், வெளியே வந்த பரிமலும், வெவ்வேறு நபர்களைப்போலத் தோன்றினர்.

ஓம் சாஸ்திரியை விடுவிக்க டாக்டர் பத்ராவும் டாக்டர் ஷாஹிஸ்தாவும் போராடிக் கொண்டிருந்தனர். அப்போது லிசா அந்த ஒப்பனை அறையிலிருந்து வெளியே வந்தாள். அவள் முழுமையாக உருமாற்றம் அடைந்திருந்தாள். அவள் தன் இரு கரங்களிலும் தனித்தனியாக இரண்டு P622 துப்பாக்கிகளை ஏந்தியபடி அவர்களை நோக்கி வந்து கொண்டிருந்தாள்.

அந்த விசாரணை அறையை நோக்கி வந்து கொண்டிருந்த முகமூடி நபரும் அதே துப்பாக்கியைத்தான் தன் தொடையில் கட்டியிருந்தார். அவருடைய சகா, அந்த வளாகத்தின் வாசற்கதவை, தன்னிடமிருந்த பசூக்காவைப் பயன்படுத்தி சக்திவாய்ந்த எறிகணை ஒன்றை ஏவித் தகர்த்தார். அதில் பல பாதுகாவலர்கள் உயிரிழந்தனர். அவர் எங்கிருந்து தாக்கிக் கொண்டிருந்தார் என்பதைக் கண்டுபிடிக்க முடியாமல் மீதமிருந்த பாதுகாவலர்கள் திணறினர். இதற்கிடையே, வேகமாக மாலை சரிந்து இரவு நெருங்கிக் கொண்டிருந்தது.

விசாரணை அறையை அடைந்த டாக்டர்

சீனிவாசன், அங்கு லிசா துப்பாக்கியும் கையுமாக நின்று கொண்டிருந்ததைப் பார்த்த உடனேயே, தான் நினைத்திருந்ததைப்போலன்றி, தன் குழுவில் இருந்தவர்கள் அனைவரும் அப்பாவிகள் அல்லர் என்பதைக் கண்டுகொண்டார். அவருக்கு மூச்சு வாங்கிக் கொண்டிருந்தது. எதுவும் நடக்காததுபோலக் காட்டிக் கொள்ள அவர் முடிவெடுத்தார். ஆனால், லிசா அவருடைய கதையை முடித்துவிடத் தீர்மானித்தாள். டாக்டர் சீனிவாசன் அவளை நேருக்கு நேர் பார்த்தபோது, அவள் இளக்காரமாகச் சிரித்தாள். ஒரு கணம் எல்லாம் அமைதியாக இருந்தது. மறுகணம் லிசா இரக்கமின்றி டாக்டர் சீனிவாசனைச் சுட்டுவிட்டு, அவர் வைத்திருந்த புத்தகத்தை எடுத்துக் கொண்டாள்.

தரையில் விழுந்த டாக்டர் சீனிவாசன் இரத்த வெள்ளத்தில் மிதந்தார். அவர் இறப்பு மெதுவாகத்தான் நிகழ்ந்தது. அவர் அனுபவிக்க வேண்டியிருந்த வலிகளை எல்லாம் அனுபவித்தப் பிறகுதான் அவர் மரணமடைந்தார். டாக்டர் பத்ராவும் டாக்டர் ஷாஹிஸ்தாவும், டாக்டர் சீனிவாசன் தன் கடைசி மூச்சை விடுவதைப் பார்த்துப் பேரதிர்ச்சி அடைந்தனர். லிசா எந்தக் குற்றவுணர்ச்சியும் இன்றி அதைப் பார்த்துக் கொண்டிருந்தாள். அந்தப் புத்தகம் லிசாவின் கைகளுக்கு வந்து சேர்ந்துவிட்டதைத் தன் அறையிலிருந்து பார்த்துக் கொண்டிருந்த அந்த முதியவர் புன்னகைத்தார். லிசா டாக்டர் பத்ராவையும் டாக்டர் ஷாஹிஸ்தாவையும் பார்த்து, “இருவரும் அசையாமல் நில்லுங்கள். இல்லையெனில், நான் உங்களைக் கொல்ல வேண்டி வரும். என்னால் ஒரே நேரத்தில் இரண்டு கைகளையும் பயன்படுத்த முடியும்,” என்று மிரட்டினாள்.

தன் கைகள் பாதி அவிழ்ந்திருந்த நிலையில் இருந்த ஓம் சாஸ்திரி எல்லாவற்றையும் அவதானித்துக் கொண்டிருந்தார்.

டாக்டர் ஷாஹிஸ்தா லிசாவிடம், “லிசா, நீ நிஜமாகவே எங்களைக் கொல்லப் போகிறாயா?” என்று அசட்டுத் துணிச்சலுடன் கேட்டார். அதற்கு லிசா, “தேவையெனில் அதைச் செய்ய நான் தயங்க

மாட்டேன்," என்றாள். "பிறகு எதற்காகக் காத்துக் கொண்டிருக்கிறாய்?" என்று டாக்டர் ஷாஹிஸ்தா கேட்டார்.

லிசா வெட்கமில்லாமல் சிரித்துக் கொண்டே, "ஓ! நான் என் உத்தரவுக்காகக் காத்திருக்கிறேன்," என்றாள். பின் அவள் நேராக அந்த அறையின் ஒரே கதவருகே சென்று, அதை உள்ளிருந்து அடைத்துத் தாழிட்டாள்.

அந்த முகமூடி நபர், அந்த விசாரணை அறையின் வாசலில் நின்று கொண்டிருந்த இரண்டு காவலர்களைச் சுட்டுக் கொன்றுவிட்டுக் கதவருகே வந்து நின்றார். பின் அவர் தன் முகமூடியையும் தன் கண்ணாடியையும் கழற்றினார். அவருடைய தலைமுடி நீளமாகவும் வெள்ளையாகவும் இருந்தது. அவர் ஒரு கட்டுக்கோப்பான உடலைக் கொண்டிருந்தார். அவர் தன் மார்பில் அணிந்திருந்த, குண்டுகளால் துளைக்கப்பட முடியாத ஜாக்கெட்டைக் கழற்றினார். அவர் தன் கைகளில் பெரிய தங்கக் காப்புகள் அணிந்திருந்தார். அவர் தன்னுடைய இடது கையில் வில்லையும் அம்பையும் எடுத்துக் கொண்டு, அந்த அறையின் கதவைத் தன் காலால் ஓங்கி மிதித்தார்.

பரிமல் ஆயுதங்கள் சகிதமாக அந்த முதியவரின் அறைக்குச் சென்று அவருடைய காலடியில் உட்கார்ந்தான். அந்த முதியவர் அவனுடைய தலையை வருடிக் கொடுத்தார். அதே நேரத்தில், அவர் தன் திரையில் தெரிந்து கொண்டிருந்த பல காட்சிகளைக் கவனமாகப் பார்த்துக் கொண்டிருந்தார். ஒரு காட்சியில், அந்த விசாரணை அறையின் வாசலில் நின்று கொண்டிருந்த காவலர்களை யாரோ ஒருவர் சுட்டுக் கொன்றது தெரிந்தது. அந்நபர் அந்தக் கதவை எட்டி உதைத்துவிட்டு அந்த அறைக்குள் புக முயன்ற காட்சியை அருகிலிருந்த பரிமலுக்கு அந்த முதியவர் சுட்டிக்காட்டினார்.

அதுவரை அமைதியாக உட்கார்ந்து கொண்டிருந்த பரிமல், கடும் கோபத்துடன் எழுந்து, ஓம் சாஸ்திரியும் லிசாவும் இருந்த அறையை நோக்கி விரைந்தான்.

அத்தியாயம் 14

சிரஞ்சீவிப் போராளிகள்

அந்த மற்றொரு நபர் அந்த வளாகத்தின் முன்வாசல் பக்கமிருந்த அனைவரையும் தீர்த்துக் கட்டியிருந்தார். இப்போது வீரபத்ராவும் இன்னும் இரண்டு பாதுகாவலர்களும் மட்டுமே எஞ்சியிருந்தனர்.

தன்னையும் டாக்டர் பத்ராவையும் கொல்ல லிசாவுக்கு உத்தரவு வந்திருக்க வேண்டும் என்று ஊகித்த டாக்டர் ஷாஹிஸ்தா, துணிச்சலுடன் ஓம் சாஸ்திரியின் விலங்குகளை விடுவிக்க மீண்டும் முனைந்தார்.

லிசா ஏளனமாகப் புன்னகைத்தவாறு டாக்டர் பத்ராவையும் டாக்டர் ஷாஹிஸ்தாவையும் ஒரே நேரத்தில் தன் இரண்டு கைகளிலும் இருந்த துப்பாக்கிகளால் சுட்டாள். டாக்டர் பத்ரா உள்ளுணர்வுரீதியாகச் செயல்பட்டு விலகிக் கொண்டதால் தப்பிவிட்டார். ஆனால், மற்றொரு துப்பாக்கிக் குண்டு அதன் இலக்கைத் தாக்கிவிட்டது. ஆனால், லிசா யாரைக் குறி வைத்திருந்தாளோ அவரை அது தாக்கவில்லை. லிசாவின் கவனம் அவர்கள் இருவரின்மீதும் குவிந்திருந்ததால், சுதாரித்துக் கொள்வதற்கு ஓம் சாஸ்திரிக்கு ஒரு சிறு அவகாசம் கிடைத்தது. அதனால், அவர் டாக்டர் ஷாஹிஸ்தாவைக் காப்பாற்ற முனைந்தார். அம்முயற்சியில் அந்தக் குண்டு அவருடைய முதுகைத் தாக்கிவிட்டது. ஓம் சாஸ்திரியும் டாக்டர் ஷாஹிஸ்தாவும் ஒருவரிடமிருந்து ஒருவர் சற்றுத் தள்ளிக் கீழே விழுந்தனர். ஓம் சாஸ்திரியைச் சுட்டதன் மூலம் தான் ஒரு பெரும் தவறு செய்திருந்ததை லிசா உணர்ந்தாள். ஆனால், அவள் அதைப் பற்றி அதிகமாகச் சிந்திக்காமல், மீண்டும் டாக்டர் ஷாஹிஸ்தாவின் மார்பில் சுட்டாள். குண்டடிபட்டுக் கீழே விழுந்து கிடந்த ஓம் சாஸ்திரி பரிதாபமாக அதைப் பார்த்துக்

கொண்டிருந்தார்.

பரிமல் அந்த இரகசியப் பாதை வழியாக விசாரணை அறையை நோக்கிச் சென்றான். விசாரணை அறையின் கதவு மற்றொரு உதைக்குத் தாங்காது என்பதை அறிந்து கொண்ட லிசா, ஓம் சாஸ்திரியின் காலரைப் பிடித்து அவரை ஒரு சுவரோரமாக இழுத்துச் சென்றாள். அதே நேரம், அவளுடைய கண்கள் டாக்டர் பத்ராவைத் தேடின. வெளியிலிருந்து நுழைந்து கொண்டிருந்த மனிதரைப் பார்த்துப் பின்வாங்கிய வீரபத்ரா, சமையலறைக் கதவில் சாய்ந்தபோது உள்ளே விழுந்தார். பரிமல் விசாரணை அறையின் கதவைத் திறப்பதற்கான சங்கேதச் சொற்களை அந்தக் கதவிலிருந்த கணினியில் தட்டச்சு செய்தான். விசாரணை அறைக்குள் ஒரு சில செங்கற்கள் விழுந்தன. லிசா அந்த அறைக்குள் பரிமல் வருவதற்காகக் காத்துக் கொண்டிருந்தாள். ஓம் சாஸ்திரியின் உடம்பிலிருந்து இரத்தம் கொட்டிக் கொண்டிருந்தது. அந்த அறையின் கதவுக்கு வெளியே நின்று கொண்டிருந்த நபர் மீண்டும் ஓர் உதை விட்டதில் அக்கதவு உடைந்து விழுந்தது. உள்ளே நுழைந்த நபரைக் கண்டதும் அங்கிருந்தவர்கள் பெரும் வியப்புக்கு ஆளானார்கள். ஓம் சாஸ்திரி பேசிக் கொண்டிருந்தபோது திரையில் தோன்றிய ஓர் உருவம் அது. அந்த மனிதரைத்தான் ஓராயிரம் ஆண்டுகளாகத் தான் தேடிக் கொண்டிருந்ததாக ஓம் சாஸ்திரி கூறியிருந்தார். அந்த மனிதர் ஒரு சிரஞ்சீவி.

அவர் பரசுராமர்.

அவருடைய முகம் சிவனின் கோபத்தையும் சீற்றத்தையும் கொண்டிருந்தது. எதையும் மறைக்காத பெரிய கண்களையும், ஒரு பெரிய மலையையே தூக்கக்கூடிய வலிமை படைத்தக் கைகளையும் அவர் கொண்டிருந்தார்.

அடுத்து அந்த அறையில் நுழைந்தவர் மற்றொரு சிரஞ்சீவி. அவர் அசுவத்தாமன். அவரைப் பார்த்தவுடன் அடையாளம் கண்டு கொண்ட வீரபத்ரா, பயந்து போய் அந்த முதியவரின் அறையை நோக்கி வேகமாக ஓடினார்.

ஓம் சாஸ்திரி இரத்த வெள்ளத்தில் மிதந்து

கொண்டிருந்ததையும், அவர் லிசாவின் கைகளில் ஒரு பிணைக்கைதியாக இருந்ததையும் பார்த்தவுடன் அசுவத்தாமனின் கோபம் மேலும் அதிகரித்தது. அவர் தன் வில்லால் அவளைத் தாக்க முயன்ற அத்தருணத்தில், அந்த அறையின் சுவரிலிருந்த செங்கற்கள் கீழே விழுந்தன. லிசாவுக்குப் பின்னால் ஒரு கதவு திறந்தது. உள்ளே பாய்ந்து வந்த பரிமல், லிசாவுக்கு முன்னால் சென்று பரசுராமரை நோக்கிச் சுட்டான். ஆனால், பரசுராமர் இலாவகமாகத் தப்பித்துக் கொண்டார். அந்த சந்தர்ப்பத்தைப் பயன்படுத்தி லிசா ஓம் சாஸ்திரியை இழுத்துக் கொண்டு அந்தச் சுரங்கப்பாதைக்குள் நுழைந்துவிட்டாள். பெரும் வலியிலிருந்த ஓம் சாஸ்திரியால் நிற்க முடியவில்லை. டாக்டர் பத்ரா ஓர் இரும்பு மேசைக்குப் பின்னால் ஒளிந்து கொண்டு இவை அனைத்தையும் பார்த்துக் கொண்டிருந்தார். உள்ளே சென்ற லிசாவிடம், அந்தக் கதவை மூடுவதற்கான பொத்தானை அழுத்துமாறு பரிமல் கூறினான். அக்கதவு மூடிவிட்டால் அதை அந்த விசாரணை அறையிலிருந்து திறக்க முடியாது என்பதால் அவன் அப்படிச் சொன்னான். லிசா அந்தப் பொத்தானை அழுத்தினாள். அக்கதவு மூடுவதற்குள் அந்தச் சுரங்கப்பாதைக்குள் நுழைவதற்காகப் பரிமல் அதை நோக்கி ஓடினான். அவனுடைய நோக்கத்தைப் புரிந்து கொண்ட பரசுராமர், கோபத்துடன் கத்திக் கொண்டே ஒரு கோடரியை அவனை நோக்கி வீசினார். அது மட்டும் அவன்மீது பட்டிருந்தால் அது அவனுடைய உடலை இரண்டாகப் பிளந்திருக்கும். ஆனால், அது அவனைத் தாக்குவதற்குள் அவன் அந்தச் சுரங்கப்பாதைக்குள் புகுந்துவிட்டான். ஆனால், அவனுக்குப் பின்னால் மூடிக் கொண்டிருந்த அக்கதவின் இடுக்கில் பரசுராமரின் கோடரி வந்து மாட்டிக் கொண்டு நின்றது.

பரசுராமர் வேகமாக அக்கதவை நோக்கி ஓடினார். ஆனால், அதற்குள் கதவு முழுமையாக மூடிக் கொண்டுவிட்டது. உள்ளே பரிமல் வேகமாக அதைக் கடந்து சமையலறைக்குள் சென்றான். லிசா அவனுக்குப் பின்னால் ஓம் சாஸ்திரியை இழுத்துக்

கொண்டே வந்தாள். அவர்கள் அங்கு வீரபத்ராவைப் பார்த்தனர். அவரும் அந்த முதியவரின் அறையை நோக்கிச் சென்று கொண்டிருந்ததை அவர்கள் கண்டனர். ஆனால், அவர்களைக் கண்ட வீரபத்ரா, அவர்கள் துப்பாக்கிகளுடன் இருந்ததைக் கண்டு வியந்தார். அவர்கள் ஓம் சாஸ்திரியை இழுத்து வந்து கொண்டிருந்ததையும், ஓம் சாஸ்திரியின் உடம்பிலிருந்து இரத்தம் வடிந்து கொண்டிருந்ததையும் கண்டு அவர் அதிர்ந்தார். அவருடைய உள்ளுணர்வு, பரிமலைச் சுடுவதற்கு அவரைத் தூண்டியது. எல்லா நேரங்களிலும் உள்ளுணர்வு கூறுவதைப் பின்பற்ற வேண்டும் என்பதை அவர் தன்னுடைய அனுபவத்திலிருந்து உணர்ந்திருந்தார். அதனால், அவர் பரிமலை நோக்கித் தன் துப்பாக்கியை நீட்டினார்.

"நீங்கள் என்ன செய்து கொண்டிருக்கிறீர்கள்? நீங்கள் உண்மையில் யார்?" என்று வீரபத்ரா கத்தினார்.

பரிமல் அதற்கு பதிலளிக்காமல் தன் துப்பாக்கியை அவரை நோக்கி நீட்டினான். துப்பாக்கியைத் தாழ்த்திக் கொள்ளும்படி லிசா அவனுக்குச் சைகை செய்தாள். ஆனால், பரிமல் அதற்குச் செவிசாய்க்க மறுத்துவிட்டான். பின் லிசா தன் கையால் அவனுடைய துப்பாக்கியைத் தாழ்த்தினாள்.

பிறகு அவள் வீரபத்ராவிடம், "வீரபத்ரா, நாங்கள் உங்களுடைய குழுவைச் சேர்ந்தவர்கள்தாம். நாங்கள் இவரை நாகேந்திரர் சாரிடம் அழைத்துச் சென்று கொண்டிருக்கிறோம். நீங்களும் எங்களுடன் வாருங்கள்," என்றாள்.

வீரபத்ரா தன் புருவங்களை உயர்த்தியவாறு, "இவருக்கு எப்படிக் காயம் ஏற்பட்டது? நாகேந்திரர் என்பவர் யார்?" என்று கேட்டார்.

"விசாரணை அறைக்குள் புகுந்த ஒருவன் எங்கள் அனைவரையும் தாக்கினான். அவன் இவரையும் கொல்லப் பார்த்தான். நாங்கள் எப்படியோ இவரைக் காப்பாற்றிவிட்டோம். மற்றவற்றைப் பற்றி விபரமாகச் சொல்ல இப்போது நேரமில்லை. நம்முடைய தகராறைப் பிறகு தீர்த்துக் கொள்ளலாம். முதலில் நாம்

பாதுகாப்பான இடத்திற்குச் செல்ல வேண்டும். நாம் ஒரே அணியில்தான் இருக்கிறோம். என்னை நம்புங்கள்," என்று லிசா தன் உணர்ச்சிகளைச் சாதுரியமாக மறைத்தபடி கூறினாள்.

லிசா கூறிய அனைத்தையும் ஓம் சாஸ்திரி கேட்டுக் கொண்டிருந்தார். ஆனால், அவள் கூறிய எதையும் மறுத்துப் பேச அவர் முயற்சிக்கவில்லை. வலியால் துடித்துக் கொண்டிருந்த அவர், பேசக்கூடிய நிலையிலும் இருக்கவில்லை. உண்மை தெரிந்தால் வீரபத்ரா உடனே இவர்களைத் தாக்க முயல்வார் என்பதை அவர் அறிந்திருந்தார். அப்படி அவர் முயன்றால், மிகத் திறமையான இவ்விருவரின் முன்னால் கண்டிப்பாக அவரால் தாக்குப்பிடிக்க முடியாது என்பதையும் அவர் புரிந்து வைத்திருந்தார். அதனால், அப்போதைக்கு மௌனமாக இருப்பதென்று அவர் தீர்மானித்தார்.

அவர்கள் முன்வைத்த வாதத்தைத் தலையசைத்து ஏற்றுக் கொண்ட வீரபத்ரா, அவர்களோடு சேர்ந்து அந்த முதியவரின் அறைக்குச் சென்றார். வீரபத்ரா இப்போது ஓம் சாஸ்திரியைத் தன்மீது சாய்த்துக் கொண்டு அவர் நடந்து வருவதற்கு உதவினார். வீரபத்ராவுடன் பேசுவதில் அவர்கள் சிறிது நேரத்தை வீணாக்கியதால், அவர்களைத் துரத்தி வந்து கொண்டிருந்த அசுவத்தாமனுக்கும் அவர்களுக்கும் இடையேயான இடைவெளி குறைந்து கொண்டிருந்தது. அவர்களைப் பிடிப்பதற்காக அசுவத்தாமன் இப்போது அந்தத் தாழ்வாரத்தின் வழியாக ஓடி வந்து கொண்டிருந்தார்.

அவர்களைத் தன் திரையில் பார்த்துக் கொண்டிருந்த அந்த முதியவர், அவர்கள் தன்னுடைய அறைக்கு வந்து சேர்வதற்கு எவ்வளவு நேரம் ஆகும் என்று யோசித்தார். அவர்கள் வருவதற்கு மூன்று நிமிடங்கள் ஆகும் என்று கணக்குப் போட்ட அவர், அத்திரையின் பொத்தானைத் தொட்டு அதை அணைத்தார். பின் அவர் அந்தத் திரையை லேசாக ஒரு பக்கமாகத் தள்ளினார். அதன் பின்னாலிருந்த சுவரில், சில சங்கேத எண்களைப் போட வேண்டியிருந்த ஓர் அமைப்பு இருந்தது. அவர் அதில் சில எண்களை அழுத்தினார். திடீரென்று, வாசற்கதவுப்

பக்கத்தைத் தவிர்த்து, அந்த அறையின் மற்ற மூன்று பக்கங்களிலும் இருந்த சுவர்களில் சிறிய கீறல்கள் தோன்றின. அவர் மேலும் சில பொத்தான்களை அழுத்தினார். விரிசல்கள் விழுந்திருந்த இடங்களில் இப்போது பல கதவுகள் திறந்தன. அவை பல்வேறு திசைகளை நோக்கி அமைக்கப்பட்டிருந்தன. அவற்றுக்குள் இருந்த தாழ்வாரங்கள் இருட்டாக இருந்தன. தரையில் பதிக்கப்பட்டிருந்த, எட்டடி நீளமும் ஐந்தடி அகலமும் கொண்ட ஒரு சலவைக்கல் கீழே சென்று பக்கவாட்டில் நகர்ந்து கொண்டது. அந்த இடத்தில் மறைந்திருந்த ஒரு படிக்கட்டு இப்போது தென்பட்டது. அந்த முதியவர் தன்னிடம் ஏற்கனவே இருந்த முதல் புத்தகத்தை ஒரு பையில் போட்டுக் கொண்டார். பின், மேலும் சில புத்தகங்களையும் சில மருந்துகளையும் அவர் அந்தப் பைக்குள் போட்டார். பின் அவர் அந்தத் திரையை மீண்டும் அதன் பழைய இடத்திற்கு நகர்த்தி வைத்து அந்தத் தட்டச்சுத் திரையை மறைத்தார். பிறகு லிசாவும் பரிமலும் வருவதற்காக அவர் காத்திருந்தார்.

பரிமலும் லிசாவும் அந்த முதியவரின் அறையை நெருங்கினர். அதன் வாசலில் இரண்டு பாதுகாவலர்கள் காவல் நின்றனர். வீரபத்ரா ஓம் சாஸ்திரியைத் தாங்கிப் பிடித்திருந்ததால், அவர் சற்றுப் பின்னால் தள்ளி வந்து கொண்டிருந்தார். அந்த அறைக்குள் நுழைவதற்கான சங்கேத எண்களைப் பரிமல் தட்டச்சு செய்து கொண்டிருந்தபோது, அத்தாழ்வாரத்தின் மறுமுனையில் திரும்பிய அசுவத்தாமனால் அவர்களைப் பார்க்க முடிந்தது. அவர்களுக்கு இடையே சுமார் இருபதடி இடைவெளி இருந்தது. வீரபத்ரா அசுவதாமனுக்கு அருகேதான் நின்று கொண்டிருந்தார்.

ஓம் சாஸ்திரியைப் பிடித்து நடந்து சென்று கொண்டிருந்த வீரபத்ராவை அசுவத்தாமன் குறி வைத்தார். லிசாவும் பரிமலும் அந்த அறையின் வாசலைப் பார்த்தபடி நின்று கொண்டிருந்ததால், அவர்கள் அசுவத்தாமனைப் பார்க்கவில்லை. ஆனால், கதவருகே நின்று கொண்டிருந்த காவலர்கள் அவரைப் பார்த்துவிட்டனர். உடனே அவர்கள் அசுவத்தாமனை

நோக்கித் தங்களுடைய துப்பாக்கிகளால் சுட்டனர். அதைக் கண்டு, லிசா, பரிமல், வீரபத்ரா ஆகிய மூவரும், தங்களைத் துரத்தி வந்து கொண்டிருந்தவர் தங்களை மிகவும் நெருங்கி வந்துவிட்டிருந்ததை உணர்ந்தனர். அதனால், அசுவத்தாமன் இப்போது தன் குறியை அந்தப் பாதுகாவலர்கள் பக்கம் திருப்பினார். அவர்களில் ஒருவரை அசுவத்தாமன் அவருடைய தலையில் சுட்டார். அதே நேரத்தில், அசுவத்தாமனுக்குப் பின்னாலிருந்து புறப்பட்ட ஒரு குண்டு, மற்றொரு காவலனின் மார்பைத் தாக்கியது.

இதற்கிடையே, பரிமலும் லிசாவும் அந்த அறைக்குள் நுழைந்தனர். பின் உள்ளே இருந்து கொண்டு தங்களுடைய எதிரிகளின்மீது அவர்கள் தாக்குதல் தொடுத்தனர். தான் நல்லவர்கள் பக்கம் இருந்ததாக நினைத்திருந்த வீரபத்ரா, ஓம் சாஸ்திரியைச் சுவரோரமாகச் சாய்த்து வைத்துவிட்டு, அவரையும் தன் குழுவினரையும் காப்பதற்காகத் துணிச்சலுடன் முயன்றார்.

இதற்கிடையே, விசாரணை அறையில், பரிமலால் மர்மமான முறையில் கொல்லப்பட்டிருந்த அபிலாஷுக்கு அருகே டாக்டர் பத்ரா நின்று கொண்டிருந்தார். பின் அவர் டாக்டர் ஷாஹிஸ்தாவை நோக்கி நகர்ந்தார். தான் நேரடியாகப் பார்த்த அந்த இழப்புகளை அவரால் தாங்கிக் கொள்ள முடியவில்லை. வேதனையில் அவர் குலுங்கிக் குலுங்கி அழுதார்.

தன்னுடைய உயிரே ஆபத்தில் இருந்தது அவருக்கு உறைத்தபோது, அவருடைய துக்கம் பறந்து போயிற்று. தான் இப்போதைக்கு உயிருடன் இருந்தாலும், அது எவ்வளவு நேரம் நீடிக்கும் என்ற சந்தேகம் அவருக்கு இருந்தது. தூரத்தில் கேட்டத் துப்பாக்கிச் சத்தம் அவரை அவருடைய சிந்தனையிலிருந்து உலுக்கி எழுப்பியது. முதலில், அந்தக் கட்டடத்திலிருந்து வெளியேறுவதற்கு அவர் ஒரு திட்டத்தை வகுத்தாக வேண்டியிருந்தது. அவர் ஓம் சாஸ்திரியின் இரத்த மாதிரியைச் சேகரித்துக் கொண்டார். அதையும், லிசாவின் கணினி, ஓம் சாஸ்திரி இதுவரை பயன்படுத்தியிருந்த பெயர்கள் அடங்கிய கோப்பு ஆகியவற்றையும் எடுத்துக் கொண்டு, அவர்

அந்த வளாகத்திலிருந்து நழுவினார்.

வீரபத்ரா ஓர் உண்மையான போர்வீரனைப்போல வீரமாகப் போராடினார். ஆனால், இறுதியில் பரசுராமரின் குண்டு அவருடைய தோளில் பாய்ந்தது. அதைத் தொடர்ந்து அசுவத்தாமனின் குண்டுகள் அவருடைய மார்பையும் வயிற்றையும் தாக்கின. அவர் ஓம் சாஸ்திரியின் மடியில் விழுந்து, அவருடைய முகத்தைப் பார்த்து, அவரைக் காப்பாற்ற முடியாததற்கு அவரிடம் மன்னிப்புக் கேட்டார். வீரபத்ரா அவருடைய மடியில் உயிரை விட்டபோது, ஓம் சாஸ்திரியின் கண்கள் குளமாயின.

வெளியே நடைபெற்றுக் கொண்டிருந்தவற்றைப் பார்த்துக் கொண்டிருந்த லிசா பெரும் கூச்சல் போட்டு, தன் முஷ்டியைக் கொண்டு அந்த அறையின் கதவின்மீது ஓங்கிக் குத்தினாள். வீரபத்ராவைக் கடைசியாக ஒரு முறை எட்டிப் பார்க்க அவள் முயன்றபோது, பரிமல் அவளைத் தடுத்துவிட்டான். ஓம் சாஸ்திரியின் உடலிலிருந்து ஏராளமான இரத்தம் வெளியேறியிருந்ததால், அவர் தன்னுடைய மங்கலான பார்வையைக் கொண்டு அந்த அறைக்குள் இருந்த நாகேந்திரரைப் பார்த்தார். ஓம் சாஸ்திரியால் அவரை ஓரளவுக்குத்தான் அடையாளம் காண முடிந்தது. பரிமல் ஒரு கனத்த இதயத்துடன் மற்றொரு கதவை மூடினான். ஓம் சாஸ்திரி எப்படி இருந்தார் என்று பார்ப்பதற்காக அசுவத்தாமன் அவர் பக்கம் பாய்ந்து சென்றார். பரசுராமரோ, மூடிக் கொண்டிருந்த அந்த அறையின் கதவை நோக்கிப் பாய்ந்து ஓடினார்.

“குருவே, இவரிடமிருந்து ஏராளமாக இரத்தம் கொட்டிக் கொண்டிருக்கிறது,” என்று அசுவத்தாமன் கத்தினார்.

அந்தக் கதவுகளில் வெடிமருந்துகளை ஒட்ட வைப்பதில் மும்முரமாக இருந்த பரசுராமர், “அவருடைய சட்டையைக் கிழித்து, அவருடைய காயத்தைச் சுற்றி இறுக்கமாகக் கட்டு. அவரால் சாக முடியாது. ஆனால், அவர் சுயநினைவு இழக்காமல் நாம் பார்த்துக் கொள்ள வேண்டும். அவரை இந்தக் கதவிலிருந்து தொலைவிற்குக்

கூட்டிச் செல். நான் இவர்கள் பின்னால் போகப் போகிறேன்," என்று கூறினார்.

"தங்கள் கட்டளைப்படியே செய்கிறேன், குருதேவா."

அசுவத்தாமன் ஓம் சாஸ்திரியைச் சமையலறைக்கு அழைத்துச் சென்றார். அங்கிருந்த ஒரு பெஞ்சின்மீது அவரைப் படுக்க வைத்துவிட்டு, அங்கு முதலுதவிப் பெட்டி ஏதேனும் இருந்ததா என்று அவர் தேடினார்.

ஓம் சாஸ்திரி தூரத்தில் தெரிந்த அந்தக் கதவையும் பரசுராமரையும் அடுத்தடுத்துப் பார்த்தார், ஆனால் என்ன பேசுவதென்று தெரியாமல் அவர் தவித்தார்.

அவரிடம் எண்ணற்றக் கேள்விகள் இருந்தன. ஆனால், அவருக்கு நினைவு மெதுவாகத் தப்பிக் கொண்டிருந்தது.

ஆனாலும், அவர் எப்படியோ சமாளித்து, அசுவத்தாமனைப் பார்த்து, "நான் உங்களைப் பல யுகங்களாகத் தேடி வந்துள்ளேன். நீங்கள் அங்கு இருந்தீர்கள் என்பதை நான் அறிவேன்," என்று கூறினார்.

"நாங்கள் உங்களை எப்போதும் எங்களுடைய கண்பார்வையில்தான் வைத்திருந்தோம். உங்களை நாங்கள் ஒருபோதும் இழக்கவில்லை. நீங்கள் என்னைக் கண்டுபிடிக்க முடியாமல் போனதற்குக் காரணம், நாங்கள் எங்களை வெளிப்படுத்திக் கொள்ள விரும்பாததுதான்," என்று அசுவத்தாமன் விளக்கினார்.

"என்னை நீங்கள் எப்படி இங்குக் கண்டுபிடித்தீர்கள்?"

"உங்களுடைய லாக்கரில் இருந்த பொருட்களை எடுத்துக் கொண்டு வந்தவர்களைப் பின்தொடர்ந்து நாங்கள் இங்கு வந்தோம்."

அதைக்கேட்டு ஓம் சாஸ்திரி அதிர்ந்துபோய்விட்டார். அவர் இங்கு அடைக்கப்பட்டிருந்தபோது, ஆட்கள் இலங்கைக்குச் சென்று இரண்டாவது புத்தகத்தை எடுத்திருந்ததை அறிந்து அவர் பெரும் கவலை கொண்டார். "அந்தப் புத்தகங்கள் இப்போது எங்கே இருக்கின்றன?" என்று அவர் கேட்டார்.

அசுவத்தாமனின் முகம் இருண்டது.

"இப்போது அவை அவர்களிடம்தான் இருக்கின்றன. குரு அவர்களைப் பின்தொடர்ந்து சென்றுள்ளார்,"

என்று விரக்தி தொனித்த ஒரு குரலில் அசுவத்தாமன் கூறினார்.

“நீங்கள் ஏன் என்னைத் தேடி வந்தீர்கள்? ஏன் என்னைக் காப்பாற்றினீர்கள்?”

“ஏனெனில், முடிவுக்கான இரகசியம் உங்களிடம்தான் இருக்கிறது.”

அதைக் கேட்டு ஓம் சாஸ்திரி வியப்புடன் அசுவத்தாமனைப் பார்த்தார். ஆனால், அதற்கு மேல் அவரால் தன் கண்களைத் திறந்து வைத்துக் கொள்ள முடியவில்லை. அவருடைய கண்கள் வேகமாகச் செருகின.

பரசுராமர் வைத்த வெடி அந்த இரும்புக் கதவைத் தகர்த்தது. அவர் அந்த அறைக்குள் நுழைந்தார். அந்த அறையில் ஏகப்பட்டக் கதவுகள் இருந்ததால், எதைத் தேர்ந்தெடுப்பது என்று தெரியாமல் அவர் குழம்பினார்.

லிசாவும் பரிமலும் உள்ளே நுழைந்தவுடன், அவர்கள் அந்த முதியவருடன் அந்தப் படிகளில் இறங்கி, கீழே இருந்த பாதாள அறைக்குள் சென்று பதுங்கிக் கொண்டனர். அந்தச் சலவைக்கல் மீண்டும் கச்சிதமாகப் பொருந்திக் கொண்டது. இப்போது அந்த அறையில் நின்று கொண்டிருந்த பரசுராமருக்கு அந்த அறையில் எதுவும் வித்தியாசமாகத் தெரியவில்லை. அதனால், அங்குத் தெரிந்த ஏதோ ஒரு கதவை உத்தேசமாகத் திறந்து, அவர் அதற்குள் சென்று பார்த்தார். ஆனால், அவர் சிறிது தூரம் சென்ற பிறகு, அதற்கு மேல் செல்ல அங்கு வழியிருக்கவில்லை. விரக்தியுடன் மீண்டும் அந்த அறைக்குத் திரும்பி வந்த அவர், வேறொரு கதவைத் திறந்து உள்ளே சென்று பார்த்தார். அதுவும் தோல்வியில்தான் முடிந்தது. அவர் அத்துடன் தன் முயற்சியைக் கைவிட்டார். அந்த வளாகத்தின் பல்வேறு இடங்களில் அவர் வெடிகுண்டுகளை வைத்திருந்தார். அவை இன்னும் சிறிது நேரத்தில் வெடிக்கவிருந்தன. ஆனால், அது குறித்து அசுவத்தாமனுக்கும் ஓம் சாஸ்திரிக்கும் எதுவும் தெரியாது. அதனால், அவர் வேகமாகச் சமையலறையின் பக்கம் சென்றார். அங்கு அசுவத்தாமன் ஓம் சாஸ்திரியின் உடலில்

பாய்ந்திருந்த துப்பாக்கிக் குண்டை வெளியே எடுத்துக் கொண்டிருந்தார்.

இதற்கிடையே, அந்த முதியவரும் லிசாவும் பரிமலும், தாங்கள் இறங்கியிருந்த பாதாள அறையில் இருந்த ஒரு இரகசியச் சுரங்கப்பாதையின் வழியாக நடந்து சென்றனர். அது கடற்கரையில் வந்து முடிந்தது. கடலில் ஒரு நீர்மூழ்கிக் கப்பல் அவர்களுக்காகத் தயார் நிலையில் காத்துக் கொண்டிருந்தது. அவர்கள் அப்புத்தகங்களுடன் அதில் ஏறி அந்தத் தீவைவிட்டு வெளியேறினர்.

பரசுராமரும் அசுவத்தாமனும் ஓம் சாஸ்திரியோடு அந்த வளாகத்தைவிட்டு வெளியே வந்த சிறிது நேரத்தில், அந்தக் கட்டடம் வெடித்துச் சிதறியது. கலை வேலைப்பாடுகளுடன் கட்டப்பட்டிருந்த அக்கட்டடம், ஒரு சில நிமிடங்களில் முழுமையாக இடிந்து தரைமட்டமாயிற்று.

அதை அவர்களுடைய எதிரிகளும் அத்தீவின் வேறொரு முனையிலிருந்து பார்த்துக் கொண்டிருந்தனர்.

"புத்தகங்கள் எங்கே?" என்று அசுவத்தாமன் கேட்டார்.

"அவை அவர்கள் வசம் இருக்கின்றன," என்று பரசுராமர் பதிலளித்தார்.

"அவர்கள் எங்கே?"

"அவர்கள் இத்தீவைவிட்டு வெளியேறிவிட்டனர்."

"புத்தகங்கள் அவர்களிடம் மாட்டிக் கொண்டுவிட்டதால், இப்போது நாம் என்ன செய்யப் போகிறோம்?"

"இப்போது ஓம் சாஸ்திரியைப் பாதுகாப்பதுதான் நம்முடைய முன்னுரிமை. அவருடைய மறைக்கப்பட்ட வரலாற்றை அவர் தெரிந்து கொள்வதற்கான வேளை வந்துவிட்டது. அவர் மிருத்யுஞ்சயனாக ஆவதற்கு முன்பு யாராக இருந்தார் என்பதை அவர் இப்போது தெரிந்து கொண்டாக வேண்டும். அடுத்த முறை நாம் அவர்களை எதிர்கொள்கின்றபோது, நம்மைப் பாதுகாக்கப் போவது அவராகத்தான் இருக்கும்."

"ஆனால், நாம் அவர்களை எப்படிக் கண்டுபிடிக்கப்

போகிறோம்? அவர்கள் எங்குச் சென்றிருக்கக்கூடும் என்பது குறித்து நம்மிடம் எந்தத் துப்பும் இல்லையே!" அசுவத்தாமனின் பதற்றம் மேன்மேலும் அதிகரித்துக் கொண்டிருந்தது.

"நாம் அவர்களைத் தேடிச் செல்ல வேண்டியதில்லை. அவர்கள் நம்மைத் தேடி வருவார்கள்."

"அவர்கள் எதற்காக நம்மைத் தேடி வர வேண்டும்? அவர்கள் விரும்பியதுதான் அவர்களுக்குக் கிடைத்துவிட்டதே!"

"மரணத்தை வெல்வதற்கான இரகசியத்தின் கடைசித் திறவுகோல் நம்மிடம் இருப்பதை அவர்கள் வெகுவிரைவில் உணர்ந்து கொள்வார்கள்." பரசுராமரின் பார்வை ஓம் சாஸ்திரியின் பக்கம் சென்றது.

"மரணத்தை வெல்வதற்கான செயல்திட்டத்தை நிறைவு செய்வதற்கு, ஓம் சாஸ்திரியின் உடலில் ஓடிக் கொண்டிருக்கும் தன்வந்திரியின் இரத்தம் தங்களுக்குத் தேவை என்பதை அவர்கள் உணர்வார்கள். அதற்காக அவர்கள் நம்மைத் தேடி வந்தாக வேண்டும்."

ஆனால், அத்தீவின் மற்றொரு மூலையில் உயிருக்குப் பயந்து ஒளிந்து கொண்டிருந்த டாக்டர் பத்ராவிடம் ஓம் சாஸ்திரியின் இரத்த மாதிரி இருந்தது. எதிரிகளுக்குத் தேவைப்பட்ட அந்த இரத்தம் ஓம் சாஸ்திரியின் வடிவில் தங்களிடம் மட்டுமே இருந்ததாகப் பரசுராமர் நினைத்துக் கொண்டிருந்தார்.

"குருவே, இப்போது நாம் என்ன செய்ய வேண்டும்?"

"வெறுமனே காத்துக் கொண்டிருக்க வேண்டும்."

பரசுராமர் ஒரு பாறையின்மீது ஏறி நின்று கொண்டு, கடலில் மறைந்து கொண்டிருந்த சூரியனைப் பார்த்துக் கொண்டிருந்தார்.

அசுவத்தாமன் ஓம் சாஸ்திரியிடம், "அவர்கள் யார் என்பது உங்களுக்குத் தெரியுமா?" என்று கேட்டார்.

"நாகேந்திரர்."

"அது எப்படிச் சாத்தியம்? நாகேந்திரர் காணாமல் போய் பல்லாயிரக்கணக்கான ஆண்டுகள் ஆகிவிட்டனவே!" என்று அசுவத்தாமன் அரற்றினார்.

பாறைமீது நின்று சூரிய அஸ்தமனத்தைப் பார்த்துக்

கொண்டிருந்த பரசுராமர், “நாகேந்திரர் காணாமல்தான் போனாரே அன்றி, அவர் இறக்கவில்லை,” என்று அதற்கு பதிலளித்தார்.

நாகேந்திரர் அவசர அவசரமாக அந்தப் புத்தகங்களைப் படிக்கத் தொடங்கினார். பரிமல் அந்த நீர்மூழ்கிக் கப்பலை ஓட்டிக் கொண்டிருந்தான். லிசா வெறுமனே உட்கார்ந்திருந்தாள்.

தொலைதூரத்தில் கடலுக்குள் மூழ்கிக் கொண்டிருந்த சூரியன், வானத்தின் நீலத்தைத் தனக்குள் வாரிச் சுருட்டிக் கொண்டது. சுற்றிலும் இருள் படர்ந்தது.

பரசுராமரும் அசுவத்தாமனும் அந்தப் பாறையின்மீது நின்றபடி, அடுத்து எந்த அலை வந்து அந்தப் பாறையின்மீது மோதவிருந்தது என்பதைப் பார்ப்பதற்காகக் கடலையே உற்றுப் பார்த்துக் கொண்டிருந்தனர்.

2041 ஆம் ஆண்டு

பிரித்திவி தண்ணீர் குடிப்பதற்காகத் தன் பையில் வைத்திருந்த ஒரு பாட்டிலைத் திறந்தான். அவன் தண்ணீர் குடித்துக் கொண்டிருந்தபோது, திருமதி பத்ரா பேசத் தொடங்கினார்.

“இவை அனைத்தும் உனக்கு எப்படித் தெரியும்? நீ யார்? நீ ஏன் ஓம் சாஸ்திரியைத் தேடிக் கொண்டிருக்கிறாய்?”

திருமதி பத்ராவிடமிருந்து வெளிப்பட்ட இந்தப் புதிய கேள்விகளைச் செவிமடுத்துக் கொண்டே அவன் தன் தாகத்தைத் தணித்துக் கொண்டான். பிறகு அவன் அந்தத் தண்ணீர் பாட்டிலை மீண்டும் தன் பையினுள் வைத்துவிட்டு, திருமதி பத்ராவின் கண்களை நேராகப் பார்த்து, அமைதியாக இவ்வாறு சொன்னான்: “ஏனெனில், அவர் என்னுடைய அப்பா.”

தொடரும் . . .

நன்றியுரை

உங்கள் இருவரோடும் தொடங்காத ஒரு நன்றியுரையை என்னால் எழுதவே முடியாது. அப்பா, நீங்கள்தான் எப்போதும் என்னுடைய நண்பனாக இருந்துள்ளீர்கள், இருந்து வருகிறீர்கள், இனியும் இருப்பீர்கள். அம்மா, என்னுள் இருக்கும் எழுத்தாளர் நீங்கள்தாம்.

புல்புல் கோயல், நீங்கள் ஒரு பிடிவாதக்காரர். நீங்கள் ஒருபோதும் என்மீது நம்பிக்கை இழக்கவில்லை. நான் ஒரு சமயம் கண்ட கனவை நான் மறக்க நீங்கள் என்னை ஒருபோதும் அனுமதித்திருக்கவில்லை. என் மகிழ்ச்சிக்காக நீங்கள் அப்படி உடும்புப்பிடியாக இருந்தமைக்காக நான் உங்களை நேசிக்கிறேன். என் வாழ்க்கையில் வெற்றிக்கான அடித்தளம் நீங்கள்தாம்.

அவி, நீ பொதுவாக வார்த்தைகளில் உன்னை வெளிப்படுத்திக் கொள்வதில்லை. நானோ, ஓர் எழுத்தாளன். அதனால், என்னருமைத் தம்பியே, நாம் ஒரு கச்சிதமான சமநிலையை உருவாக்கியுள்ளோம். நம் குடும்பம் ஒரு பெரும் சிக்கலில் சிக்கியிருந்தபோது, நீதான் ஒரு நங்கூரமாக அதைத் தாங்கி நின்றாய்.

அனு மற்றும் அவி, குடும்பத்திற்காகத் தியாகம் செய்வது என்றால் என்ன என்பதை ஒருவர் கற்றுக் கொள்ள விரும்பினால், அவர்கள் உங்கள் இருவரையும் அறிந்திருந்தால் போதும். அதற்காக நான் உங்களுக்கு நன்றிக்கடன் பட்டுள்ளேன். நீங்கள் எனக்குக்

கிடைத்துள்ளது என்னுடைய பாக்கியம்.

ஆராத்யா, நான் உனக்காக ஆறு ஆண்டுகளாகக் காத்துக் கொண்டிருக்கிறேன். என்றென்றைக்கும் காத்துக் கொண்டிருப்பேன். என்றாவது ஒரு நாள் நீ என்னிடம் திரும்பி வருவாய் என்பதை நான் அறிவேன்.

அவர்களுடனான என் முதல் சந்திப்பு எனக்கு நன்றாக நினைவிருக்கிறது. போலியாக நடந்து கொள்ளத் தூண்டுகின்ற கேமராக்களோ அல்லது அவர்களை எடைபோட்டுப் பார்ப்பதற்குச் சமூக ஊடகங்களோ அங்கு இருக்கவில்லை. ஆனாலும், அவர்கள் ஒரு கனிவான புன்னகையுடன் என்னை வரவேற்றனர். அவர்களுடைய வசீகரமும் எளிமையும் என்னைக் கட்டிப் போட்டன.

அந்தப் பெண்மணி எளிமையான ஆடையணிந்திருந்தார். பல்லாயிரக்கணக்கான நபர்களால் கொண்டாடப்பட்டுக் கொண்டிருந்த அந்த ஆடவரும், ஒரு சாதாரணமான உடையில் தன் கையில் கிரீஸ் ஒழுக நின்று கொண்டிருந்தார். (அவர் அப்போதுதான் தன் மோட்டார் சைக்கிளைப் பழுது பார்த்துவிட்டுத் திரும்பியிருந்தார் என்பதை நான் பின்னர் அறிந்து கொண்டேன்.)

அவர்களைப் போன்றச் சாதனையாளர்களால் ஊக்கமடைந்துள்ள என்னைப் போன்ற ஒரு சாமானியனுக்கு, முதலில் அவர்களுடைய எளிமையான தோற்றம் ஏமாற்றமளித்தது. ஆனால், அவர்கள் தங்களுடைய எளிமையான இருத்தல் மூலம் என்னை மிகவும் சௌகரியமாக உணர வைத்தனர். தினமும் பாராட்டுகளாலும் கவனிப்புகளாலும் அவர்கள் குளிப்பாட்டப்பட்டுக் கொண்டிருந்தபோதிலும், அது அவர்களுக்கு எந்தத் தலைக்கனத்தையும் கொடுத்திருக்கவில்லை.

மகேந்திர சிங் தோனியையும் அவருடைய மனைவி சாக்ஷி தோனியையும் பற்றித்தான் நான் இங்குப் பேசிக் கொண்டிருக்கிறேன்.

நான் அவர்களுடன் செலவிட்ட நேரம் எப்போதும் என் நெஞ்சைவிட்டு அகலாது.

உங்கள் இருவருடைய அன்பைப் பெற்றுள்ள நான் என் இறுதி மூச்சுவரை உங்களுக்கு விசுவாசமாக இருப்பேன்.

ரிஷி அரோரா (பாபா), என் அருகே எவரும் இருக்க விரும்பாதிருந்த நேரத்தில் என் அருகே இருந்தமைக்காக, நண்பா, உனக்கு என் நன்றி.

திரு வீரேந்திர பிரதாப் சிங், உங்களைப் பற்றி என்னால் ஒரு புத்தகமே எழுத முடியும். அதுவரை, நீங்கள் எப்போதும் எனக்கு ஆதரவாக இருப்பீர்கள் என்ற, நீங்கள் வெளிப்படையாகச் சொல்லாத வாக்குறுதிக்காக, உங்களுக்கு நன்றி கூறிக் கொள்கிறேன்.

உங்களுக்கு உதவி செய்வதுபோலப் பாசாங்கு செய்யாத, உங்களைச் சுரண்டாமல் இருக்கின்ற ஒரு வழக்கறிஞரை நீங்கள் எங்காவது பார்த்திருக்கிறீர்களா? அப்படிப்பட்ட ஒருவரை அல்ல, இருவரை எனக்குத் தெரியும். அவர்கள் நான்கு ஆண்டுகளாக எனக்கு நிதியுதவியும் அளித்து வந்தனர். திரு ராகுல் விஜயவர்கியா மற்றும் திருமதி பூஜா விஜயவர்கியா, உங்களுடைய சுயநலமற்ற ஆதரவுக்காக நான் உங்களுக்கு என்றென்றைக்கும் நன்றிக்கடன் பட்டுள்ளேன்.

உண்மையான நண்பர்கள் என்ற குடும்பத்தை உங்களால் தேர்ந்தெடுக்க முடியும். ராகுல் அகர்வால், அப்படிப்பட்ட ஒரு நண்பனாக எனக்கு இருப்பதற்கு நன்றி.

வாழ்க்கை உங்கள்மீது தூக்கியெறிகின்ற பிரச்சனைகளோடு நீங்கள் போராடுகின்றபோது, உங்களுக்குச் சில ஆசிர்வாதங்களும் கிடைக்கும். திருமதி சப்னா சிட்னிஸ், நீங்கள் அப்படிப்பட்ட ஓர் ஆசிர்வாதமாக, என்னுடைய இரண்டாவது தாயாக எனக்கு வாய்த்தமைக்கு உங்களுக்கு நன்றி.

கடவுள்கள் தங்கள் இருப்பைப் பல தனித்துவமான வழிகளின் மூலம் நமக்கு வெளிப்படுத்துகின்றனர். திரு ஹத்திம் அலி மால்வியா அவர்களே, நாம் சந்திப்பதற்கு முன்பாக, அல்லாவும் இராமரும் ஒன்றாக அமர்ந்து நம்மைப் பற்றிப் பேசியிருந்திருப்பார்களோ என்று நான் வியக்கிறேன்.

நெலி கூல்ஸ் மற்றும் கெலி கூல்ஸ், உங்களுடைய ஆதரவுக்கு நன்றி.

சில நேரங்களில், நீங்கள் தட்டுவதற்கு ஒரு கதவு எப்போதும் உங்களுக்காகக் காத்துக் கொண்டிருக்கும் என்பதும், அதற்குப் பின்னால், ஒருவர் உங்களைத் தன் இறக்கைக்கு அடியில் வைத்துக் கொள்ளத் தயாராக இருப்பார் என்பதும் மட்டுமே உங்களுக்குத் தெரிந்தாலே போதும். திரு ராபின் பட், உங்களுடைய வீட்டுக் கதவு அதைப் போன்ற ஒன்று. என்மீது நம்பிக்கை வைத்தமைக்காக உங்களுக்கு என் நன்றி.

சின்னங்கள் – ஒரு சிறு விளக்கம்

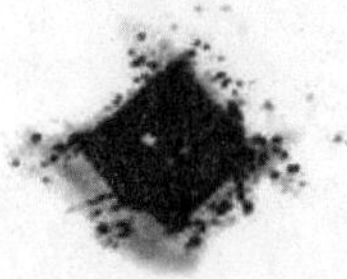

மிகச் சிறியதாகத்
தோன்றுகின்ற ஒன்றால்
மிகவும் வல்லமை
பொருந்தியதாக இருக்க
முடியும்.

சத்திய யுகம்　　துவாபர யுகம்

கலி யுகம்　　திரேதா யுகம்

சத்திய யுகம், திரேதா யுகம்,
துவாபர யுகம், கலி யுகம்
ஆகிய நான்கு யுகங்களும்,
முடிவுறா பிரபஞ்சச்
சுழற்சியில் தொடர்ந்து
வந்து கொண்டேயிருக்கும்.
இதில் கடைசி யுகமான
கலி யுகம் முடிந்தவுடன்,
மீண்டும் சத்திய யுகத்திலிருந்து
அனைத்தும் தோன்றும்.

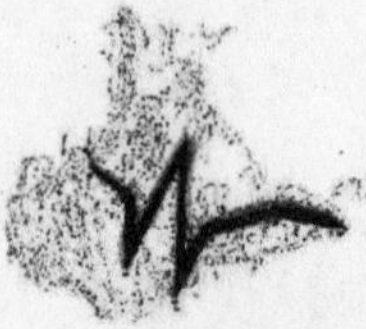

இந்தியாவின் குறுக்காக ஒரு
மர்மமான தேடல்!

ஏழு சிரஞ்சீவிகளில் இருவர்
கண்டுபிடிக்கப்பட்டுள்ளனர்.
மற்ற ஐந்து பேர் எங்கே
(வியாசர், அனுமன்,
மகாபலி சக்கரவர்த்தி,
கிருபாச்சாரியார் மற்றும்
விபீசணர்)?

அனைத்து யுகங்களின்
ஊடான ஓம் சாஸ்திரியின்
பயணம் தொடர்ந்து
கொண்டிருக்கிறது.

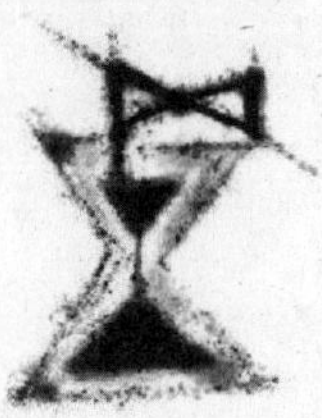

சிரஞ்சீவிகளுக்கும்கூடக்
காலம் கடந்துவிடுமோ?